AF518483

ഗ്രീൻ ബുക്സ്

അവൾ തീയാകുന്ന നേരത്ത്

അജയൻ

ഇടുക്കി ജില്ലയിലെ നെടുംകണ്ടത്ത് 1974ൽ ജനനം.
അച്ഛൻ: ആർ.ജി. അശോകൻ. അമ്മ: ഓമന.
കൃതികൾ: രാകേന്ദുമുഖികൾ, വെളിച്ചത്തിലേക്ക് തുറക്കാത്ത വാതിലുകൾ, ഒരു നിമിഷം സ്വർഗം ഒരു ജന്മം നരകം (നോവൽ).
ഇപ്പോൾ തിരുവനന്തപുരം ജില്ലയിലെ വെമ്പായത്ത് താമസം.
Email: ajayan6046@gmail.com

ഗ്രീൻ ബുക്സ് പ്രസിദ്ധീകരിച്ച
ഗ്രന്ഥകാരന്റെ ഇതര കൃതികൾ

ദൈവങ്ങൾ മലയിറങ്ങുമ്പോൾ (നോവൽ)
പെയ്തു തീരാത്ത മഴ (നോവൽ)

നോവൽ

അവൾ തീയാകുന്ന നേരത്ത്

അജയൻ

ഗ്രീൻ ബുക്സ്

green books private limited
gb building, civil lane road, ayyanthole,
thrissur- 680 003, kerala, ph: +91 487-2381066, 2381039
website: www.greenbooksindia.com
e-mail: info@greenbooksindia.com

malayalam
aval theeyakunna nerathu
novel
by
ajayan

published august 2022

cover design : rajesh chalode

printed in india
repro india ltd

branches:
thrissur 0487-2422515
thiruvananthapuram 0471-2335301
calicut 0495 4854662

isbn : 978-93-93596-83-3

₹ 170.00
GBPL/1245/2022

സമർപ്പണം

അലക്സ് റാം മുഹമ്മദിന്

ഒന്ന്

അരമണിക്കൂർ നീണ്ടുനിന്ന പ്രാർത്ഥനാനിരതമായ കാത്തിരിപ്പിന് വിരാമമിട്ട്, തമ്പാനൂർ ടെർമിനലിൽ നിന്നും ബസ് പുറത്തേക്കിറങ്ങുമ്പോൾ സന്ധ്യ മയങ്ങാൻ തുടങ്ങിയിരുന്നു. കൃത്യനിഷ്ഠ തീരെയില്ലാത്ത ഇങ്ങനെയൊരു വണ്ടി പിടിക്കാൻ, വെറുതെ ഓടിക്കിതച്ച് വിയർത്തു കുളിക്കേണ്ടിയിരുന്നില്ലെന്ന് നാൻസിക്ക് തോന്നി. ചുരിദാറും ലെഗ്ഗിൻസുമെല്ലാം നനഞ്ഞ് ദേഹത്തോടൊട്ടിയിരിക്കുന്നു. അതെങ്ങനെ? പട്ടത്തു നിന്നും കിട്ടിയ ബസ്സിൽ തിക്കിത്തിരക്കി ഓവർബ്രിഡ്ജിൽ ഇറങ്ങി, പിന്നെ തമ്പാനൂർ വരെ ഓടുകയായിരുന്നല്ലോ. മാഞ്ഞാലിക്കുളം റോഡും എസ്.എസ്. കോവിൽ റോഡുമെല്ലാം ക്രോസ് ചെയ്യാൻപെട്ട പാടുവേറെ.

ഗോപുരം കണക്കെ ഉയർന്നു നിൽക്കുന്ന ഇന്ത്യൻ കോഫി ഹൗസിന്റെ മുന്നിലൂടെ ബാഗും തൂക്കി ഓടുമ്പോൾ, അവിടുത്തെ മസാലദോശയുടേയും ഉഴുന്നുവടയുടെയും കോഫിയുടെയും രുചി നാവിലേക്കെത്തി പ്രലോഭിപ്പിച്ചതാണ്. ഒരുവേള ഓട്ടം നടത്തത്തിന് വഴിമാറുകയും ചെയ്തു. എങ്കിലും സമയം പാഴാക്കിയാൽ ബസ് കിട്ടാതെ വന്നെങ്കിലോയെന്ന ആശങ്കയിൽ ആ രുചി ഉമിനീരാക്കി വിഴുങ്ങി ഓട്ടം തുടരുകയായിരുന്നു. കായത്തിന്റെ ഗന്ധം മുന്നിട്ടു നിൽക്കുന്ന സാമ്പാറും പച്ചമുളകരച്ചു വച്ച ചമ്മന്തിയും ചേർത്തൊഴിച്ച് എത്ര മസാലദോശ കഴിച്ചിട്ടുണ്ടെന്നറിയില്ല. എന്നാലും അതിനു മുന്നിലെത്തിയാൽ ഏതോ അദൃശ്യശക്തി അങ്ങോട്ടാകർഷിക്കുക പതിവാണ്.

വിയർപ്പാറിയിട്ടില്ല. അര മണിക്കൂർ നേരത്തേ സ്റ്റാൻഡിൽ എത്തിയെന്നു പറഞ്ഞിട്ടെന്തു കാര്യം? ട്രാഫിക് ബ്ലോക്കിലെവിടെയോ പെട്ടുപോയ ബസ്, പ്ലാറ്റ്ഫോമിൽ പിടിക്കുമ്പോൾത്തന്നെ സമയം 6.30 കഴിഞ്ഞിരുന്നു. വണ്ടി പാർക്കുചെയ്ത്, ബസ്സ്റ്റാന്റിനുള്ളിലെ ഇന്ത്യൻ കോഫി ഹൗസിലേക്കോടിയ കണ്ടക്ടറും ഡ്രൈവറും തിരിച്ചെത്താൻ പിന്നെയും പതിനഞ്ചു മിനിറ്റെടുത്തു.

യാത്ര തീരുമാനിച്ച നിമിഷം മുതൽ പ്രാർത്ഥിച്ചതുപോലെ, ഇടതുവശത്തെ ഒരു വിൻഡോ സീറ്റ് അവൾക്കു വേണ്ടിയെന്നവണ്ണം ഒഴിഞ്ഞുകിടപ്പുണ്ടായിരുന്നു. അത് വലിയൊരു ആശ്വാസമായി നാൻസിക്ക് തോന്നി. യാത്ര, അതെത്ര ചെറുതായാലും ഇടതുവശത്തു നിന്ന് കാറ്റ് മുഖത്തേക്കടിക്കുന്നതും വിൻഡോ സീറ്റിലിരുന്ന് കാഴ്ച കാണുന്നതും അവൾക്ക് പണ്ടേ ഇഷ്ടമാണ്. ദൂരയാത്രയാണെങ്കിൽ പറയുകയും വേണ്ട. മഴ വന്നാൽപ്പോലും ഷട്ടർ താഴ്ത്തിയിടാതെ കാറ്റുകൊണ്ടും കാഴ്ച കണ്ടും അങ്ങനെയിരിക്കാൻ ശ്രമിക്കും. പിൻ സീറ്റിലോ തൊട്ടടുത്തോ ഇരിക്കുന്ന ആരെങ്കിലും ഒച്ച വയ്ക്കുമ്പോഴാകും പിന്നെ ഷട്ടർ താഴ്ത്തുക. എന്നാലും ഇടയ്ക്കിടെ അതുയർത്തി വെളിയിലേക്ക് നോക്കും. മഴ മാറിയോ എന്നറിയാനാണ്. മാറിയാൽ വീണ്ടും ഷട്ടർ ഉയർത്തി വയ്ക്കും.

കണ്ടക്ടർ ഏറ്റവും പിന്നിൽനിന്ന് ടിക്കറ്റ് കൊടുത്തു തുടങ്ങിയിട്ടേ ഉള്ളൂ. എങ്കിലും അവൾ ബാഗ് തുറന്ന് നൂറിന്റെ രണ്ടു നോട്ടുകൾ കൈയിലെടുത്തു പിടിച്ചു. ചില്ലറ വല്ലതും ആവശ്യപ്പെട്ടാൽ അതും ബാഗിലുണ്ടെന്ന് ഉറപ്പു വരുത്തി. അതിനിടെ ജോഷ്വായെ വിളിച്ച് വണ്ടി പുറപ്പെട്ടുവെന്ന് അറിയിച്ചു. അമ്മച്ചിയെ വിളിക്കുക മാത്രമല്ല, അപ്പച്ചനോട് പറയാൻ ചുമതലപ്പെടുത്തുകയും ചെയ്തു.

നഗരത്തിരക്കിനിടയിലൂടെ ഇഴഞ്ഞും വലിഞ്ഞും നീങ്ങിയ ബസ്, അരിസ്റ്റോയും പനവിളയും പാളയവുമൊക്കെ കടന്ന് പി.എം.ജി. ജങ്ഷനിൽ എത്തിയപ്പോൾ കുറേയാളുകൾ തിക്കിത്തിരക്കി അതിനുള്ളിലേക്ക് കയറി. വൈകാതെ തടിച്ച ഒരു സ്ത്രീ നാൻസിയുടെ തൊട്ടടുത്തായി വന്നിരുന്നു. ബസ്സിന്റെ ഹൈഡ്രോളിക് ഡോറിനിടയിൽ കുടുങ്ങിയ അവസ്ഥയിലായി അവൾ.

മിക്കവാറും യാത്രയ്ക്കിടയിൽ ഇങ്ങനെ പണി കിട്ടാറുള്ള കാര്യം അവൾ ഓർത്തു. ഇന്നത്തെ യാത്രയ്ക്ക് തൊട്ടുമുൻപും അതേക്കുറിച്ച് സംസാരിച്ചപ്പോൾ ഷോറൂമിലെ മാനേജർ ദീപക് പറഞ്ഞു;

''നാൻസി വലിയ തടിയൊന്നും ഇല്ലാത്ത ആളല്ലേ. അതാണ് പ്രശ്നം. പൊതുവെ വണ്ടിയിൽ കയറുമ്പോൾ എന്നെപ്പോലുള്ള തടിയന്മാർ മൊത്തത്തിലൊന്ന് സേർച്ച് ചെയ്യും. തടി കുറവുള്ള ആരെങ്കിലും ഇരിപ്പുണ്ടോന്ന്. എന്നെപ്പോലുള്ള രണ്ട് തടിയന്മാർ ഒരു സീറ്റിൽ ഇരിക്കുന്ന അവസ്ഥയൊന്ന് ആലോചിച്ചു നോക്കിക്കേതാൻ.''

''എന്തായാലും കൊള്ളാം. ഇങ്ങനെ കുറേ തടിയന്മാരും തടിച്ചികളും കാരണം ബസ്സിൽ കേറാൻ പറ്റാത്ത അവസ്ഥയിലാണ് എന്നെപ്പോലുള്ള പാവങ്ങൾ.''

നാൻസി നിസ്സഹായതതയോടെയെന്നവണ്ണം മുഖം ഇരുവശ ത്തേക്കും ചലിപ്പിക്കുന്നതു കണ്ട് ദീപക് ചിരിച്ചുകൊണ്ട് പറഞ്ഞു;

''അതിനൊരു വഴിയുണ്ട് നാൻസീ.''

അവൾ പ്രതീക്ഷയോടെ അയാളെ നോക്കി.

''താൻ ഇന്നുതന്നെ പുതിയൊരു കാർ ബുക്ക് ചെയ്യ്. നമ്മുടെ ഷോറൂമിൽ നിന്നാകുമ്പോൾ കുറേ ഇളവുകളൊക്കെ കിട്ടും. നമ്മൾ സ്റ്റാഫിന് എന്തൊക്കെ ഇളവുകൾ കിട്ടുമെന്ന് ഞാൻ പറയാതെ തന്നെ തനിക്ക് അറിയാമല്ലോ. തന്റെ ഉയരം വച്ച് ആൾട്ടോയൊന്നും പറ്റില്ല. സ്വിഫ്റ്റോ വാഗണറോ നോക്കേണ്ടിവരും.''

''അതെ; ഞാൻ അഞ്ചടി മൂന്നിഞ്ച് ഉണ്ട്. എന്നുവച്ച് കൊല്ലക്കുടി യിൽ സൂചി വിൽക്കാൻ നോക്കല്ലേ മോനേ ദീപക്കേ.''

''എന്നാൽ വേണ്ട. ടൂവീലർ ഓടിക്കാൻ പേടിയാണ്. കാർ വാങ്ങാൻ മനസ്സില്ലതാനും. എത്രനാൾ ഇങ്ങനെ ഫ്രണ്ട്സിന്റെയൊക്കെ വണ്ടി യോടിച്ച് കൊതി തീർക്കും? വെറുതെയൊരു ഫോറാർ വീൽ ലൈസൻസ് എടുത്ത് ബാഗിൽ വച്ചിട്ടുണ്ട്. ഇരിക്കട്ടെ. ഐ.ഡി. പ്രൂഫായിട്ട് ഉപ യോഗിക്കാം.''

''മനസ്സില്ലാഞ്ഞിട്ടാണോ സാറേ? മാസാമാസം ഇവിടുന്നു കിട്ടുന്ന പതിനയ്യായിരം കൂവായ്ക്ക് കാറല്ല ബസ് വാങ്ങിക്കാം. ഒന്ന് പോയേ. തൽക്കാലം ഞാൻ ഫുഡ് കുറേക്കൂടി കഴിച്ച് തടി വയ്ക്കാൻ പറ്റു മോന്ന് നോക്കട്ടെ. ഇപ്പോ അതാ ലാഭം.''

''അപ്പോ, താനും ഇതുപോലെ ബസ്സിൽ കയറുമ്പോൾ മെലിഞ്ഞ ആരെങ്കിലും ഇരിപ്പുണ്ടോന്ന് നോക്കും അടുത്തിരിക്കാൻ.''

''അപ്പോഴേക്കും ഞാൻ കാറുള്ള ഏതേലും ഒരുത്തനെ കണ്ടു പിടിച്ച് കെട്ടാൻ പറ്റുമോന്ന് നോക്കും. പിന്നെ ബസ്സിൽ കേറണ്ടല്ലോ.''

''ഈ പോക്കിനെങ്കിലും ഫിക്സ് ആകുമോ തന്റെ മാരേജ്?''

''നടക്കാം, നടക്കാതിരിക്കാം.''

''ഉള്ള വയസ്സൊന്നും ആരോടും പറയാൻ പോകണ്ട. സത്യ സന്ധത തെല്ലൊന്ന് കുറച്ചാൽ ചിലപ്പോൾ സംഗതിയങ്ങ് ക്ലിക്കാകും.''

''കള്ളം പറഞ്ഞിട്ട് കല്യാണമെന്നല്ല, ഒന്നും വേണ്ടെനിക്ക്. ഈ ഏപ്രിലിൽ മുപ്പത്തിയഞ്ച് വയസ്സാകും. അതുവരെയെ ഉള്ളൂ ഈ അണിഞ്ഞൊരുങ്ങി നിൽക്കൽ. പിന്നെ ഞാൻതന്നെ എന്നെയൊരു എടുക്കാച്ചരക്കായി പ്രഖ്യാപിക്കും. ദാറ്റ്സ് ഓൾ.''

''എന്ത് പറയാനാ. ഞാൻ നേരത്തെ പെണ്ണ് കെട്ടിപ്പോയി. അല്ലാ യിരുന്നെങ്കിൽ തനിക്കൊരു ജീവിതം തരാമായിരുന്നു.''

''മോഹം അറിയിച്ചതിന് നന്ദി. ഇനി താൻ പെണ്ണുകെട്ടിയില്ലായിരുന്നെന്നു വിചാരിക്കുക. എന്നാലും എനിക്ക് തന്നെ വേണ്ട.''

''അതെന്തൊരു വർത്തമാനമാടോ നാൻസീ? ഞാൻ അത്രയ്ക്ക് മോശമാണോ? നല്ല വെളുപ്പല്ലേ? ഗ്ലാമറില്ലേ? ഇച്ചിരി തടിയല്ലേ കൂടുതലുള്ളൂ?''

''എനിക്ക് ഇത്രേം നിറവും ഇഷ്ടമല്ല; ഗ്ലാമറും ഇഷ്ടമല്ല. പോരാത്തതിന് തന്റെയീ പൊണ്ണത്തടിയും. ഹൊ! ഹൊ! ഓർക്കാനേ വയ്യ. പിന്നെ താനീ കൂടുതൽ ഉണ്ടെന്നൊക്കെ ഊറ്റം കൊള്ളുന്ന പലതും സത്യത്തിൽ വല്ലാത്ത ദാരിദ്ര്യമാടോ.''

''അത് തനിക്ക് എന്റെയത്ര നിറം ഇല്ലാത്തതിന്റെ ചൊരുക്കാ.''

''പുറത്തെ നിറമോർത്ത് എനിക്ക് വലിയ വേവലാതിയൊന്നുമില്ല സാറേ. നമ്മളത് പലതവണ പറഞ്ഞിട്ടുള്ളതാണ്. ഇനീം വേണോ?''

''തർക്കിച്ച് സമയം കളയണ്ട. താൻ വിട്ടോ. ഇത് ശരിയാകുമെടോ. ധൈര്യമായിട്ട് പോയിട്ട് വാ.''

''നോക്കാം.''

കണ്ടക്ടർ അടുത്തെത്തിയപ്പോൾ അവൾ ചിന്തയിൽ നിന്നുണർന്നു.

''എരുമേലി.''

തൊട്ടടുത്തിരിക്കുന്ന സ്ത്രീ ടിക്കറ്റ് എടുക്കുകയാണ്. പെട്ടതു തന്നെ. കുറഞ്ഞത് നാലഞ്ച് മണിക്കൂർ ഇങ്ങനെ ശ്വാസംമുട്ടി ഇരിക്കണം. നാൻസി ഉള്ളാലെ പരിതപിച്ചു. പണം വാങ്ങി ടിക്കറ്റ് കൊടുക്കുന്നതിനിടെ കണ്ടക്ടർ പറഞ്ഞു;

''ഈ സീറ്റ് റിസർവേഷൻ ഉള്ളതാണ്. മണ്ണന്തലവരെ ഇരിക്കാം. അവിടുന്ന് റിസർവ് ചെയ്ത ആൾ കയറും.''

സ്ത്രീയുടെ മുഖം കടന്നൽക്കുത്തേറ്റതുപോലെയായി. നാൻസി ഉള്ളിലെ സന്തോഷം പുറത്തു കാണിക്കാതെ ഇരുന്നു.

''ഈ സീറ്റ് തന്നെയാണോ റിസർവ് ചെയ്തിട്ടുള്ളത്?''

അവർ ചോദിച്ചപ്പോൾ കണ്ടക്ടർക്ക് സംശയമായി.

''ഞാനൊന്നുകൂടി നോക്കട്ടെ.'' അയാൾ ചാർട്ട് പരിശോധിച്ച ശേഷം പറഞ്ഞു;

''സോറി. ഈ സീറ്റല്ല. ആ കുട്ടി ഇരിക്കുന്ന സീറ്റാണ്.''

അയാൾ നാൻസിയെ നോക്കി. കുറേക്കൂടി ഞെരുങ്ങി, വല്ലാത്തൊരു അവസ്ഥയിലായിരുന്നു അവൾ.

''ടിക്കറ്റ് പറഞ്ഞോളൂ.''

കണ്ടക്ടർ കൈനീട്ടി.

''മുണ്ടക്കയം.''

പണം കൊടുത്ത് ടിക്കറ്റ് വാങ്ങുമ്പോൾ അവൾ ചോദിച്ചു; ''മണ്ണന്തലവരെ ഈ സീറ്റിൽ ഇരിക്കുന്നതിന് കുഴപ്പമുണ്ടോ?''

''ഇല്ല. ഇരുന്നോളൂ. ആള് വരുമ്പോൾ എഴുന്നേറ്റാൽ മതി. എന്നാലും അധികസമയം നിൽക്കേണ്ടിയൊന്നും വരില്ല. വട്ടപ്പാറയും വെമ്പായവുമൊക്കെ ആളിറങ്ങാനുണ്ട്. ഏറിയാൽ വെഞ്ഞാറമ്മൂട്. അതിനകം സീറ്റൊഴിയും.''

അവൾ മറുപടിയൊന്നും പറഞ്ഞില്ല. ടിക്കറ്റ് കൊടുത്തു മുമ്പോട്ടു പോയ അയാൾ തിരികെ എത്തിയപ്പോൾ അവളെയൊരു നോട്ടമെറിഞ്ഞു. നാൻസി ചോദ്യരൂപേണ നോക്കിയപ്പോൾ കണ്ടക്ടർ പറഞ്ഞു; ''വിഷമിക്കണ്ട കേട്ടോ. അര മണിക്കൂറിനകം വേറേ സീറ്റ് കിട്ടും.''

അവൾ തലയാട്ടി. പിന്നോട്ട് കടന്നുപോകുമ്പോഴും തന്നെത്തന്നെ ശ്രദ്ധിക്കുന്ന അയാൾ ഒരു പഞ്ചാരക്കുട്ടപ്പനാണോയെന്ന് അവൾ സംശയിച്ചു. അതോ ജോലിയിലെ ഉത്തരവാദിത്തമാണോ? ആ, എന്തുമാകട്ടെ. അയാളെ അവഗണിച്ച്, അവൾ പുറത്തേക്ക് നോക്കി. നാലാഞ്ചിറ കഴിഞ്ഞിരിക്കുന്നു. ഏറിയാൽ അഞ്ചു മിനിറ്റിനകം വണ്ടി മണ്ണന്തല എത്തും. അവൾ എഴുന്നേൽക്കാനുള്ള തയ്യാറെടുപ്പുകൾ നടത്തിത്തുടങ്ങി. ബാഗിൽ ഇറുകെപ്പിടിച്ച് അവൾ ഇരിക്കുന്നത് കണ്ടപ്പോൾ തൊട്ടടുത്തിരുന്ന സ്ത്രീ ചോദിച്ചു;

''മോൾക്ക് വിഷമമായോ?''

''ഏയ്. എന്തിന്? എനിക്ക് കുഴപ്പമൊന്നും ഇല്ല.''

ആ അസ്വസ്ഥത താങ്ങാനാവാതെയെന്നവണ്ണം അവൾ ബാഗ് തുറന്ന് മൊബൈൽ ഫോൺ എടുത്തു. അത് മനസ്സിലാക്കിയിട്ടാവാം ആ സ്ത്രീ പിന്നെയൊന്നും ചോദിച്ചില്ല. ഫേസ്ബുക്കും വാട്ട്സാപ്പുമെല്ലാം ഓടിച്ചൊന്ന് നോക്കിയ അവൾ അസ്വസ്ഥതയോടെ ഫോൺ തിരികെ ബാഗിനുള്ളിലേക്കുതന്നെ വച്ചു. അപ്പോഴേക്കും വണ്ടി മണ്ണന്തല പുതിയ പള്ളിയുടെ മുന്നിലെത്തി. നാൻസി പള്ളിയിലേക്ക് തിരിഞ്ഞ് കുരിശു വരച്ച് പ്രാർത്ഥിച്ചു. പ്രാർത്ഥന കഴിഞ്ഞ് അവൾ നേരെയാകും മുൻപേ ബസ് മണ്ണന്തല സ്റ്റോപ്പിൽ നിർത്തിക്കഴിഞ്ഞിരുന്നു. അവൾ അലസമായി എഴുന്നേൽക്കാൻ തുടങ്ങിയപ്പോൾ തൊട്ടടുത്തിരുന്ന സ്ത്രീ പറഞ്ഞു.

''മോളിരുന്നോ. ഞാനെഴുന്നേറ്റോളാം.''

അവൾ അവിശ്വസനീയതയോടെ അവരെ നോക്കി.

''മോളല്ലേ ആദ്യം കയറിയത്?''

''വേണ്ട ചേച്ചി ഇരുന്നോളൂ. ഞാൻ എഴുന്നേൽക്കാൻ തുടങ്ങുകയായിരുന്നു.''

അതിനു മറുപടി പറയാതെ അവർ തിരക്കിനിടയിലൂടെ അൽപ്പം മുൻപോട്ട് മാറിനിന്നു. വൈകാതെ, വെളുത്തു മെലിഞ്ഞ ഒരു യുവാവ് വലിയൊരു ബാഗും തൂക്കി അവളുടെ അടുത്തെത്തി നിന്നു. നാൻസി അവനെ സൂക്ഷിച്ചൊന്ന് നോക്കി. ഫ്രീക്കനാണ്. നീണ്ടു വളർന്ന മുടിയൊക്കെ പാറിപ്പറന്നു കിടക്കുന്നു. ജനിച്ചതിൽപ്പിന്നെ അത് വെട്ടിയിറക്കിയ ലക്ഷണമില്ല. വല്ലാത്ത വിയർപ്പുമണം. കുളിക്കുന്ന ശീലവും കമ്മിയാണെന്നു തോന്നുന്നു. എങ്ങനെ ഇവന്റെയടുത്തിരുന്ന് മുണ്ടക്കയംവരെ യാത്ര ചെയ്യും? കൊട്ടാരക്കര എത്തും മുൻപേ ഛർദ്ദിച്ച് ഒരു പരുവമാകുമോ? അവൾ ആശങ്കപ്പെടാൻ തുടങ്ങി.

''സീറ്റ് റിസർവ് ചെയ്തിട്ടുണ്ടായിരുന്നു.'' അവൻ പറഞ്ഞു.

''ഈ സീറ്റല്ലേ?'' നാൻസി വിൻഡോ സീറ്റ് ഒഴിയാൻ തുടങ്ങിയപ്പോൾ അവൻ തടഞ്ഞു;

''വേണ്ട. ചേച്ചി ഇരുന്നോളൂ. ഞാൻ ഇവിടെ ഇരുന്നോളാം. എവിടെയായാലും വേണ്ടില്ല, ഇരിക്കാൻ ഒരു സീറ്റ് വേണം. നമുക്കത്രേയുള്ളൂ.''

അതവൾക്ക് വലിയ ആശ്വാസമായിരുന്നു. അവന്റെ മറ്റെല്ലാ കുറവുകളും അവൾ ക്ഷമിച്ചു. അവനെ നോക്കി നിറഞ്ഞൊന്ന് ചിരിച്ച നാൻസി, പുറത്തേക്കു നോക്കി കാഴ്ചകൾ കണ്ടിരുന്ന് യാത്ര തുടർന്നു. ഇടയ്ക്ക് അതുവഴി ടിക്കറ്റ് കൊടുത്തുപോയ കണ്ടക്ടർ, നാൻസിയുടെ അടുത്തെത്തിയപ്പോൾ ചോദിച്ചു;

''രക്ഷപ്പെട്ടല്ലേ?'' അവളുടെ മറുപടി ഒരു പുഞ്ചിരിയിൽ ഒതുങ്ങി.

തനിക്കുവേണ്ടി സീറ്റൊഴിഞ്ഞുപോയ സ്ത്രീ, അപ്പോഴും നിന്നു യാത്ര ചെയ്യുന്നത് അവൾ ഇടയ്ക്കിടെ ശ്രദ്ധിക്കുന്നുണ്ടായിരുന്നു. വട്ടപ്പാറയും വെമ്പായവും വെഞ്ഞാറമ്മൂടും കഴിഞ്ഞെങ്കിലും അവർക്ക് സീറ്റ് ലഭിച്ചില്ല. ഒരുവേള അവർ തിരിഞ്ഞൊന്ന് നോക്കിയപ്പോൾ ഇവിടിരിക്കണോ എന്ന് നാൻസി കൈകൊണ്ട് ആംഗ്യം കാണിച്ച് ചോദിച്ചു. വേണ്ടായെന്ന് അവർ മുഖചലനത്താൽ മറുപടി നൽകി. കാരേറ്റും വാമനപുരവും കഴിഞ്ഞിട്ടും തൽസ്ഥിതി തുടർന്നതേയുള്ളൂ. അടുത്ത സ്റ്റോപ്പിലും അവർക്ക് സീറ്റ് ലഭിച്ചില്ലെങ്കിൽ തന്റെ സീറ്റ് ഒഴിഞ്ഞുകൊടുത്ത് ആ സ്ത്രീയെ ഇവിടെ ഇരുത്തണമെന്ന് അവൾ മനസ്സിലുറപ്പിച്ചു. തന്നേക്കാൾ പത്തിരുപത് വയസ്സിന് മുതിർന്ന സ്ത്രീയല്ലേ?

വേണ്ടിവന്നില്ല. കിളിമാനൂർ എത്തിയപ്പോൾ പത്തു പന്ത്രണ്ടു പേർ ഇറങ്ങി. ആ സ്ത്രീക്ക് സീറ്റും ലഭിച്ചു. നാൻസിക്ക് സമാധാനമായി. അവൾ ഒരുവട്ടം കൂടി കുരിശു വരച്ച് പ്രാർത്ഥിച്ചു. തൊട്ടടുത്തിരിക്കുന്ന യുവാവ് മൊബൈലിൽ ഗെയിം കളിക്കുകയാണ്. വണ്ടിയിൽ കയറിയപ്പോൾ മുതൽ തുടങ്ങിയ ഉദ്യോഗമാണ്. എല്ലാം മറന്നുള്ള ആ ഇരിപ്പു കണ്ടാൽ, അവൻ ജീവിക്കുന്നതുതന്നെ ഇതിനു വേണ്ടിയാണെന്ന് തോന്നിപ്പോകും.

റോഡിലെ തിരക്ക് ഒഴിഞ്ഞുതുടങ്ങിയതോടെ വണ്ടി പറക്കുകയായിരുന്നു. ആർത്തിരമ്പി വരുന്ന തണുത്ത കാറ്റേറ്റ്, പുറത്തേക്ക് നോക്കി അങ്ങനെ ഇരുന്നു നാൻസി.

രണ്ട്

ആരോ തോളത്ത് തട്ടുന്നതുപോലെ തോന്നിയ നാൻസി ഞെട്ടിയുണർന്നു. തൊട്ടടുത്തിരിക്കുന്ന യുവാവാണ്.

‘‘ചേച്ചീ ആ മുടിയൊന്ന് ഒതുക്കി വയ്ക്കുമോ?’’

‘‘ഓ, സോറി. ഞാനൊന്ന് മയങ്ങിപ്പോയി.’’

‘‘മുടി മുഖത്ത് തട്ടുമ്പൊ ഇക്കിളിയാകുന്നു. ഇതിങ്ങനെ കളിക്കുമ്പോ നല്ല കോൺസൺട്രേഷൻ വേണം. അതുകൊണ്ടാ.’’

തന്റെ ഇടതുതോളിലൂടെ ഇട്ടിരുന്ന മുടിയാണ്. എപ്പോഴാണിത് അനുസരണ കെട്ട് അവന്റെ വശത്തേക്ക് പോയതെന്ന് അവൾ ആലോചിച്ചു. അയ്യായിരം രൂപ മുടക്കി സ്മൂത്ത് ചെയ്ത മുടിയാണ്. അതൊന്നു പരിപാലിക്കാൻ സിറവും ഷാംപൂവും കണ്ടീഷണറും വാങ്ങാൻ മാസാമാസം ചെലവാകുന്ന തുക വേറെ. യാതൊരു കാരണവശാലും ക്ലിപ്പ് ഇടുകയോ സ്ലൈഡ് കുത്തുകയോ ചെയ്യരുതെന്നാണ് ബ്യൂട്ടീഷ്യന്റെ നിർദ്ദേശം. എന്നാലും തല്ക്കാലം അവന്റെ വെറുപ്പ് സമ്പാദിക്കേണ്ടെന്ന വിചാരത്തിൽ അവൾ ബാഗിൽ നിന്നൊരു ക്ലിപ്പെടുത്ത് മുടി ഒതുക്കിവച്ചു.

‘‘സ്മൂത്ത് ചെയ്ത മുടിയായതുകൊണ്ട്... സോറി.’’

‘‘ഇറ്റ്സ് ഓക്കേ ചേച്ചീ. നല്ല ഭംഗിയാണ് ഇതിങ്ങനെ കിടക്കുന്നത് കാണാൻ. ഡ്രസ്സിന്റെ ബ്ലാക് ആൻഡ് വൈറ്റ് കോമ്പിനേഷനും. ചേച്ചിക്ക് ചേരും. സോ ബ്യൂട്ടിഫുൾ.’’

അവൻ മൊബൈലിൽ കളിക്കുന്നത് തുടർന്നു. നാൻസി പുറത്തേക്ക് നോക്കി. യാത്ര എവിടെവരെ ആയെന്ന് ഒരെത്തും പിടിയും കിട്ടുന്നില്ല. പുറത്തുനിന്ന് വീശിയടിക്കുന്ന കാറ്റിന് തണുപ്പ് ഏറി വരികയാണ്. ചെവിക്ക് എന്തോ ഒരു അസ്വസ്ഥതപോലെ. അവൾ ചുരിദാറിന്റെ ഷാൾ തലവഴിയേ ഇട്ട് ചെവിയിലേക്ക് കാറ്റടിക്കുന്നത് തടഞ്ഞു.

''ചേച്ചി എവിടേക്കാ?'' മൊബൈലിൽനിന്ന് മുഖമുയർത്താതെ അവൻ ചോദിച്ചു.

''ഇതേതാ സ്ഥലം?'' അവൾ മറുചോദ്യം ചോദിച്ചു.

''ആയൂർ കഴിഞ്ഞു'' നിലമേലും ചടയമംഗലവുമൊക്കെ പിന്നിട്ടത് താൻ അറിഞ്ഞില്ലല്ലോയെന്ന് അവൾ ഓർത്തു.

''ചേച്ചി എവിടേക്കാ? പത്തനംതിട്ടയ്ക്കാണോ?''

''അല്ല.''

അവൾ അവഗണിക്കുന്നുവെന്ന് തോന്നിയപ്പോൾ അവൻ പറഞ്ഞു:

''ചേച്ചിയെ നല്ല മുഖപരിചയം. അതുകൊണ്ട് ചോദിച്ചതാ. ഇഷ്ടപ്പെട്ടില്ലെങ്കിൽ വിട്ടേക്കൂ. ഇനിയൊന്നും ചോദിക്കുന്നില്ല.''

രാത്രി വെറുതെ വയ്യാവേലിയൊന്നും പിടിച്ച് തലയിൽ വയ്ക്കേണ്ടെന്നോർത്ത് നാൻസി അവനെ പൂർണ്ണമായും അവഗണിക്കുകയാണുണ്ടായത്. രാത്രി ഇവന്റെയടുത്തുള്ള ഇരിപ്പ് എത്രമാത്രം സുരക്ഷിതമായിരിക്കുമെന്ന് അവൾ ആശങ്കപ്പെടാൻ തുടങ്ങി. സ്ത്രീകളുടെ സംവരണ സീറ്റുകളിൽ നിറയെ യാത്രക്കാരുമുണ്ട്. നോക്കാം. അവിടെ ആരെങ്കിലും എഴുന്നേൽക്കുന്ന മുറയ്ക്ക് അങ്ങോട്ട് മാറിയിരിക്കാം. അവൾ വിചാരിച്ചു. കൊട്ടാരക്കരയും അടൂരും പത്തനംതിട്ടയും റാന്നിയും എത്തിയിട്ടും സീറ്റൊന്നും ഒഴിവ് വന്നില്ല. റാന്നി സ്റ്റാൻഡിനു വെളിയിൽ വണ്ടി നിർത്തിയപ്പോൾ കണ്ടക്ടർ വിളിച്ചു പറഞ്ഞു:

''കട്ടനടിക്കാൻ സമയമുണ്ട്. ഒരഞ്ചു മിനിറ്റ്. ആരും ദൂരേക്കൊന്നും പൊയ്ക്കളയരുത്.''

''ചേച്ചി ഇറങ്ങുന്നില്ലേ?'' അടുത്തിരുന്ന യുവാവ് ചോദിച്ചു.

''ഇല്ല.''

''ഞാനൊന്ന് ഇറങ്ങിയിട്ട് വരാം. എന്റെ ബാഗൊന്ന് നോക്കിയേക്കണേ.''

ഉവ്വെന്ന് നാൻസി തലയാട്ടി. അവൻ ബാഗ് സീറ്റിൽ വച്ചിട്ട് പുറത്തേക്കുപോയി.

''ഇറങ്ങുന്നില്ലേ?'' ചോദ്യം കേട്ട് നാൻസി മുഖമുയർത്തി. കണ്ടക്ടറാണ്.

''ഇല്ല.''

''ഓക്കേ.''

അയാൾ ക്യാഷ് ബാഗും പിടിച്ച് പുറത്തേക്കിറങ്ങി. അഞ്ചു മിനിട്ടെന്ന് പറഞ്ഞെങ്കിലും പത്തു മിനിറ്റെടുത്തു ബസ് പുറപ്പെടാൻ. റാന്നി ടൗൺ പിന്നിട്ട് അധികം കഴിയും മുൻപ് പെട്ടെന്ന് വണ്ടി നിന്നു. ഡ്രൈവറും കണ്ടക്ടറും ഡോർ തുറന്ന് വെളിയിലേക്കിറങ്ങി.

''എന്തുപറ്റി?'' യാത്രക്കാർ പരസ്പരം ചോദിച്ചു.

''മൂത്രമൊഴിക്കാൻ നിർത്തിയതാരിക്കും.'' ഒരാൾ പറഞ്ഞു.

''ഇപ്പോൾ നിർത്തിയപ്പോൾ അവന്മാർ മൂത്രമൊഴിച്ചല്ലോ. അങ്ങനുണ്ടോ ഒരു ഒരു മുള്ളല്? ഞാനൊന്ന് നോക്കട്ടെ.'' വേറൊരാളുടെ വകയാണ്.

അവളുടെ അടുത്തിരുന്ന യുവാവ് പെട്ടെന്ന് പുറത്തേക്കിറങ്ങി.

''ഞാനുമൊന്ന് നോക്കട്ടെ.''

കുറേ നേരമായിട്ടും അനക്കമൊന്നും ഇല്ലാതെ വന്നപ്പോൾ അവൾ വെളിയിലേക്ക് തലയിട്ട് നോക്കി. ഒന്നും മനസ്സിലാകുന്നില്ല. ഡ്രൈവറും കണ്ടക്ടറും മൊബൈൽ ടോർച്ച് തെളിച്ച് പിന്നിലെ ടയറുകൾ പരിശോധിക്കുന്നുണ്ട്. ഇനി ടയർ എങ്ങാനും പഞ്ചറായതായിരിക്കുമോ?

''പരീക്ഷിക്കല്ലേ കർത്താവേ?'' അവൾ നെഞ്ചത്ത് കൈകൾ വച്ച് പ്രാർത്ഥിച്ചു. കുറച്ച് കഴിഞ്ഞപ്പോൾ അവൻ തിരിച്ചെത്തി.

''എന്ത് പറ്റിയതാ?'' നാൻസി ചോദിച്ചു.

കുറച്ചുനേരം അവളെ സൂക്ഷിച്ചുനോക്കി നിന്നശേഷം അവൻ പറഞ്ഞു;

''ബാക്കിലെ ടയറുകൾ ജാമായതാണ്. ടയർ കരിഞ്ഞ് പുക വരുന്നുണ്ട്.''

''ഇനിയെന്ത് ചെയ്യും?'' അവൾ പെട്ടെന്ന് ചോദിച്ചു.

''എന്താകാൻ? ഡിപ്പോയിൽനിന്ന് മൊബൈൽ വർക്ക്ഷോപ്പ് വരണം. മിക്കവാറും നേരം വെളുക്കും.''

''അതുവരെ ആൾക്കാർ എന്തുചെയ്യും?''

''കണ്ടക്ടർ വെളിയിൽ നിൽപ്പുണ്ട്. ചേച്ചി ചെന്ന് ചോദിക്ക്.''

കുറച്ചുമുമ്പ് താൻ അവഗണിച്ചതിന്റെ പ്രതിഷേധമാണ് അവനെന്ന് നാൻസിക്ക് മനസ്സിലായി. അപ്പോഴേക്കും കണ്ടക്ടർ കയറി വന്നു.

''ബാക്കിലെ ടയറുകൾ ജാമായതാണ്. പത്തനംതിട്ട നിന്നോ എരുമേലി നിന്നോ സർവീസ് വെഹിക്കിൾ വരണം.''

''അവിടെ ഇൻഫോം ചെയ്തോ?'' ഒരാൾ ചോദിച്ചു.

''പറഞ്ഞിട്ടുണ്ട്. നിലവിൽ അവർ രണ്ടു ടീമും വേറെ ബ്രേക് ഡൗൺ കേസ് അറ്റൻഡ് ചെയ്യുകയാണ്. ലേറ്റാകും. ഏത് ടീമാണോ ആദ്യം ഫ്രീയാകുന്നത്, അവർ പെട്ടെന്ന് വരും. പകരം വണ്ടിയൊന്നും ഈ റൂട്ടിൽ ഇപ്പോൾ വരാനില്ല. ഈ സമയമല്ലേ. എല്ലാവരും സഹ കരിക്കണം.''

നാൻസി മൊബൈൽ ഫോണെടുത്ത് സമയം നോക്കി. 10.30 കഴിഞ്ഞിരിക്കുന്നു. വിശക്കുന്നുമുണ്ട്. അല്പംമുൻപ് വണ്ടി നിർത്തിയപ്പോൾ ഇറങ്ങി ഒരു ചായയും ബണ്ണുമെങ്കിലും കഴിക്കേണ്ടതായിരുന്നുവെന്ന് അവൾക്ക് തോന്നി. യാത്രക്കാർ അവരവരുടെ മനോവ്യാപാരത്തിന് അനുസരിച്ച് എന്തൊക്കെയോ പറയുന്നുണ്ടായിരുന്നു. നാൻസി അതിലൊന്നും പ്രതികരിക്കാൻ പോയില്ല. അവൻ അടുത്തിരുന്നപ്പോൾ അവൾ പറഞ്ഞു;

''ഞാൻ മുണ്ടക്കയത്തിനാണ്.''

കുറച്ചുനേരം ഒന്നും മിണ്ടാതിരുന്ന ശേഷം അവൻ ചിരിച്ചുകൊണ്ട് ചോദിച്ചു;

''അവിടാണോ ചേച്ചീടെ വീട്?''

''തിരുവനന്തപുരത്ത് പേരൂർക്കട അടുത്താണ് എന്റെ വീട്. പ്രോപ്പർ സ്ഥലം പറഞ്ഞാൽ വഴയില. മുണ്ടക്കയത്ത് അമ്മവീടാണ്. മൂന്നു മാസത്തിലൊരിക്കൽ ഞാനവിടെ പോകാറുണ്ട്.''

''ഞാൻ മുമ്പേ വെറുതേ പറഞ്ഞതല്ല, ചേച്ചിയെ ഞാനെവിടെയോ കണ്ടിട്ടുണ്ട്. ഹ്യുണ്ടായിയുടെ ഷോറൂമിലാണോയെന്ന് സംശയം.''

''ഞാൻ മാരുതിയുടെ ഷോറൂമിലാണ്.''

''പട്ടത്ത്?''

''യാ. ഞാനവിടെ ക്യാഷിലാണ് വർക്ക് ചെയ്യുന്നത്.''

''ഓ, യെസ്. ഞാൻ എന്റെ ഫ്രണ്ടിനോടൊപ്പം അവിടെ നാലഞ്ച് തവണ വന്നിട്ടുണ്ട്.''

''അങ്ങനെയാകും മുഖപരിചയം.''

''ആയിരിക്കും. ഞാൻ കുമളിക്ക് പോകാനാണ് ചേച്ചീ.''

''ഈ ബസ് മുണ്ടക്കയം വരെയല്ലേ ഉള്ളൂ?''

''അവിടുന്ന് ഏപ്പോഴും കുമളി ബസ് കിട്ടും. കോട്ടയം കുമളി ചെയിൻ സർവീസ് ഉള്ളതല്ലേ.''

''പേര് പറഞ്ഞില്ല.''

''ചേച്ചി നന്ദുവെന്ന് വിളിച്ചോളൂ.''

''ഞാനൊരു പത്തുപതിനഞ്ച് പ്രാവശ്യമെങ്കിലും ഈ ബസ്സിന് വന്നിട്ടുണ്ട്. പക്ഷേ ആദ്യമായിട്ടാണ് ഇങ്ങനെയൊരു അനുഭവം. ഇന്നാണെങ്കിൽ വണ്ടി പോന്നതുതന്നെ അരമണിക്കൂർ ലേറ്റാ യിട്ടാണ്.''

''വണ്ടിയല്ലേ ചേച്ചീ. ഇതൊക്കെ സ്വാഭാവികമാ. ചേച്ചി ടെൻഷ നടിക്കാതെ. അവർ പെട്ടെന്ന് എന്തെങ്കിലുമൊരു സൊലൂഷൻ കാണും. ഈ നേരത്ത് അവിടെ ബസ്സിറങ്ങിയിട്ട് എങ്ങനെ പോകും വീട്ടിലേക്ക്?''

''അമ്മേടെ ചേച്ചീടെ മോൻ ജോഷ്വാ മുണ്ടക്കയത്ത് രാത്രി ഓട്ടോ ഓടിക്കുന്നുണ്ട്. ഈ ബസ് എത്തുന്ന സമയത്ത് അവൻ ഓട്ടോയു മായി വരും. ഞാൻ വരുന്ന ദിവസം അവൻ പിന്നെ നൈറ്റ് ഓടില്ല. ഞങ്ങളൊരുമിച്ച് വീട്ടിലേക്ക് പോകും. അതാണ് പതിവ്.''

''കക്ഷിയെ വിളിച്ചൊന്ന് പറയാൻ മേലാരുന്നോ ലേറ്റാകുമെന്ന്.''

''പറയണം. അവൻ ഓട്ടത്തിലാകുന്നതുകൊണ്ട് ഞാൻ അങ്ങോട്ട് വിളിക്കില്ല. ഇടയ്ക്ക് മെസ്സേജ് അയയ്ക്കും. വണ്ടി എത്തുന്ന സമയം അവന് കൃത്യമായി അറിയാം. എത്താൻ ഒരു മിനിറ്റ് താമസിച്ചാൽ അവൻ വിളിക്കും.''

ഒന്ന് നിർത്തിയിട്ട് എന്തോ ആലോചിച്ചെന്നവണ്ണം അവൾ പറഞ്ഞു.

''ഇവിടുന്ന് ടാക്സി വല്ലതും കിട്ടിയിരുന്നെങ്കിൽ നമുക്ക് നാലഞ്ച് പേർക്ക് ഷെയർ ഇട്ട് പോകാമായിരുന്നു.''

''അതിന് ഈ രാത്രിയിൽ എവിടുന്നാ ചേച്ചീ ടാക്സി? ഞാനേ തായാലും ഞങ്ങടെയൊരു വാട്സ്ആപ് ഗ്രൂപ്പിൽ മെസ്സേജ് ചെയ്തി ട്ടുണ്ട്. ഗ്രൂപ്പിൽ ആരെങ്കിലും ഈ വഴി വരുന്നുണ്ടെങ്കിൽ എന്നെ വിളിക്കും. ചേച്ചിയെ ഞങ്ങൾ മുണ്ടക്കയത്ത് ഇറക്കിയേക്കാം. പോരേ?''

എന്തുത്തരം നൽകണമെന്ന ആശയക്കുഴപ്പത്തിലായി അവൾ. ഭാഗ്യംപോലെ, അപ്പോഴേക്കും നാൻസിയുടെ ഫോൺ ബെല്ലടിച്ചു.

''അവനാണ് ജോഷ്വാ. മുണ്ടക്കയത്തുനിന്ന്.'' അവൾ സന്തോഷ ത്തോടെ പറഞ്ഞു.

''ഓ. ചേച്ചി സംസാരിക്ക്. ഞാൻ നിലവിലെ കണ്ടീഷൻ ഒന്ന് നോക്കിയിട്ട് വരാം.''

അവൻ ബസ്സിൽനിന്നിറങ്ങി.

മൂന്ന്

നാൻസി സംസാരിച്ചു ഫോൺ ബാഗിലേക്ക് വയ്ക്കുന്ന നേരത്താണ് നന്ദു തിരികെ കയറിവന്നത്.

''ചേച്ചീ എന്റെയൊരു ഇൻഡിമേറ്റ് ഫ്രണ്ട് ഇപ്പോൾ ഓമ്നി വാനുമായി ഇതിലേ വരുന്നുണ്ട്. ചേച്ചി പോരുവല്ലേ, ഞങ്ങടെ കൂടെ? മുണ്ടക്കയത്ത് ഇറക്കിയേക്കാം. വേറാരോടും പറയണ്ട. അറിഞ്ഞാൽ പ്പിന്നെ ഓരോരുത്തരായി ലിഫ്റ്റ് ചോദിക്കാൻ തുടങ്ങും. രാത്രിയല്ലേ, എന്ത് വിശ്വസിച്ച് നമ്മൾ കൂടെക്കൂട്ടും? അടുത്ത സ്റ്റോപ്പിൽ ഇറങ്ങി ക്കൊള്ളാമെന്നൊക്കെ പറഞ്ഞായിരിക്കും വണ്ടിയിൽ കേറുന്നത്. കേറിക്കഴിയുമ്പോൾ സ്വഭാവം മാറും. പിന്നെ ഓരോരുത്തന്മാരെ നമ്മൾ വീട്ടിൽ കൊണ്ടുവിടേണ്ട ഗതികേടുണ്ടാകും.''

അവൾ പുറത്തേക്ക് തലയിട്ട് കണ്ടക്ടറോട് ചോദിച്ചു;

''ഇത് ഉടനെയെങ്ങാനും ശരിയാകുമോ?''

അയാൾ അവളുടെ വിൻഡോയുടെ സമീപമെത്തി.

''ആകും മാഡം. ആരെയും ഞങ്ങൾ വഴിയിൽ ഉപേക്ഷിച്ച് പോകില്ല. ഞങ്ങൾ ഇവിടെത്തന്നെ ഉണ്ടാകും. അത്യാവശ്യമൊന്നും ഇല്ലെങ്കിൽ വണ്ടിയിൽത്തന്നെ ഇരിക്കൂ.''

''ഒരു സമയം പറയാൻ പറ്റുമോ?''

''അതൊന്നും പറയാൻ പറ്റില്ല. മെക്കാനിക്കുകൾ എത്തിയാൽ അരമുക്കാൽ മണിക്കൂറിനകം നമുക്ക് പുറപ്പെടാം. ഞാനവരെ ഒന്നുകൂടി വിളിക്കട്ടെ.'' കണ്ടക്ടർ ഡ്രൈവറുടെ സമീപത്തേക്ക് പോയി.

''ചേച്ചി ബ്രദറിനെ വിളിച്ച് പറഞ്ഞില്ലേ?'' നന്ദു ചോദിച്ചു.

''പറഞ്ഞിട്ടുണ്ട്. അവൻ വെയിറ്റ് ചെയ്യും. എന്നാലും...''

''പേടിക്കണ്ട ചേച്ചീ. അവന്റെകൂടെ അവന്റെ സിസ്റ്ററും ഉണ്ട്. അവർ ഹോസ്പിറ്റലിൽ നിന്ന് വരുന്ന വഴിയാണ്. ചേച്ചിയുടെ ഇഷ്ടം. ഞാൻ നിർബ്ബന്ധിക്കില്ല.''

അവൻ ബാഗെടുത്ത് പുറത്തേക്ക് ഇറങ്ങാനൊരുങ്ങി.

''ചേച്ചി വരുന്നുണ്ടോ?'' നന്ദു ചോദിച്ചു.

അവളുടെ ആശയക്കുഴപ്പം തീർന്നിരുന്നില്ല.

''വണ്ടി വരട്ടെ. ഞാൻ ആലോചിക്കാം.''

''വണ്ടി വരുമ്പോൾ അവന്റെ സിസ്റ്റർ അതിൽ ഉണ്ടോന്ന് ഉറപ്പു വരുത്തിയിട്ട് കേറിയാൽ മതി ചേച്ചി. എന്ത് പറയുന്നു?''

''ഓക്കേ. വണ്ടി വരുമ്പോൾ വിളിച്ചാൽ മതി.''

‘‘ശരി ചേച്ചീ.’’

അവൻ തിടുക്കത്തിൽ പുറത്തേക്കിറങ്ങി. നാൻസിയാകട്ടെ, ഗത്യന്തരമില്ലാതെയാണെങ്കിലും എടുക്കാൻ പോകുന്ന റിസ്കിനെക്കുറിച്ചോർത്ത് വീണ്ടുംവീണ്ടും തല പുകയ്ക്കുകയായിരുന്നു. രണ്ടുമൂന്നു മിനിറ്റിനകം നന്ദു വന്ന് വിളിച്ചു;

‘‘ഇറങ്ങിവാ ചേച്ചീ. അവരെത്തി.’’

മടിച്ചുമടിച്ചാണ് അവൾ ബാഗുമെടുത്ത് പുറത്തേക്കിറങ്ങിയത്. വാൻ കുറച്ച് മുൻപോട്ടു നീക്കി നിർത്തിയിരിക്കുകയായിരുന്നു. അവൾ സാവധാനം നടന്ന് വാനിനുള്ളിലേക്ക് കയറാൻ തുടങ്ങുന്നത് കണ്ടപ്പോൾ കണ്ടക്ടർ വിളിച്ചു;

‘‘മാഡം ഒന്ന് നിൽക്കണേ.’’ നാൻസി തിരിഞ്ഞു നിന്നു. കണ്ടക്ടർ അവളെ വിളിച്ചുകൊണ്ട് കുറച്ച് ദൂരേക്ക് മാറിനിന്നു.

‘‘എന്താണ് സാർ?‘

‘‘പരിചയമുള്ളവരാണോ വണ്ടിയിൽ?’’

‘‘അതെ. റിലേറ്റീവ്സ് ആണ്.’’

‘‘ഓക്കേ. എന്നാൽ വിട്ടോളൂ. ഒരുപക്ഷേ മെക്കാനിക്കുകൾ എത്തും മുൻപേ നിങ്ങൾക്ക് മുണ്ടക്കയം പിടിക്കാൻ പറ്റിയേക്കും. ഇനി അതല്ല, ഒരു പരിചയവും ഇല്ലാത്തവരോടൊപ്പമാണ് പോകുന്നതെങ്കിൽ ഒന്നുകൂടി ആലോചിക്കണം. പാതിരാത്രിയാണ്. ആവശ്യമില്ലാത്ത റിസ്കൊന്നും എടുക്കരുത്.’’

‘‘ഇല്ല, പരിചയമുണ്ട്.’’

‘‘ആ ടിക്കറ്റൊന്നു കാണിക്കുമോ?’’

അവൾ ടിക്കറ്റെടുത്തു കൊടുത്തു. അയാൾ അതിന്റെ പിന്നിൽ എന്തോ എഴുതി. അത് തിരികെ കൊടുക്കുമ്പോൾ കണ്ടക്ടർ പറഞ്ഞു:

‘‘എന്റെ മൊബൈൽ നമ്പറാണ്. മുണ്ടക്കയത്ത് എത്തിയാലുടൻ എന്നെയൊന്ന് വിളിക്കണം.’’

‘‘അത്രയ്ക്ക് ഉത്തരവാദിത്തമൊക്കെ ഉണ്ടോ നമ്മുടെ കെ.എസ്. ആർ.ടി.സി.ക്ക്?’’

അവൾ ചോദിച്ചു. തന്റെ മൊബൈൽ നമ്പർ കൈവശപ്പെടുത്താനുള്ള ഒരു തന്ത്രമായേ അവൾ അതിനെ കണ്ടുള്ളൂ. അയാൾ പറഞ്ഞു:

‘‘ഡിപ്പാർട്ട്മെന്റിന്റെ ഉത്തരവാദിത്തമൊക്കെ അവിടെ നിൽക്കട്ടെ. ഈ പ്രായത്തിൽ ഒരു സഹോദരിയുണ്ടെനിക്ക്. എന്റെ അനുജത്തിയാണ്. ഇതൊരു പിൻവിളിയൊന്നുമല്ല. മാഡം പൊയ്ക്കോളൂ.’’

അയാൾ തിരികെ നടന്നു. മടിച്ചുമടിച്ചാണെങ്കിലും അവൾ വാനിനടുത്തേക്കും. കയറാൻ നേരത്താണ് അതൊരു ആംബുലൻസ് ആണെന്ന് നാൻസിക്ക് മനസ്സിലായത്. അവൾ ഒന്നറച്ചു. അപ്പോൾ അതിന്റെ ഡ്രൈവർ പറഞ്ഞു:

''ആംബുലൻസ് കണ്ട് പേടിക്കുകയൊന്നും വേണ്ട. എന്റെ സിസ്റ്ററാണ് ആ കിടക്കുന്നത്. ഞങ്ങൾ ഹോസ്പിറ്റലിൽനിന്ന് വരികയാണ്.''

സ്ട്രെച്ചറിൽ നീണ്ടു നിവർന്നു കിടക്കുന്ന പെൺകുട്ടിയെ നോക്കി നാൻസി. നല്ല മയക്കത്തിലാണ് അവൾ.

''വരുന്നുണ്ടെങ്കിൽ അങ്ങോട്ട് കയറി ഇരിക്ക്. അല്ലെങ്കിൽ ഇറങ്ങിപ്പോ.''

ഡ്രൈവർ ദേഷ്യപ്പെട്ടു. അയാളുടെ തൊട്ടടുത്ത സീറ്റിൽ ഇരിക്കുകയായിരുന്ന നന്ദു പറഞ്ഞു:

''സമയം കളയാതെ കേറിയിരിക്ക് ചേച്ചീ. ഞാൻ കാലുപിടിച്ച് പറഞ്ഞിട്ടാ ഇവൻ ചേച്ചിയേം കൂടി ഇതിൽ കയറ്റുന്നത്. എന്നിട്ടിങ്ങനെ വെറുപ്പിക്കല്ലേ.''

''വരുന്നില്ലെങ്കിൽ കളഞ്ഞിട്ടു വാടാ നന്ദൂ. എനിക്ക് ചെന്നിട്ട് വേറെ പണിയുണ്ട്.''

ഡ്രൈവർ ജീവൻ ദേഷ്യപ്പെട്ടു. നന്ദു അവന്റെ തോളത്ത് കൈ വച്ചുകൊണ്ട് പറഞ്ഞു;

''എന്റെ ജീവാ, നീയിങ്ങനെ പേടിപ്പിക്കാതെ ചേച്ചിയെ. അല്ലെങ്കിൽത്തന്നെ ആകെ പേടിച്ചിരിക്കുവാ പാവം.''

നാൻസി വാനിനുള്ളിലേക്ക് കയറി. പെൺകുട്ടി കിടക്കുന്നതിന് എതിരെയുള്ള സീറ്റിൽ അവൾ ഇരുന്നു. ആദ്യമായിട്ടാണ് ആംബുലൻസിൽ കയറുന്നത്. മരുന്നിന്റെയോ സാനിറ്റൈസറിന്റെയോ സ്പിരിറ്റിന്റെയോ ഒക്കെ മണം അതിനുള്ളിൽ നിറഞ്ഞു നിൽക്കുന്നതുപോലെ തോന്നി അവൾക്ക്. ജീവന്റെ അലക്ഷ്യമായ ഡ്രൈവിങ്ങും കൂടി ആയപ്പോൾ മനം പുരട്ടാനും തുടങ്ങി. ഏത് നശിച്ച നേരത്താണോ തനിക്ക് ഇങ്ങനെയൊരു തോന്നാബുദ്ധി തോന്നിയതെന്നോർത്ത് അവൾ ഉള്ളാലേ കരഞ്ഞുതുടങ്ങി. എന്തെങ്കിലും സംസാരിച്ചിരുന്നാൽ ഛർദ്ദിക്കാനുള്ള തോന്നൽ ഒഴിവായിക്കിട്ടുമെന്ന ചിന്തയിൽ അവൾ ചോദിച്ചു;

''ഈ കുഞ്ഞിന് എന്തുപറ്റിയതാണ്?''

''രണ്ടുമൂന്നു പട്ടികൾ ഒരുമിച്ച് ആക്രമിച്ചതാണ്. എല്ലാംകൂടി ദേഹമൊക്കെ മാന്തിപ്പറിച്ച് നശിപ്പിച്ചു. ഭാഗ്യത്തിന് ആരൊക്കെയോ ഓടിയെത്തി പട്ടികളെ അടിച്ചോടിച്ചതുകൊണ്ട് ഇങ്ങനെയെങ്കിലും

തിരിച്ചുകിട്ടി. ഒരാഴ്ചയായി പത്തനംതിട്ട ഹോസ്പിറ്റലിലായിരുന്നു. ഇപ്പോ ഡിസ്ചാർജ്ജ് ആയി വരുന്ന വഴിയാണ്.''

ജീവനാണ് മറുപടി നൽകിയത്.

''ഇത്ര ലേറ്റായിട്ട്....?'' നാൻസി ചോദിച്ചു.

''വണ്ടിയൊന്ന് കേടായി. മൂന്നുനാലു മണിക്കൂർ അങ്ങനെ പോയിക്കിട്ടി. അതുകൊണ്ടേതായാലും നിങ്ങൾ രക്ഷപ്പെട്ടു. അല്ലേൽ രണ്ടാളും ഇപ്പോഴും പെരുവഴിയിൽ കിടക്കേണ്ടിവന്നേനേ. ഞാനും എന്റെ വണ്ടിയും എപ്പോഴും അങ്ങനെയാണ്. എത്ര ലേറ്റായാലും എത്തേണ്ടിടത്ത് കൃത്യമായി എത്തിയിരിക്കും. ഒരിക്കലും എത്താതിരിക്കുന്നതിനേക്കാൾ നല്ലതാണ് താമസിച്ച് എത്തുന്നതെന്ന് കേട്ടിട്ടില്ലേ? ഇതങ്ങനെ കൂട്ടിയാൽ മതി.''

വണ്ടിക്കുള്ളിൽ ഇരുട്ടായിരുന്നു. പുറത്തു നിന്നെത്തുന്ന നേർത്ത വെളിച്ചം മാത്രം. അതുകൊണ്ടുതന്നെ ആ കുട്ടിയുടെ മുഖമോ ദേഹത്തെ പരിക്കുകളോ അവൾക്ക് കാണാൻ സാധിക്കുമായിരുന്നില്ല. ഡ്രൈവറുടെ മുഖവും നന്നായി കണ്ടില്ലെങ്കിലും ശബ്ദവും രൂപവുമൊക്കെ ശ്രദ്ധിച്ചപ്പോൾ നന്ദുവിനോളമേ പ്രായം വരൂവെന്ന് തോന്നി. ആംബുലൻസിനുള്ളിലും നന്ദു മൊബൈലിൽ കളിക്കുന്നത് തുടർന്നു. ജീവൻ പിന്നെ സംസാരമൊന്നുമില്ലാതെ വണ്ടിയോടിച്ചു കൊണ്ടിരുന്നു. കളിയുടെ ലഹരിയിൽ നന്ദു കാലെടുത്ത് ഡാഷ് ബോർഡിലേക്ക് വച്ചപ്പോൾ ജീവൻ എത്തിവലിഞ്ഞ് അവന്റെ കാലിൽ ഒരടി കൊടുത്തു.

''വല്ലവന്റേം സാധനമാണേലും വണ്ടിയുടെ ഡാഷിൽ ചവിട്ടുന്നത് അത്ര നല്ല ശീലമല്ല. എടുക്കെടാ കാല്.''

''ഓ, ഒരു സൽഗുണ സമ്പന്നൻ.''

അവൻ കാൽ പിൻവലിച്ചു. എരുമേലിക്കും മുണ്ടക്കയത്തിനും ഇടയിൽ, വനാതിർത്തിയിൽ എത്തിയപ്പോൾ വണ്ടിക്ക് ഒരാൾ കൈ കാണിച്ചു. ജീവൻ വണ്ടി നിർത്തി. ചോദ്യവും പറച്ചിലും ഒന്നുമില്ലാതെ അയാളെയും കയറ്റി വണ്ടി മുൻപോട്ടു നീങ്ങി.

തന്റെ തൊട്ടടുത്തായി ഇരിപ്പുറപ്പിച്ച അയാൾ നന്നായി മദ്യപിച്ചിരിക്കുന്നതുപോലെ നാൻസിക്ക് തോന്നി. മദ്യത്തിന്റെ ഗന്ധം മൂക്കുതുളച്ച് കയറുകയാണ്. എന്തും വരട്ടെ, പത്തോ പതിനഞ്ചോ മിനിറ്റിനുള്ളിൽ വണ്ടി മുണ്ടക്കയത്തെത്തുമെന്ന ഒറ്റ പ്രതീക്ഷയിൽ, മനസ്സിൽ 'നന്മ നിറഞ്ഞ മറിയം' ചൊല്ലി അവൾ ഇരുന്നു.

നാല്

മൊബൈൽ ഫോൺ ബെല്ലടിച്ചപ്പോൾ നാൻസി തിടുക്കത്തിൽ അതെടുത്തു.

''മുമ്പേ വിളിച്ച കക്ഷിയാണോ ചേച്ചീ?'' മൊബൈലിൽ കളിക്കുന്നത് അവസാനിപ്പിച്ച് നന്ദു ചോദിച്ചു.

''അതെ. ജോഷ്വാ.''

''പത്തുമിനിറ്റിനകം നമ്മൾ എത്തുമെന്ന് പറഞ്ഞോ.''

നാൻസി കോൾ അറ്റന്റ് ചെയ്തു.

''നീ എങ്ങും പോകരുത്. ഞാൻ ഉടനെ എത്തും. പിന്നെ...''

അവളെന്തോ പറയാൻ തുടങ്ങിയപ്പോൾ അടുത്തിരുന്ന ആൾ അവളുടെ തോളത്തു തട്ടി.

''കാര്യം പറഞ്ഞില്ലേ; ഇനി ഫോൺ വച്ചോളൂ.''

അയാളുടെ സംസാരം കുഴയുന്നുണ്ടായിരുന്നു. നാൻസി അയാളെ അവഗണിച്ച് സംസാരം തുടർന്നു:

''എടാ, നീയൊരു കാര്യം ചെയ്യുമോ?''

അപ്പോഴേക്കും അയാൾ ഫോൺ പിടിച്ചുവാങ്ങി കോൾ കട്ട് ചെയ്തു.

''എനിക്ക് പെണ്ണുങ്ങൾ ഒരുപാട് സമയം ഫോണിൽ സംസാരിക്കുന്നത് ഇഷ്ടമല്ല. പറഞ്ഞാൽ കേട്ടോണം. ഇല്ലേൽ ഈ കോപ്പ് എറിഞ്ഞുപൊട്ടിക്കും ഞാൻ.''

അയാളുടെ അധികാര ഭാവം അവൾക്ക് തീരെ രസിച്ചില്ല. എങ്കിലും തന്റെ ഫോൺ എറിഞ്ഞു പൊട്ടിക്കുമോയെന്ന ഭയത്താൽ അവൾ പെട്ടെന്ന് മൗനിയായി. ഇനി ആകെയുള്ള ആശ്രയം ഈ ഫോണാണ്.

''ഇന്നാ പിടിച്ചോ.'' അയാൾ ഫോൺ വച്ചുനീട്ടിയപ്പോൾ നാൻസി വിറയ്ക്കുന്ന കരങ്ങളാൽ അത് വാങ്ങി.

''എവിടേലും കിടന്ന് നല്ലപോലൊന്ന് ഉറങ്ങാമെന്നു വച്ചാണ് നാലഞ്ചെണ്ണം വിട്ടിട്ട് കേറിക്കിടന്നത്. അതിനിടയ്ക്കാണ് ഈ കോപ്പൊണ്ടാക്കാൻ പോകുന്നത്. ഉറക്കം വന്നിട്ടുമേല മനുഷ്യന്. അപ്പോഴാണ് അവളുടെയൊരു ശൃംഗാരം.''

പിറുപിറുത്തുകൊണ്ട് അയാൾ പരമാവധി പിന്നോട്ട് ചാഞ്ഞിരുന്നു.

അപ്പോൾ ജീവൻ ഇടപെട്ടു.

''എന്തോന്നണ്ണാ ഇത്? ചെയ്യാൻ പോകുന്ന ജോലിക്ക് കണക്കു പറഞ്ഞ് പൈസാ വാങ്ങിയിട്ടില്ലേ? പിന്നെന്നാ ഓസിന് ഒണ്ടാക്കു ന്നെന്റെയൊരു ടോൺ? വേണ്ട കേട്ടോ. നിലവിലുള്ള പ്രശ്നം ഒന്ന് സോൾവ് ചെയ്യട്ടെ. എന്നിട്ട് പിടിക്കാം അടുത്തത്.''

അയാൾ പെട്ടെന്ന് മൗനം പാലിച്ചു. കുറച്ച് കഴിഞ്ഞപ്പോൾ അയാൾ ചോദിച്ചു:

''ഞാൻ നിന്റെ മടിയിലൊന്ന് കിടന്നോട്ടേടീ? ഇങ്ങനെ ഇരുന്നി ട്ടൊരു സുഖം വരുന്നില്ല. നിന്റെ ശരീരത്തിന്റെയാണോ പെർഫ്യൂമിന്റെ യാണോ നല്ല മണം. അതോ നിന്റെ വിയർപ്പിന്റെയാണോ? എന്താ യാലും അതടിച്ചിട്ട് വല്ലാത്തൊരു കൊതി. വീട്ടിലൊള്ള ഒരുത്തി യാണേൽ അടുത്തുവന്നു കിടക്കുമ്പോഴേ ഇറച്ചീടേം മീനിന്റേം ഉളുമ്പുമണമാണ്. ഒന്ന് കിടന്നോട്ടേ നിന്റെ മടിയിൽ?''

''വേണ്ട.''

നാൻസി അല്പം പിന്നോട്ട് നീങ്ങിയിരുന്നു. അവളുടെ ദേഹ മാസകലം വിറകൊള്ളാൻ തുടങ്ങി. കാര്യങ്ങൾ തന്റെ കൈവിട്ട് പോകുകയാണെന്ന് ആരോ ഉള്ളിലിരുന്ന് പറയുകയാണ്. ഡോർ തുറന്ന് എടുത്തുചാടാനൊരു ശ്രമം നടത്തിയാലെന്തെന്നുവരെ അവൾ ആലോചിക്കാതിരുന്നില്ല. എങ്കിലും കുറച്ചുകൂടി കാത്തിരി ക്കാൻ തീരുമാനിച്ചു. ചിലപ്പോൾ താൻ ഭയപ്പെടുന്നതുപോലെ ഒന്നും സംഭവിച്ചില്ലെങ്കിലോ?

നാൻസി മനപ്പൂർവ്വം ടോർച്ച് ഒഴിവാക്കി, മൊബൈൽ സ്ക്രീൻ തെളിച്ചു. അതിന്റെനേർത്ത വെട്ടത്തിൽ ബാഗിന്റെ ചെറിയ കള്ളി തുറന്ന്, കണ്ടക്ടർ നമ്പർ കുറിച്ച് നൽകിയ ടിക്കറ്റ് തപ്പിയെടുത്തു. അടുത്തിരിക്കുന്ന ആൾ എതിർക്കുമോയെന്ന് ഭയപ്പെട്ടുവെങ്കിലും അതുണ്ടായില്ല. അയാൾ മയങ്ങുകയാണെന്നു തോന്നുന്നു.

''ഐ തിങ്ക് സംതിങ് റോങ്. വാണ്ട് യുവർ ഹെൽപ്.''

സമയം പാഴാക്കാതെ, ആ നമ്പറിലേക്ക് എസ്.എം.എസ്. അയച്ചു അവൾ. മെസ്സേജ് അയാൾ കാണുമോ ഇല്ലയോ എന്ന് ഉറപ്പില്ല. എങ്കിലും ഒരു ശ്രമം നടത്തുകയായിരുന്നു ലക്ഷ്യം. ഇനിയൊരു പക്ഷേ സുരക്ഷിതയായി മുണ്ടക്കയത്ത് ഇറങ്ങാനായാൽ ആ വിവരം അയാളെ വിളിച്ച് അറിയിക്കുകയും ചെയ്യാം.

''ഇവിടെ നിന്റെ ആരാ ഉള്ളത്?''

അടുത്തിരിക്കുന്ന ആളുടെ ചോദ്യമാണ്. നാൻസി ശബ്ദിച്ചില്ല. ഇരുട്ടായതിനാൽ ആളുടെ രൂപമൊന്നും കാണാൻ സാധിക്കുന്നില്ല.

''എനിക്ക് അറിയാൻ മേലാഞ്ഞിട്ട് ചോദിക്കുവാ. നിന്റെ വായിൽ വല്ലോം തിരുകിയേക്കുവാണോ?''

''എന്തോന്നണ്ണാ ഇത്?'' ഒരിക്കൽക്കൂടി ജീവൻ ഇടപെട്ടു.

''അല്ല, ഇവൾക്ക് മിണ്ടിയാൽ എന്താ കുഴപ്പം?'' അയാൾ ദേഷ്യപ്പെട്ടു.

''എന്തോന്നെങ്കിലും പറ ചേച്ചീ. അണ്ണനൊന്നടങ്ങട്ടെ.'' നന്ദു പറഞ്ഞു.

''എന്നെ എന്തിനാണിങ്ങനെ ടോർച്ചർ ചെയ്യുന്നത്? ഞാനെന്തു തെറ്റ് ചെയ്തു?''

നാൻസി കരച്ചിലിന്റെ വക്കോളമെത്തി.

''ഇവളെ എന്നാൽ ഇവിടെ ഇറക്കിവിട്ടേരെടാ. പെണ്ണുങ്ങൾക്ക് ഇത്ര അഹങ്കാരമോ?'' അയാൾ ഒച്ചവച്ചു.

''ഇവിടെ എന്റെ അമ്മയുടെ വീടാണ്.''

ഗത്യന്തരമില്ലാതെ അവൾ പറഞ്ഞു. അയാൾ ചോദ്യം ചെയ്യൽ തുടർന്നു;

''അങ്ങനെ വാ തുറന്നു കാര്യം പറ. അപ്പൊ നിന്റെ കെട്ടിയോനും കൊച്ചുങ്ങളുമോ?''

''എന്റെ കല്യാണം കഴിഞ്ഞിട്ടില്ല.''

''അത് കൊള്ളാമല്ലോ. എടാ പെണ്ണുകെട്ടാത്ത പിള്ളേരേ. നിങ്ങളിതുവല്ലോം കേൾക്കുന്നുണ്ടോ?''

അപ്പോഴേക്കും വണ്ടി പെട്ടെന്ന് നിന്നു. നാൻസി ദൂരേക്ക് നോക്കി. എതിരെ ഒരു പൊലീസ് വാഹനം കിടക്കുന്നു. ഹൈവേ പൊലീസിന്റെ നൈറ്റ് പട്രോളിംഗ് ടീമായിരിക്കാം. അവളിൽ പ്രത്യാശയുടെ തിരി തെളിഞ്ഞു. അവർ കൈ കാണിക്കും. വണ്ടി നിർത്തും. അപ്പോൾ രക്ഷപ്പെടാൻ ഒരു ശ്രമം നടത്താം. ഇപ്പോഴേ അതിന് തുനിഞ്ഞാൽ ഇവർ ചിലപ്പോൾ വണ്ടി തിരിച്ചുവിടാൻ സാധ്യതയുണ്ട്. ബുദ്ധിപരമായി നീങ്ങിയാലല്ലാതെ ഇനി രക്ഷയുണ്ടാകുമെന്ന് തോന്നുന്നില്ല.

ജീവൻ വണ്ടിയുടെ ഹെഡ് ലൈറ്റ് ഓഫ് ചെയ്തു. നാലഞ്ചു നിമിഷത്തെ ആലോചന മാത്രം. പെട്ടെന്ന് ആംബുലൻസിന്റെ ബീക്കൺ ലൈറ്റും സൈറണും ഓൺ ചെയ്ത അയാൾ അതിവേഗം വാൻ മുൻപോട്ടെടുത്തു. റോഡിലേക്ക് കയറി നിൽക്കുകയായിരുന്ന രണ്ടു പൊലീസുകാർ തിടുക്കത്തിൽ വഴിയൊതുങ്ങിക്കൊടുക്കുകയും ചെയ്തു. ശരവേഗത്തിൽ അത് പൊലീസ് വാഹനത്തെ കടന്നുപോയി.

കുറച്ച് ദൂരം ചെന്നപ്പോൾ അയാൾ ബീക്കൺ ലൈറ്റും സൈറണും ഓഫ് ചെയ്തു. വലിയൊരു അപകടത്തെ മുഖാമുഖം കാണാൻ പോകുകയാണെന്ന് നാൻസിക്ക് ഉറപ്പായി. അവൾ ഫോണെടുത്ത് കണ്ടക്ടറുടെ മെസ്സേജ് വല്ലതും വന്നോയെന്ന് നോക്കി. ഒന്നും വന്നിട്ടില്ല. അയാൾ അത് കണ്ടിട്ടുകൂടി ഉണ്ടാകില്ലെന്ന് അവൾ കരുതി. അപ്പോഴേക്കും അവളുടെ ഫോൺ വീണ്ടും ബെല്ലടിച്ചു. അതാരാണെന്ന് നോക്കാനുള്ള സമയം കിട്ടിയില്ല. അതിനുമുൻപ് അടുത്തിരുന്നയാൾ ഫോൺ വാങ്ങി സ്വിച്ച്ഓഫ് ചെയ്ത് വണ്ടിക്കുള്ളിലേക്കിട്ടു. ഇരുളിലെവിടെയോ വീണ മൊബൈൽ ഫോൺ അവളുടെ സകല ധൈര്യവും ചോർത്തിക്കളഞ്ഞു.

അവൾ നിലവിളിച്ചുകൊണ്ട് പറഞ്ഞു:

''നിങ്ങൾ എന്തോ വലിയ തെറ്റ് ചെയ്തിട്ടുണ്ട്. അല്ലെങ്കിൽ എന്തോ ഒളിപ്പിച്ച് കടത്താൻ ശ്രമിക്കുന്നു. എനിക്കറിയാം. നിങ്ങൾ എന്തു വേണമെങ്കിൽ ചെയ്തോ. എന്നെ ഇവിടെ ഇറക്കി വിട്ടേക്കൂ. മോനേ നന്ദൂ, ഇതിനാണോടാ നീ സ്നേഹം നടിച്ച് എന്നെയിതിൽ കയറ്റിയത്?''

നന്ദു പെട്ടെന്ന് തിരിഞ്ഞു. അവൻ പറഞ്ഞു:

''ചേച്ചി വെറുതെ പേടിക്കുകയാണ്. ഒന്നുമില്ല ചേച്ചീ, ഒന്നുമില്ല. ചേച്ചിയെ മുണ്ടക്കയത്ത് ഇറക്കിവിട്ടിട്ടേ ഞങ്ങൾ പോകൂ.''

മുണ്ടക്കയത്തിനു തൊട്ടുമുൻപുള്ള പെട്രോൾ പമ്പിൽ വണ്ടിയൊതുക്കിയ ജീവൻ പറഞ്ഞു:

''ഇവിടെ ഇറക്കിയേക്കാം. പിക്ക് ചെയ്യാൻ വന്ന ആളോട് ഇങ്ങോട്ട് വരാൻ പറ. അതും ഞങ്ങൾ പോയതിനുശേഷം മാത്രം വിളിച്ചാൽ മതി.''

അവൾ ചുറ്റും കണ്ണോടിച്ചു. പെട്രോൾ പമ്പ് അടച്ചിരിക്കുകയാണ്. പരിസരം വിജനമാണ്. എങ്കിലും പമ്പിനെ ചുറ്റിപ്പറ്റിയുള്ള പ്രദേശമാകെ നല്ല വെളിച്ചമുണ്ട്. ആ സമയത്ത് അവൾ തന്റെ ഫോൺ തപ്പിയെടുത്ത് ബാഗിനുള്ളിലാക്കി.

''ഈ ഡോർ ഒന്ന് തുറക്കുമോ?'' അവൾ ചോദിച്ചു. ജീവൻ പറഞ്ഞു:

''തുറക്കാം. പക്ഷേ ഒരു ഡിമാൻഡുണ്ട്. നമ്മളൊരുമിച്ച് ഒരു സെൽഫി എടുക്കുന്നു.''

''എന്തിന്?''

''അത് ഞങ്ങളുടെ ഒരു സേഫ്റ്റിക്ക്. ഞങ്ങൾ എന്തോ വലിയ ക്രൈം ചെയ്തെന്ന് നീ കണ്ടുപിടിച്ചില്ലേ? ഒരുപക്ഷേ ഞങ്ങൾ

പിടിക്കപ്പെട്ടാൽ നീ സാക്ഷി പറയാൻ നിൽക്കണ്ട. കൂട്ടുപ്രതിയാണ്. തെളിവിന് എന്തെങ്കിലും ഇല്ലെങ്കിൽ നീ വലിയ മെറിൻ ഐ.പി.എസ്. കളിക്കും. ഞങ്ങൾ തൂങ്ങുകേം ചെയ്യും.''

അയാൾ വണ്ടി കൂടുതൽ പ്രകാശമുള്ള ഭാഗത്തേക്ക് നീക്കിയിട്ടു. ആ പെൺകുട്ടിയുടെ മുഖം അപ്പോഴാണ് അവൾ വ്യക്തമായി കാണുന്നത്. മുഖമാകെ വികൃതമായിരിക്കുന്നു. ഏറിയാൽ പതിന്നാലോ പതിനഞ്ചോ വയസ്സ് പ്രായം വരും. ചുണ്ടൊക്കെ തടിച്ച് വീർത്തിരിക്കുന്നു. ദേഹമാസകലം നഖക്ഷതങ്ങളുമുണ്ട്. അവളപ്പോഴും മയങ്ങുകയാണ്.

ജീവനും നന്ദുവും പുറത്തേക്കിറങ്ങിവന്ന് വാനിന്റെ പിന്നിലേക്ക് കയറി. ജീവൻ തന്റെ ഫോണെടുത്ത്, അഞ്ചുപേരേയും ഉൾപ്പെടുത്തി ഒരു സെൽഫി എടുത്തു. നാൻസി പിന്നെ എതിർപ്പൊന്നും പറഞ്ഞില്ല. എങ്ങനെയെങ്കിലും ഇവിടുന്നൊന്ന് രക്ഷപ്പെട്ടാൽ മതിയെന്നേ ഉണ്ടായിരുന്നുള്ളൂ അവൾക്ക്. ബാക്കിയൊക്കെ വരുന്നിടത്തുവച്ച് കാണുകതന്നെ.

അപ്പോഴേക്കും ഒരു കാർ പെട്രോൾ പമ്പിന് മുന്നിൽ വന്നു നിന്നു. ജീവനും നന്ദുവും തിടുക്കത്തിൽ അവരുടെ ഇരിപ്പിടങ്ങളിലേക്ക് മടങ്ങി.

''നീയൊന്നിറങ്ങിക്കേ. ഞങ്ങൾക്ക് പോകണം. പിന്നെ, നീ ഞങ്ങളെ കണ്ടിട്ടുമില്ല. ഈ വണ്ടിയിൽ കയറിയിട്ടുമില്ല. കേട്ടല്ലോ? അഥവാ ഇവിടുന്ന് പോയിക്കഴിഞ്ഞ് കൂടുതൽ ആളാകാൻ നിന്നാൽ.... ഈ ഫോട്ടോ നാളെ നെറ്റിലുണ്ടാകും. ബാക്കി ഞാൻ പറയണ്ടല്ലോ?''

അതുവരെ അടുത്തിരുന്ന ആളുടെ കല്പനയാണ്. അവൾ അയാളെയൊന്ന് നോക്കി. കറുത്ത് തടിച്ച ഒരു രൂപം. താടിയും മുടിയും നീട്ടി വളർത്തിയിരിക്കുന്നു.

''ഇറങ്ങ് ചേച്ചീ. ഞങ്ങൾ പോകട്ടെ.'' നന്ദു പറഞ്ഞു.

പുറത്തേക്കിറങ്ങാനൊരുങ്ങവേ, ആരോ തന്റെ കൈയിൽ പിടിച്ചു വലിക്കുന്നതുപോലെ തോന്നിയ നാൻസി ഒരു നിമിഷം വൈദ്യുത പ്രവാഹമേറ്റാലെന്നപോലെ നിശ്ചലയായി.

''ഇറങ്ങ്; അല്ലെങ്കിൽ ഞാൻ ചവുട്ടി പുറത്താക്കും. അതല്ല ഞങ്ങളോടൊപ്പം കൂടാനാണ് ഭാവമെങ്കിൽ ആ ഡോർ അടച്ചേക്ക്.''

അടുത്തിരുന്ന ആൾ അവളെ ചവിട്ടാനോങ്ങി. നാൻസി തന്റെ കൈയിൽ പിടിമുറുക്കിയ തണുത്ത കൈകളിലേക്ക് നോക്കി. പിന്നെ ആ മുഖത്തേക്കും. അതുവരെ മിഴികൾ പൂട്ടിക്കിടന്ന പെൺകുട്ടിയാണ്.

അവൾ കണ്ണുതുറന്ന് നാൻസിയെത്തന്നെ തുറിച്ച് നോക്കുകയായിരുന്നു. അതിന് ഒരുപാട് അർത്ഥങ്ങൾ ഉള്ളതുപോലെ അവൾക്ക് തോന്നി.

കുറച്ചുമുമ്പ് വന്നുനിന്ന കാറിൽനിന്ന് രണ്ടാളുകൾ പുറത്തേക്കിറങ്ങി. വീണുകിട്ടിയ അവസരമെന്നു കരുതി നാൻസി ഒച്ചവയ്ക്കാനൊരു ശ്രമം നടത്തിയപ്പോൾ അടുത്തിരുന്ന തടിയൻ അവളുടെ വായ് പൊത്തിപ്പിടിച്ചു.

''കൊല്ലും ഞാൻ. എനിക്കതിനും മടിയില്ല. ചെയ്യിക്കരുത് കേട്ടല്ലോ.''

അയാൾ ആക്രോശിച്ചു. ഇപ്പോൾ ഇറങ്ങിയാൽ തനിക്ക് ഓടിയെങ്കിലും രക്ഷപ്പെടാമെന്ന് നാൻസിക്ക് ഉറപ്പായിരുന്നു. ആ കാർ പമ്പിന് മുന്നിൽ കിടക്കുന്നിടത്തോളം ഇവരാരും പിന്നാലെ വരില്ല. ഇറങ്ങി ഓടുകയേ വേണ്ടൂ. പക്ഷേ, അവളുടെ കൈയിലെ പിടി അപ്പോഴും അയഞ്ഞിരുന്നില്ല. അത് കൂടുതൽ കൂടുതൽ ദൃഢമാകുകയായിരുന്നു. ആ തുറിച്ച കണ്ണുകൾ നാൻസിയുടെ ഹൃദയത്തെ കൊത്തിവലിക്കാനും തുടങ്ങിയിരിക്കുന്നു. എട്ടുപത്തു നിമിഷം മാത്രം നീണ്ട ആലോചനയ്ക്കൊടുവിൽ, അവൾ വാനിന്റെ ഡോർ വലിച്ചടച്ചു.

അഞ്ച്

''നന്മ നിറഞ്ഞ മറിയമേ സ്വസ്തി.
കർത്താവങ്ങയോടു കൂടെ.
സ്ത്രീകളിലങ്ങ് അനുഗ്രഹിക്കപ്പെട്ടവളാകുന്നു.
അങ്ങയുടെ ഉദരത്തിന്റെ ഫലമായ
ഈശോ അനുഗ്രഹിക്കപ്പെട്ടവനാകുന്നു.
നന്മ നിറഞ്ഞ മറിയമേ തമ്പുരാന്റെ അമ്മേ;
പാപികളായ ഞങ്ങൾക്കുവേണ്ടി
ഇപ്പോഴും ഞങ്ങടെ മരണസമയത്തും
തമ്പുരാനോടപേക്ഷിക്കണമേ...''

എവിടെനിന്നോ പ്രാർത്ഥന കേട്ടതുപോലെ തോന്നിയ നാൻസി ഉറക്കം ഞെട്ടി. അവൾ നാലുപാടും നോക്കി. വാൻ എവിടെയോ നിർത്തിയിട്ടിരിക്കുകയാണ്.

ഏതാണ് സ്ഥലം? സമയമെത്രയായി? രാത്രി മുഴുവൻ കരച്ചിലും ബഹളവുമായിരുന്ന താൻ എപ്പോഴാണ് ഉറങ്ങിപ്പോയത്? വണ്ടിയിലുണ്ടായിരുന്ന മറ്റുള്ളവർ എവിടെ? എപ്പോഴാണ് വണ്ടിയിവിടെ നിർത്തിയിട്ടത്? ഒന്നുമറിയില്ല. ആ പെൺകുട്ടിയേയും കാണാനില്ല. അവൾ

കിടന്ന സ്ട്രെച്ചറും കാണാനില്ല. വണ്ടിയുടെ താക്കോൽ യഥാസ്ഥാനത്തു കിടപ്പുണ്ട്.

അവൾ വേഗം ബാഗിൽനിന്ന് മൊബൈൽ ഫോൺ തപ്പിയെടുത്ത് സ്വിച്ച് ഓൺ ചെയ്തു. അടുത്തിരുന്ന തടിയനെ പേടിച്ച് പിന്നെ യവൾ മൊബൈൽ എടുക്കാൻ ധൈര്യപ്പെട്ടിരുന്നില്ല. സമയം 5.45 ആകുന്നു. നേരം പുലർന്നു വരുന്നതേയുള്ളൂ. ഞായറാഴ്ചയാണ്. എല്ലാ ആഴ്ചയും കുർബാന കൂടുന്ന സമയമാണ്. കൊറോണ പടർന്നുപിടിച്ച കാലത്തല്ലാതെ അതിതുവരെ മുടക്കിയിട്ടില്ല. എന്തെ ങ്കിലും കിട്ടാൻ വേണ്ടിയുള്ള വെറും പ്രാർത്ഥനയല്ല, ജീവിതചര്യ യാണ്.

ആരെയെങ്കിലും വിളിക്കുകയോ മെസ്സേജ് അയയ്ക്കുകയോ ചെയ്യാമെന്നോർത്താണ് മൊബൈൽ ഓണാക്കിയതെങ്കിലും റേഞ്ച് ഇല്ലായിരുന്നു. രാത്രി അറ്റന്റ് ചെയ്യാൻ പറ്റാതെ പോയ കോൾ ആരുടേതാണെന്ന് നോക്കി. ജോഷ്വായാണ്. പാവം. എത്ര തവണ വിളിച്ചിട്ടുണ്ടാകുമോ? എന്ത് വിചാരിച്ച് അവൻ തിരികെ പോയിട്ടു ണ്ടാവുമോ? ഒന്നുമറിയില്ല.

തെല്ലകലെ ഒരു ജെ.സി.ബി. പണിയുന്നതിന്റെ ശബ്ദം കേൾക്കാം. വണ്ടിയുടെ ഗ്ലാസിൽ പറ്റിപ്പിടിച്ച പുകമഞ്ഞ് കാഴ്ച മറയ്ക്കുന്നുണ്ട്. അവൾ ഗ്ലാസ് അല്പം താഴ്ത്തി പുറത്തേക്ക് നോക്കി. ജെ.സി.ബി. മണ്ണ് മാന്തുകയാണ്. അവൾ പരിസരം വീക്ഷിച്ചു.

പ്രളയകാലത്ത് ടീവിയിലും പത്രത്തിലും കണ്ടുമറന്ന ദൃശ്യങ്ങൾ അനുസ്മരിപ്പിക്കുന്നതുപോലൊരു സ്ഥലം. ഉരുൾ പൊട്ടി, മരങ്ങളും വീടുകളും ജീവനുകളും ജീവിതവും കടപുഴക്കി, ആർത്തലച്ചൊഴു കിയ പെരുവെള്ളത്തിന്റെ ശേഷിപ്പുകൾപോലെ. ഏതു സ്ഥലമാണെ ന്നറിയില്ല. കവളപ്പാറയും പുത്തുമലയും പെട്ടിമുടിയും ഏന്തയാറും കൂട്ടിക്കലുമെല്ലാം പൊടുന്നനെ അവളുടെ ഓർമ്മയിൽ വന്നു നിറഞ്ഞു. എത്രയെത്ര ജീവനുകളാണ് പൊലിഞ്ഞിരിക്കുന്നത്. എത്രയാളുകൾ കിടപ്പാടവും ജീവനോപാധികളും ഇല്ലാത്തവരായിരിക്കുന്നു. ഇനിയും വീണ്ടെടുക്കാനാവാത്ത എത്രയോ ശരീരങ്ങൾ ഇപ്പോഴും മണ്ണിനടി യിലുണ്ടാവും. കേരളത്തിലങ്ങോളമിങ്ങോളം ഇതൊന്നുമല്ലാത്ത എത്രയോ ഇടങ്ങൾ അങ്ങനെ തകർന്നു തരിപ്പണമായിരിക്കുന്നു. അതിലേതെങ്കിലും ഒരിടമാവാം ഇതും. അവൾ ബാഗെടുത്ത് തോള ത്തിട്ട് സാവധാനം ഡോർ തുറന്നിറങ്ങി. മരംകോച്ചുന്ന തണുപ്പായി രുന്നു പുറത്ത്. ദേഹമാസകലം തണുത്തു വിറയ്ക്കുകയാണ്. അത വഗണിച്ച് അവൾ നടന്നുതുടങ്ങിയപ്പോൾ നന്ദുവിന്റെ വിളി വന്നു.

''ചേച്ചീ, ചേച്ചി അങ്ങോട്ട് പോകണ്ട.''

നാൻസിയെ നിരീക്ഷിക്കാനെന്നവണ്ണം അവൻ ഒരു മരത്തിൽ ചാരി നിൽപ്പുണ്ടായിരുന്നു.

''ആ കുട്ടി എവിടെ?'' അവൾ ചോദിച്ചു.

''ചേച്ചി ആവശ്യമില്ലാത്ത കാര്യത്തിലൊന്നും ഇടപെടേണ്ട. അത് അവർ ഡീല് ചെയ്തോളും.''

''നീ ആ കുഞ്ഞെന്തിയേന്നു പറയെടാ.''

''ചേച്ചീ, ഞാനും ചേച്ചിയെപ്പോലെ ഇതിനിടയിൽ വന്നുപെട്ടതാണ്. സത്യമായിട്ടും. ചേച്ചിക്ക് ഒരു കുഴപ്പവും വരാതെ ഞങ്ങൾ അവിടെ എത്തിച്ചിരിക്കും. ചേച്ചിയായിട്ട് ഇതിനി കുത്തിപ്പൊക്കി പ്രശ്നമുണ്ടാക്കാൻ നിൽക്കണ്ട.''

''ഇതിൽക്കൂടുതൽ ഇനിയെനിക്ക് എന്ത് കുഴപ്പം വരാനാണ്? നീ ആ കുട്ടിയെവിടെയെന്ന് പറ.''

''ചേച്ചിക്ക് ഇന്നലെ അവിടെ ഇറങ്ങാനുള്ള അവസരം തന്നതല്ലേ? ചേച്ചിയായിട്ട് അത് വേണ്ടെന്നു വച്ചു. ഒരു കാര്യോം, ഒരു കാര്യോമില്ലാതെ ഇതിൽ കടിച്ചുതൂങ്ങിയതാണ് ചേച്ചി. ഇനിയെങ്കിലും ഞാൻ പറയുന്നത് കേൾക്ക്. ആ വണ്ടിയിൽ പോയിരിക്ക്.''

അവൾ അവിടെത്തന്നെ പാറപോലെ ഉറച്ചുനിന്നപ്പോൾ നന്ദു തെല്ലുച്ചത്തിൽ പറഞ്ഞു.

''എനിക്ക് ഇതുവരെ നിങ്ങൾ കാണാത്തൊരു മുഖമുണ്ട്. അത് വെറുതെ പുറത്തെടുപ്പിക്കരുത്.''

''നീ ആരാണെന്നറിയാൻ നീ പൊതിഞ്ഞുവച്ചിരിക്കുന്ന ആ സാധനം തുറന്നു കാണിക്കേണ്ട കാര്യമൊന്നുമില്ല. ഇതുവരെ കാട്ടിക്കൂട്ടിയതുതന്നെ ധാരാളമാണ്.''

''എങ്കിൽ അവർക്ക് അതിനടുത്ത് ഒരു കുഴികൂടി കുത്തേണ്ടി വരും.''

നാലഞ്ച് നിമിഷം അവനെ തറപ്പിച്ച് നോക്കിനിന്ന ശേഷം അവൾ ചോദിച്ചു:

''അതിനെ കുഴിച്ചുമൂടാനാണോടാ ആ ജെ.സി.ബി?''

നന്ദു മുഖം താഴ്ത്തി. അവൾ അവന്റെ ഷർട്ടിൽ പിടിച്ചുലച്ചുകൊണ്ട് ചോദിച്ചു;

''എങ്ങനെ മനസ്സ് വരുന്നെടാ നിനക്കൊക്കെ?''

''അതിനെ ഇനി ഒന്നിനും കൊള്ളില്ല ചേച്ചീ.''

''അതെന്താ?''

''അതങ്ങനെയാണ്.''

''പട്ടി കടിച്ചതാണെന്നും ട്രീറ്റ്മെന്റ് കഴിഞ്ഞ് കൊണ്ടുവരുന്നതാണെന്നുമല്ലേ നീയൊക്കെ ഇതുവരെ പറഞ്ഞോണ്ടിരുന്നത്? പോരാത്തതിന് ആ നാറീടെ സഹോദരിയാണെന്നും അല്ലേ? എനിക്കപ്പോഴേ അറിയാമായിരുന്നു നീയൊക്കെ കെട്ടിയുണ്ടാക്കുന്നത് പെരും നുണയുടെ വലിയൊരു കൂടാരമാണെന്ന്. ഇന്നലെ രാത്രി മുണ്ടക്കയത്ത് പെരുവഴിയിൽ എന്നെ ഇറക്കിവിടാൻ തുടങ്ങിയപ്പോഴേ എനിക്ക് മനസ്സിലായി നിന്റെയൊക്കെ ടാർഗറ്റ് ഞാനല്ലെന്ന്. അതായിരുന്നു പിന്നെയെനിക്ക് ധൈര്യം തന്നത്.''

''ഞാനോ ചേച്ചിയോ വിചാരിച്ചാൽ ഒന്നും ചെയ്യാൻ കഴിയില്ല. ജീവൻ, വലിയ ഒരു കുടുംബത്തിലെ ഏക ആൺതരിയാണ്.''

''അവൻ ഏത് വലിയ തന്തയ്ക്കും തള്ളയ്ക്കും ഉണ്ടായതാണെന്നതല്ല, അവൻ ചെയ്തുവച്ച പണിയാണ് ഇവിടുത്തെ പ്രശ്നം.''

''അവനൊരു അബദ്ധം പറ്റിയതാണ്. ഇന്നലെ അവനോടൊപ്പം വണ്ടിയിൽ കയറിയെന്നല്ലാതെ എനിക്കിതിൽ ഒരു റോളുമില്ല.''

''ഇതേതാണ് സ്ഥലമെന്നെങ്കിലും നിനക്ക് അറിയാമായിരിക്കുമല്ലോ?''

''ഞാനിവിടെ ആദ്യമാണ്. ഹൈറേഞ്ചാണെന്ന് മാത്രം അറിയാം. ജീവന്റെ പപ്പായ്ക്ക് ഇവിടെയെവിടൊക്കെയോ എസ്റ്റേറ്റുണ്ട്. അവൻ പറഞ്ഞുള്ള അറിവാണ്.''

''അപ്പോൾ നിനക്ക് നേരത്തെ അറിയാമായിരുന്നു ഇതിന്റെ സത്യാവസ്ഥ?''

''അറിയാം ചേച്ചീ. പക്ഷേ എനിക്കവനെ പിണക്കാനാവില്ല. എനിക്കൊരുപാട് ഹെൽപ് ചെയ്തിട്ടുള്ള ആളാണ്.''

''ഇതിനും അവൻ നല്ലതുപോലെ തന്നിട്ടുണ്ടാകുമല്ലോ?'' നന്ദു മറുപടിയൊന്നും പറഞ്ഞില്ല.

''ആ കൂടെ വന്ന ആളോ?'' നാൻസി ചോദിച്ചു.

''അയാൾ ജീവന്റെ പരിചയക്കാരനാണ്. അയാളാണ് ആ ജെ.സി.ബി.യുടെ ഓപ്പറേറ്റർ. എസ്റ്റേറ്റ് ആവശ്യങ്ങൾക്കുള്ള ജെ.സി.ബി. യാണത്. അത് ഓപ്പറേറ്റ് ചെയ്യാനാണ് ജീവൻ അയാളെയും കൂട്ടിയത്. അതിന്റെ ശരിക്കുമുള്ള ഓപ്പറേറ്റർ ഇവിടുള്ള ഒരു തമിഴനാണ്. ഇതിനുപക്ഷേ അയാളെ കൂട്ടാനൊക്കില്ലല്ലോ.''

''അവന്മാരുടെ കാല് പിടിച്ചാലെങ്കിലും ആ കൊച്ചിനെ ജീവ നോടെ വിട്ടുതരുമോ?''

''വേണ്ട ചേച്ചീ നടക്കില്ല. ചേച്ചിയിത് മറന്നേക്ക്. അതാ നമു ക്കെല്ലാവർക്കും നല്ലത്.''

''അത് ജീവിച്ചോട്ടെടാ. പതിന്നാലോ പതിനഞ്ചോ വയസ്സുവരു ന്നൊരു കുഞ്ഞല്ലേ അത്?''

''അത് ജീവിച്ചിരുന്നിട്ട് ഇനിയെന്തിനാ ചേച്ചീ. തന്നെയുമല്ല. അത് ജീവന് ആയുഷ്ക്കാലം ഒരു ഭീഷണി ആയിരിക്കും. ആ കൊച്ച് ആരുടെയോ കൂടെ ഒളിച്ചോടിയെന്നല്ലാതെ അത് ജീവന്റെ കൂടെ യാണെന്ന് ആർക്കുമറിയില്ല. ഞാനവനോട് ആവുന്നത്ര പറഞ്ഞ താണ് വിട്ടേക്കാൻ. പക്ഷേ അവൻ...''

''എന്തിനാ ഇത്ര ചുറ്റി ഈ മലമുകളിൽ വന്നത്? അന്നാട്ടിലെങ്ങും ഇടയിലായിരുന്നോ?''

''ഇവിടെയാകുമ്പോ കഴിഞ്ഞ പ്രളയത്തിന് ഉരുൾ പൊട്ടി കുറേ യാളുകൾ മരിച്ച സ്ഥലമാണ്. ഒന്നോ രണ്ടോ ബോഡികൾ ഇനിയും കിട്ടാനുണ്ട്. ഇതിന്റെ അടിയിലെങ്ങാനും കുഴിച്ചുമൂടിയാൽ പിന്നെ ആരും ഒന്നും അറിയില്ല. അഥവാ എന്നെങ്കിലും കിട്ടിയാലും തിരി ച്ചറിയപ്പെടാത്ത ഏതോ ഒരു ബോഡി. ഒളിച്ചോടിയ പെണ്ണ് കാമുക നൊപ്പം അന്യനാട്ടിലെവിടെയോ കഴിയുന്നെന്ന തോന്നലിൽ ആരും ഇതിന്റെ പിന്നാലെ വരില്ല.''

''നീയുമുണ്ടായിരുന്നോ അതിനെ ഈ പരുവമാക്കാൻ?''

''ഇല്ല ചേച്ചീ. പതിമൂന്ന് വയസ്സുള്ള ഒരനിയത്തി എനിക്കുമുണ്ട്. ഞാനത് ചെയ്യില്ല. തന്നെയുമല്ല, എനിക്ക് കുറച്ച് മുതിർന്നവരെയാ ഇഷ്ടം. ചേച്ചിയെപ്പോലെ.''

''സത്യം?''

''അതെ ചേച്ചീ. എന്നുവച്ച് ചേച്ചിയെ ഞാൻ അങ്ങനെയൊന്നും കണ്ടിട്ടില്ല.''

''നീ കണ്ടോടാ. എനിക്ക് കുഴപ്പമൊന്നും ഇല്ല.''

''ഒന്ന് പോ ചേച്ചീ.''

''ചുമ്മാതല്ലെടാ. എനിക്കും നിന്നെപ്പോലുള്ള ചുള്ളന്മാരെയാ ഇഷ്ടം. ഞാനൊരു കാര്യം പറഞ്ഞാൽ നീ കേൾക്കുമോ?''

''കേട്ടാൽ?''

''നമുക്കൊരു ദിവസം കൂടാമെടാ.''

''സത്യം?'' അവൻ വിശ്വാസം വരാത്തതുപോലെ അവളെ നോക്കി.

''സത്യം. ഒറ്റത്തവണ. പിന്നെ ചോദിക്കരുത്.''

''എന്റെ കൂടെ ഒറ്റത്തവണ വന്നാൽ ചേച്ചി പിന്നെ എന്നെ തേടി വരും.''

''ഈ വള്ളിനാരുപോലിരിക്കുന്ന നിന്നെയോ?''

''അത് ചേച്ചി എനിക്കു വിട്ടേക്ക്. ചേച്ചി പറഞ്ഞോ. ഇപ്പൊ ഞാനെന്താ ചെയ്യേണ്ടത്?''

''അവന്മാർ കൊന്നു കുഴിച്ചുമൂടും മുൻപ് നീ പോയി അവളെ യിങ്ങ് എടുത്തോണ്ടുവാ. വെട്ടം വീഴുന്നതല്ലേ ഉള്ളൂ; അവന്മാർ അറിയാനൊന്നും പോകുന്നില്ല.''

''എന്റെ പൊന്നു ചേച്ചീ, നടക്കുന്ന കാര്യം വല്ലതും പറ. ജീവൻ ശരിക്കുമൊരു സൈക്കോയാ. കൊച്ചുപെമ്പിള്ളേർ ഒരു വീക്നെസ് ആണവന്. എനിക്ക് തോന്നുന്നത് അതിനെ കുഴിച്ചു മൂടുംമുൻപ് അവര് രണ്ടുപേരും ഒന്നുകൂടി കേറിയിറങ്ങുമെന്നാ. അതോടെ അത് ഡെഡ്ബോഡിയാകും. ഇനിയഥവാ ചത്തില്ലെങ്കിൽ കൊല്ലാനൊന്നും മെനക്കെടില്ല. പച്ചയ്ക്ക് കുഴിച്ചുമൂടും. അതാ അവൻ സൈസ്.''

''എന്നാ വേണ്ട. പിന്നെ എന്നോട് ചോദിച്ചേക്കരുത്. കിട്ടില്ല.''

നാൻസിയെ ആപാദചൂഡമൊന്ന് നോക്കി, നാലഞ്ച് നിമിഷം ആലോചിച്ചു നിന്നശേഷം അവൻ ചോദിച്ചു;

''ഞാൻ ചേച്ചിയെയൊന്ന് ഹഗ്ഗ് ചെയ്തോട്ടേ?''

''അതൊന്നും വേണ്ട.''

''ഒരു വിശ്വാസത്തിന്. എന്നാൽ ഞാനൊന്ന് ശ്രമിക്കാം.''

''എങ്കിൽ ഓക്കേ.''

അവൾ കൈകൾ നീട്ടി. ഉരുൾപൊട്ടി നിയന്ത്രണമില്ലാതെ പാഞ്ഞ ടുക്കുന്ന മലവെള്ളം പോലെ, നന്ദു ഓടിവന്ന് അവളെ കെട്ടിപ്പിടിച്ചു. രണ്ടു സെക്കന്റിനപ്പുറം അത് തുടർന്നപ്പോൾ അവൾ അവനെ അടർത്തിമാറ്റി. കിട്ടിയ അവസരത്തിൽ അവളുടെ ലക്ഷണമൊത്ത നിതംബത്തിലും മാറിടത്തിലും സ്പർശിക്കാനുള്ള അവന്റെ ശ്രമവും അവൾ തടഞ്ഞു.

''അതൊക്കെ പിന്നെ. ഞാൻ വാക്ക് മാറില്ല.''

''ബ്ലാക്ക് ടോപ്പും വൈറ്റ് ലെഗ്ഗിൻസും സ്മൂത്ത് ചെയ്ത മുടിയും. പൊളിയാണ് ചേച്ചീ. എന്തൊരു മണമാണ് നിങ്ങൾക്ക്. കൊതി യാകുന്നു. ഞാനൊന്നുകൂടി കെട്ടിപ്പിടിച്ചോട്ടേ?''

''അവളെ ജീവനോടെ തിരികെ കൊണ്ടുവന്നാൽ പിന്നെയെല്ലാം നിന്റെ ഇഷ്ടമാണ്. ഞാൻ തടയില്ല.''

''ഓക്കേ.''

നന്ദു ജെ.സി.ബി.യുടെ അടുത്തേക്ക് പോയി. അവന്റെ മടങ്ങി വരവിനായി പ്രാർത്ഥിച്ചിരുന്ന നേരം, നാൻസിയുടെ ഹൃദയമിടിപ്പിന്റെ താളം അനിയന്ത്രിതമായി ഏറുകയായിരുന്നു. അവൾ ഒരിക്കൽക്കൂടി പരിസരം വീക്ഷിച്ചു. നോക്കിയിരിക്കെയാണ് കിഴക്കു ദിക്കിൽനിന്ന് പ്രകാശം എറിയേറി വരുന്നത്. പഴയ ഏതോ കെട്ടിടത്തിന്റെ അവ ശിഷ്ടങ്ങളോട് ചേർന്നാണെന്ന് തോന്നുന്നു വണ്ടി നിർത്തിയിട്ടിരി ക്കുന്നത്. പൊട്ടിപ്പൊളിഞ്ഞുപോയ ഏതെങ്കിലും വീടിന്റെ മുറ്റമായി രുന്നിരിക്കാനും സാധ്യതയുണ്ട്. പായൽ പിടിച്ച കരിങ്കൽക്കൂനയും അതിനടുത്തായി യാതൊരു ക്രമവുമില്ലാതെ അടുക്കിവച്ചിരിക്കുന്ന പഴകിയ മേച്ചിൽ ഓടുകളും കാണാം. ദ്രവിച്ചു തീരാറായ കട്ടിള യുടെയും ജനലുകളുടെയും അവശിഷ്ടങ്ങളും ഒപ്പമുണ്ട്. അതി നിടയിൽ നിന്നൊരു കമ്പിക്കഷണം അവൾ കഷ്ടപ്പെട്ട് വലിച്ചൂരി യെടുത്തു. മൂന്നടിയോളം നീളം വരും. ജനലിന്റെ ശേഷിപ്പാണ്. കൈയിലാകെ തുരുമ്പും ചളിയുമായി. കമ്പിക്കഷണം വാനിന്റെ പിന്നിലെ ചക്രങ്ങൾക്കിടയിലായി തറയിലേക്കിട്ട അവൾ കൈയിലെ ചളിയും തുരുമ്പുമെല്ലാം മഞ്ഞിൽ കുതിർന്നു നിൽക്കുന്ന കാട്ടിലകൾ പറിച്ചെടുത്ത് നന്നായി തുടച്ചു. കുത്തിപ്പറിക്കുന്നതുപോലെയായി രുന്നു കൈവെള്ളവഴി തണുപ്പപ്പോൾ അരിച്ചുകയറിയത്. എങ്കിലും വകവയ്ക്കാതെ രണ്ടുമൂന്നാവർത്തി അത് തുടർന്നപ്പോൾ കൈ വൃത്തിയായി. അത്രമാത്രം ഈർപ്പമുണ്ടായിരുന്നു ഇലകളിൽ.

ഇനിയെന്തെന്നറിയാത്ത ആ മാനസികാവസ്ഥയിലും അന്നാട്ടിലെ പ്രകൃതിഭംഗിയിൽ ഒരുവേള അവളുടെ കണ്ണുടക്കാതിരുന്നില്ല. ചുറ്റും തേയിലത്തോട്ടമാണ്. ചെറുകുന്നും താഴ്‌വരകളുമായി ഏറെ ദൂരം അത് പരന്നു കിടക്കുകയും ചെയ്യുന്നു. അങ്ങിങ്ങായി ഉയർന്നു നിൽക്കുന്ന ചെറുതും വലുതുമായ പാറക്കൂട്ടങ്ങൾ. നിരയൊത്തു വളർന്നു നിൽക്കുന്ന കാറ്റാടി മരങ്ങളും ചാവോക്ക് മരങ്ങളും.

മങ്ങിവീഴുന്ന വെളിച്ചവും പുകപോലെ ഉയരുന്ന മഞ്ഞും ചേർന്ന് ഇടയ്ക്കിടെ കാഴ്ച മറയ്ക്കുകയാണ്. നോക്കെത്തുന്ന ആ കാഴ്ച കൾക്കപ്പുറം ലോകം അവസാനിക്കുകയാണെന്ന് തോന്നിപ്പോകും. അതുപോലെയാണ് മഞ്ഞിറങ്ങുന്നത്. ഒക്കെയും മുന്നിലങ്ങനെ മിന്നി നിൽക്കുമ്പോഴും നന്ദു പോയ ഭാഗത്തേക്ക് ഇടയ്ക്കിടെ മിഴികൾ പായിക്കുന്നുണ്ടായിരുന്നു നാൻസി. നാലഞ്ചു മിനിറ്റിനകം അവൻ അവളെയും തോളിലേറ്റി ഓടിവന്നു.

''എന്റെ പൊന്നുചേച്ചീ, കണ്ടാൽ ഞർക്കീലിനെപ്പോലെ ഇരുന്നാലും എന്തൊരു ഭാരമാ ഈ കൊച്ചിന്.''

''കൊന്നോടാ അവന്മാര്?''

''ഇല്ല ചേച്ചീ ജീവനുണ്ട്. ബോധമൊന്നും ഇല്ലെന്നു തോന്നുന്നു. അനക്കമില്ല. പക്ഷേ ശ്വാസമുണ്ട്. ഇനി കള്ളി അനക്കമില്ലാത്തതുപോലെ കിടക്കുന്നതാണോന്നും അറിയില്ല. അവരാരെങ്കിലും പിന്നാലെ ഉണ്ടോ ചേച്ചീ? രണ്ടുമവിടെ മണ്ണുമാന്തുന്ന തിരക്കിലാണ്. കണ്ടില്ലെന്നു തോന്നുന്നു. കണ്ടാൽ തീർന്നു. എങ്ങനെ ഇവിടെവരെയെത്തിയെന്ന് എനിക്ക് മാത്രമേ അറിയൂ.''

''അങ്ങോട്ട് കിടത്തിക്കോ.'' നാൻസി പറഞ്ഞു.

''ചേച്ചിയപ്പോൾ വണ്ടിയിൽ കൊണ്ടുപോകാനുള്ള പ്ലാനാണോ?''

''പിന്നല്ലാതെ.''

''ഞാൻ വരില്ല ചേച്ചീ. അവരെന്നെ കൊല്ലും. ഒന്നുമറിയാത്തതുപോലെ ഇവിടിങ്ങനെ നിൽക്കാനേ എനിക്ക് പറ്റൂ. ചേച്ചി ഇതിനേംകൊണ്ട് ആ കാട്ടിലെങ്ങാനും പോയിരുന്നോ. അതേ നടക്കൂ.''

''തൽക്കാലം വണ്ടിയിലേക്ക് കിടത്ത്. ഞാനൊന്ന് ആലോചിക്കട്ടെ. നീ അകത്തേക്ക് കയറിക്കോ. ഞാനിവിടെനിന്ന് താങ്ങിത്തരാം. എന്നിട്ട് പതുക്കെ കിടത്തണം. അവളുടെ തല എങ്ങും മുട്ടരുത്.''

നന്ദു ഒരു കുട്ടിയെപ്പോലെ അനുസരിച്ചു. അവളുംകൂടി പിടിച്ചാണ് കുട്ടിയെ പഴയതുപോലെ സ്ട്രെച്ചറിൽ കിടത്തിയത്.

''ഞാനീ റിസ്കൊക്കെ എടുക്കുന്നത് എന്തിനാണെന്ന് ചേച്ചിക്ക് അറിയാമല്ലോ? പിന്നെ വാക്കു മാറരുത്.''

അവൻ ഓർമ്മിപ്പിച്ചു. അവൾ മറുപടിയൊന്നും പറഞ്ഞില്ല.

നന്ദു വണ്ടിയിൽനിന്ന് തിരികെ ഇറങ്ങാൻ വലതുകാൽ പുറത്തേക്ക് വച്ചതും കാലേകൂട്ടി കരുതിവച്ചിരുന്ന കമ്പിക്കഷണമെടുത്ത് നാൻസി ആ കാൽമുട്ടിന് താഴെ ആഞ്ഞടിച്ചതും ഒരുമിച്ചായിരുന്നു. ഒട്ടും പ്രതീക്ഷിക്കാത്ത ആ ആക്രമണത്തിൽ നിലവിട്ടുപോയ അവൻ തറയിലേക്ക് മൂക്കുകുത്തി വീണു. ഒന്ന് കറങ്ങി നിവർന്ന അവന് എന്തെങ്കിലും പ്രതിരോധം തീർക്കാനാകുംമുൻപ് ഇടതു കാൽമുട്ടിന്റെ താഴെയും അതുതന്നെ ചെയ്തു അവൾ. നന്ദു ഉരുണ്ടുകിടന്ന് ഉറക്കെ നിലവിളിച്ചെങ്കിലും അത് ജെ.സി.ബി.യുടെ ഒച്ചയിൽ ഒടുങ്ങി. തുടർന്ന് കമ്പി താഴെയിട്ട അവൾ, അവനെ താങ്ങിയെടുത്ത് വാനിന്റെ പിന്നിലേക്ക് തള്ളിവിട്ടു. സ്ട്രെച്ചറിനും സീറ്റിനുമിടയിലെ ഇത്തിരി സ്ഥലത്തേക്ക് അവൻ തെറിച്ചു വീണു. അപ്പോഴും കൈനിറയെ

തുരുമ്പും ചളിയുമായി. കാട്ടിലകൾകൊണ്ടുതന്നെ ഒരുവട്ടംകൂടി കൈ വൃത്തിയാക്കിയ നാൻസി ബാഗ് തുറന്ന് ടവ്വലെടുത്ത് കൈ തുടച്ചു.

തുടർന്ന് ഡോർ വലിച്ചടച്ച അവൾ ഡ്രൈവിംഗ് സീറ്റിലേക്ക് കയറി, വണ്ടി സ്റ്റാർട്ട് ചെയ്തു.

ആറ്

ഏതുവഴിയൊക്കെയാണ് വണ്ടി ഓടുന്നതെന്ന് നാൻസിക്ക് ഒരു രൂപവും ഇല്ലായിരുന്നു. വളവുകളും തിരിവുകളും ഗട്ടറുകളുമൊക്കെ താണ്ടി, ഒരവസാനവുമില്ലാത്തവിധം നീണ്ടുകിടക്കുന്ന വഴിയിലൂടെ, തോറ്റോടാൻ ഒട്ടും മനസ്സില്ലാത്തവളെപ്പോലെ വണ്ടിയോടിച്ചുകൊണ്ടിരുന്നു അവൾ. ചുറ്റും തേയിലക്കാടുകൾ മാത്രം.

സീറ്റിൽ എഴുന്നേറ്റിരുന്ന് ഇരുകാലുകളിൽനിന്നും കിനിഞ്ഞിറങ്ങുന്ന ചോരയിൽ നോക്കി, അപ്പോഴും കണ്ണീർ വാർക്കുകയായിരുന്നു നന്ദു. തന്നേക്കാൾ ഏറെ മുതിർന്നതാണെങ്കിലും ഒരു സ്ത്രീയുടെ മുന്നിൽ ഇത്ര ദയനീയമായൊരു അടിയറവ് അവന്റെ ആത്മാഭിമാനത്തെ വല്ലാതെ വ്രണപ്പെടുത്തുന്നുണ്ടായിരുന്നു.

''എന്നെ അവിടെ വിട്ടുകൂടായിരുന്നോ പെണ്ണുമ്പിള്ളേ നിങ്ങൾക്ക്?'' അവൻ കരഞ്ഞുകൊണ്ട് ചോദിച്ചു.

''എമ്മാതിരി കരച്ചിലാടാ ഇത്? എന്റെ ജീവിതത്തിൽ ആദ്യമായിട്ടാണ് ഒരാളുടെ കരച്ചിൽ കേൾക്കുമ്പോൾ ഇത്ര സന്തോഷം വരുന്നത്.'' അവൾ ചിരിച്ചുകൊണ്ട് പറഞ്ഞു.

''ചിരിക്കുന്നോ? ഇതിന്റെ ഫലം നിങ്ങൾ അനുഭവിക്കും നോക്കിക്കോ.''

''ഉവ്വ. കാണാം നമുക്ക്.''

''എനിക്കറിയാൻ മേലാഞ്ഞിട്ട് ചോദിക്കുവാ. നിങ്ങൾ വല്ല പൊലീസുമാണോ? അതോ പെൺഗുണ്ടയോ? ക്വട്ടേഷൻകാരേക്കാൾ കഷ്ടം. നാശം; എന്റെ കാല് കാണിച്ചുവച്ചേക്കുന്ന കണ്ടില്ലേ.''

അവൻ വീണ്ടും വീണ്ടും ആ മുറിവിലേക്ക് നോക്കി നെടുവീർപ്പിട്ടു.

''ഇത് രണ്ടുമല്ലെടാ. 'നീതിയില്ലെങ്കിൽ നീ തീയാവുക' എന്ന് കേട്ടിട്ടുണ്ടോ നീ. ഇത് അതിനുള്ള ആദ്യചുവടാണ്. ഇടിവെട്ടേറ്റതു

പോലെ പച്ചയ്ക്ക് നിന്നുകത്തും നീയും നിന്റെ കൂടെയുള്ള മറ്റവന്മാരും. നോക്കിക്കോ.''

പെട്ടെന്ന് ഫോൺ ബെല്ലടിക്കുന്നത് ശ്രദ്ധയിൽപ്പെട്ട അവൾ, ടാർറോഡിൽനിന്ന് വലത്തേക്ക് തിരിയുന്ന ചെറിയൊരു മൺവഴിയിലേക്ക് കയറ്റി വണ്ടി ഒതുക്കി. ജോഷ്വാ ആയിരുന്നു മറുതലയ്ക്കൽ.

''എന്റെ ചേച്ചീ, എന്താണ് പറ്റിയത്? ഇന്നലെ രാത്രി ഞങ്ങളാരും ഉറങ്ങിയിട്ടില്ല.''

''ഒന്നുമില്ലെടാ. ഞാൻ പറഞ്ഞില്ലേ, ഇന്നലെ വന്ന വണ്ടിയൊന്ന് ബ്രേക്ക് ഡൗൺ ആയി. ഞാൻ വേറൊരു വണ്ടിക്കാണ് പിന്നെ വന്നത്. എന്റെയൊരു ഫ്രണ്ട് കാറുമായി വന്ന് എന്നെ പിക്ക് ചെയ്തതാണ്. അവളും ഹസ്ബെന്റും ഉണ്ടായിരുന്നു. ഞാനിന്നലെ അവിടെക്കൂടി. ഞാൻ വിളിക്കാമെടാ.''

''എന്നാൽപ്പിന്നെ ചേച്ചിക്കൊന്ന് വിളിച്ചു പറയാൻ മേലായിരുന്നോ? ഞാനെത്ര നേരം ടൗണിൽ നോക്കിനിന്നെന്നോ. ഒന്നര മണിക്കൂർ വൈകിയാണ് ഇന്നലെ ആ ബസ് വന്നത്. കണ്ടക്ടറോട് ചോദിച്ചപ്പോൾ കുറേപ്പേർ കിട്ടിയ വണ്ടികളിലൊക്കെ കയറിപ്പോയെന്ന് പറഞ്ഞു.''

''അതിന് ഫോൺ ഓഫായിപ്പോയില്ലേടാ. അതിരിക്കട്ടെ; നീ തിരുവനന്തപുരത്തെങ്ങാനും വിളിച്ചുപറഞ്ഞോ ഇക്കാര്യം?''

''ഇല്ല. ഊഹാപോഹം വച്ച് എന്തെങ്കിലുമൊക്കെ വിളിച്ചുപറഞ്ഞ് അവിടെയുള്ളവരെക്കൂടി പേടിപ്പിക്കേണ്ടെന്നോർത്തു.''

നാൻസി മുണ്ടക്കയത്തേക്ക് പോന്നാൽപ്പിന്നെ വിളിച്ച് ശല്യം ചെയ്യുന്ന ശീലമൊന്നും പണ്ടേ വീട്ടുകാർക്കില്ല. വല്യമ്മച്ചിയുടെ അടുത്ത് മകൾ അത്ര സുരക്ഷിതയാണെന്ന് അവർക്കറിയാം. എത്ര വർഷമായി മൂന്നോ നാലോ മാസം കൂടുമ്പോൾ അവളിങ്ങനെ വന്നു പോകുന്നു.

''അത് നന്നായെടാ. ഞാൻ വിളിച്ചോളാം നിന്നെ.''

അവൾ ഫോൺ വച്ചു. അനന്തരം, പുറത്തിറങ്ങി വാനിന്റെ പിന്നിലെ ഡോർ തുറന്നു.

''എന്നെ കൊല്ലാൻ വരുവാണോ?'' നന്ദു ഭീതിയോടെ ചോദിച്ചു.

''നിന്നെയിനി എന്തോന്ന് കൊല്ലാൻ? നിന്റെ മനസ്സ് എപ്പോഴേ ചത്തു. ഇനി നീ വെറും ശവം. നീ ശരിക്കുമുള്ള പെണ്ണിനെ കണ്ടിട്ടുണ്ടോടാ? നീയൊക്കെ നോക്കി വെള്ളമിറക്കുന്ന, ഫ്രണ്ടിലും ബാക്കിലുമുള്ള ഈരണ്ടു മുഴകളും കാലിന്റെ ഇടയുമല്ലെടാ ശരിക്കുള്ള പെണ്ണെന്നു പറയുന്നത്. അതെന്താണെന്ന് നീയിന്ന് അറിയും.''

''എന്നാൽ നിങ്ങൾ കല്യാണം കഴിയുമ്പോൾ കെട്ടിയോന്റെ മുകളിൽക്കയറി കിടക്ക്. അല്ലാതെ ഞാനെന്തു മറുപടി പറയാനാ ഇതിനൊക്കെ. എന്നെയെത്ര തല്ലി അവശനാക്കിയാലും ശരി. നിങ്ങൾക്കുള്ള പണി തന്നിട്ടേ ഞാൻ പോകൂ. ഈ വണ്ടിയിലിട്ടോ കാട്ടിലിട്ടോ എന്റെ ആഗ്രഹവും ഞാൻ സാധിച്ചിരിക്കും. നിങ്ങളെത്ര തുള്ളിയാലും പെണ്ണെന്നും പെണ്ണുതന്നെ. അത് വൈകാതെ മനസ്സിലാകും.''

''പിന്നേ... അപ്പൊ എന്റെ കൈ തേയില നുള്ളാൻ പോകുകേലേ? നീയൊന്ന് ശ്രമിച്ചുനോക്ക്. കാണാം നമുക്ക്.''

അവന്റെ കവിളത്ത് ഒരടി കൊടുത്തിട്ടാണ് അവൾ ബാക്കി പറഞ്ഞത്.

''ആണിന് മാത്രമായി എന്ത് പ്രിവിലേജ് ആണെടാ ഉള്ളത്? പത്തുമാസം വയറ്റിൽ ചുമന്ന്, നിന്നെ പെറ്റ നിന്റെ അമ്മ പെണ്ണല്ലേടാ? അല്ലാതെ പ്രതാപിയായ നിന്റെ അച്ഛൻ മെഷീനിൽ കാർഡിട്ട് സ്വിപ് ചെയ്തപ്പോൾ പൊഴിഞ്ഞുറ്വീണ സാധനമൊന്നുമല്ലല്ലോ നീ? ആണോ? പെറ്റുവീണപ്പോൾ എലിയുടെ വലിപ്പം പോലുമില്ലാതിരുന്ന നിന്നെ രണ്ടുകൈയിൽ സ്വീകരിച്ച്, ചോര തുടച്ചു കളഞ്ഞ് കുളിപ്പിച്ച് വൃത്തിയാക്കി, നിന്റെ ദേഹത്ത് ആദ്യമായി തുണി പൊതിഞ്ഞുതന്ന നഴ്സ് പെണ്ണല്ലേടാ? അല്ലാതെ നീ ജനിച്ചപ്പോൾ ദാ, ഇപ്പോഴീ കാണുന്നത്ര പപ്പും പൂടയും പാന്റും കോട്ടുമൊന്നും ഇല്ലായിരുന്നല്ലോ? നീ പെണ്ണുകെട്ടുമ്പോൾ നിന്റെ വംശം നില നിർത്താൻ കിടക്ക പങ്കിടാൻ പോകുന്ന നിന്റെ ഭാര്യയും പെണ്ണു തന്നെയാണെടാ. പിന്നെ നിനക്ക് പെണ്ണെന്നു കേൾക്കുമ്പോൾ എന്താടാ ഇത്ര പുച്ഛം?''

അവന്റെ കവിളത്ത് ഒരടികൂടി കൊടുത്തു അവൾ.

''ഇനിയും മെണച്ചാൽ നിന്റെ സാധനം ഞാൻ ചവുട്ടിക്കലക്കും. ഏഴു ദിവസം മുള്ളില്ല നീ പിന്നെ. ഓർത്തോ. എന്നെക്കൊണ്ടത് ചെയ്യിക്കരുത്. കേട്ടല്ലോ?''

അവൾ പിന്നെയും അടിക്കാനോങ്ങിയപ്പോൾ അവൻ കൈകൂപ്പി. നാൻസി അവനെ അവഗണിച്ച് ആ പെൺകുട്ടിയെ തട്ടിവിളിച്ചു. അവൾ മെല്ലെ കണ്ണ് തുറന്നു.

''മോളൊന്നും പേടിക്കണ്ട. ചേച്ചിയുണ്ട് കൂടെ. ആരും നിന്നെ ഒന്നും ചെയ്യില്ല.''

നാൻസി കവിളത്ത് തലോടിയപ്പോൾ അവൾ ചിരിക്കാൻ ശ്രമിച്ചു. അവളുടെ തണുത്ത കൈ തന്റെ കൈകളിൽ എടുത്തുപിടിച്ചുകൊണ്ട് നാൻസി ചോദിച്ചു:

''നമുക്ക് ഒരു ഹോസ്പിറ്റലിലേക്ക് പോയാലോ?''

''എനിക്കിനി ജീവിക്കണ്ട ചേച്ചീ.''

''അതിന് മോൾക്കൊന്നും സംഭവിച്ചിട്ടില്ലല്ലോ. ഇന്നലെയെന്താ മോളൊന്നും സംസാരിക്കാതിരുന്നത്? പേടിച്ചിട്ടാണോ?''

''പേടിയുണ്ടായിരുന്നു. പിന്നെ അവർ ഇടയ്ക്കിടെ എന്റെ വായിൽ പൊടിപോലെ എന്തോ വച്ചു തരുന്നുണ്ടായിരുന്നു. അതുചെന്ന് അഞ്ചുമിനിറ്റിനകം ഞാനങ്ങ് മയങ്ങിപ്പോകുമായിരുന്നു. പിന്നെ ഉറക്കംതന്നെ ഉറക്കം. ഇപ്പോൾ പക്ഷേ എനിക്ക് എഴുന്നേൽക്കാമെന്ന് തോന്നുന്നു.''

നാൻസി അവളെ താങ്ങിയെഴുന്നേൽപിച്ച് സ്വന്തം ദേഹത്ത് ചാരിയിരുത്തി.

''എന്താ മോളുടെ പേര്?''

''സുറുമി.''

''ആഹാ, നല്ല പേരാണല്ലോ.''

''എനിക്ക് കുറച്ച് വെള്ളം തരാമോ ചേച്ചീ.''

''വെള്ളം?''

അവൾ ബാഗ് തുറന്ന് സ്റ്റീൽബോട്ടിലിൽ ബാക്കിയുള്ള വെള്ളം അവൾക്കു നേരെ നീട്ടി.

''തന്നെ കുടിക്കാൻ പറ്റുമോ? അതോ ചേച്ചി ഒഴിച്ചു തരണോ?''

''വേണ്ട. ഞാൻ കുടിച്ചോളാം. തല കറങ്ങുന്നപോലെ തോന്നുവാ എനിക്ക്.''

''വെള്ളം കുടിച്ചോ. മാറിക്കോളും.''

അവൾ ബോട്ടിലിന്റെ അടപ്പ് തുറന്നു കൊടുത്തു. സുറുമി ബോട്ടിൽ വാങ്ങി, രണ്ടു കവിൾ വെള്ളം കുടിച്ചുകഴിഞ്ഞപ്പോൾ നാൻസി ചോദിച്ചു:

''വീടെവിടെയാ മോളുടെ? വീട്ടിൽ ആരൊക്കെയുണ്ട്?''

''തല കറങ്ങുവാ. ഞാൻ വീഴുമെന്ന് തോന്നുന്നു.'' അവൾ ബോട്ടിൽ നാൻസിക്ക് കൈമാറി.

''കിടന്നോളൂ. കുറച്ച് കഴിയുമ്പോൾ ഓക്കെയാകും. നമുക്ക് ഏറ്റവുമടുത്ത ഹോസ്പിറ്റലിൽ കയറാം.'' സുറുമി വീണ്ടും കിടന്നു.

''ഹോസ്പിറ്റലിലൊന്നും പോകണ്ട തള്ളേ. അത് വേറെ പുലിവാലാകും. ഇതിനെ എവിടേലും കൊണ്ടേക്കളഞ്ഞിട്ട് സ്ഥലം വിടാൻ നോക്ക്. അവരൊരു മദർ തെരേസ കളിക്കാൻ നോക്കുന്നു.''

നന്ദു ഇടയ്ക്കു കയറി. അവൾ കയ്യിലിരുന്ന ബോട്ടിൽ വച്ച് അവന്റെ കവിളത്ത് ഒരടി കൊടുത്തു.

''കാര്യം പറഞ്ഞതിന് എന്നെയിങ്ങനെ തല്ലിക്കൊല്ലാതെ. നോക്കിക്കോ. നിങ്ങൾ ഇതുവരെ പിടിച്ചതിൽവച്ച് ഏറ്റവും വലിയ കുരിശാ ഇനി ചുമക്കാൻ പോകുന്നത്.''

''ഇനി മിണ്ടിയാൽ നിന്നെ ഇവിടിട്ടു തല്ലിക്കൊല്ലും ഞാൻ.''

ബോട്ടിൽകൊണ്ട് ഒരടികൂടി കൊടുത്തു അവൾ. അവൻ പെട്ടെന്ന് നിശ്ശബ്ദനായി.

''ഈ അടി എന്തിനാണെന്ന് മനസ്സിലായോ നിനക്ക്?''

അവൻ കൈ മലർത്തി.

''എന്നെ തള്ളയെന്നും പെണ്ണുമ്പിള്ളേന്നുമൊക്കെ വിളിച്ചതിന്. എന്നെ ഹഗ്ഗ് ചെയ്തതിനുള്ളത് പിന്നാലെ വരും. അത് താങ്ങാനുള്ള ശേഷി നിന്റെ ഈ ഉണക്കശരീരത്തിന് ഉണ്ടാകുമോന്നറിയില്ല. എന്നാലും തന്നിട്ടേ ഞാൻ പോകൂ. നീ കുറച്ചു മുമ്പേ എന്താ പറഞ്ഞത്? ഒരു പ്രാവശ്യം നിന്റെ കൂടെക്കിടന്നാൽ ഞാൻ പിന്നെ നിന്നെത്തേടി വരുമെന്നോ? പ്രായപൂർത്തിയായ പെണ്ണിന്റെ ഏറ്റവും അടിസ്ഥാനപരമായ ആവശ്യം സെക്സാണെന്ന തോന്നൽ എങ്ങനെയുണ്ടായെടാ നിന്റെയൊക്കെ മനസ്സിൽ?''

അവൾ സുറുമിയെ പിടിച്ച് കിടത്തി. തിരികെയെത്തി. ഡ്രൈവിംഗ് സീറ്റിലേക്ക് കയറും മുൻപ് അവൾ നന്ദുവിനോട് ചോദിച്ചു;

''ഇതേതാണ് സ്ഥലമെന്നറിയാൻ എന്തെങ്കിലും വഴിയുണ്ടോടാ?''

''മൊബൈലിൽ ടവർ ലൊക്കേഷൻ നോക്കിയാൽ മതി.''

''അപ്പോ നിനക്ക് കാര്യങ്ങളൊക്കെ അറിയാം അല്ലേ?''

അവൻ മിണ്ടിയില്ല.അവൾ മൊബൈൽ ഫോണെടുത്ത് ടവർ ലൊക്കേഷൻ നോക്കി.

''ഏലപ്പാറയാണ് കാണിക്കുന്നത്.''

''എനിക്ക് വല്ലതും മിണ്ടാമോ?'' നന്ദു ചോദിച്ചു.

''ആവശ്യത്തിന് മാത്രം. അല്ലേൽ നിന്റെ നാവ് ഞാൻ പിഴുതെടുക്കും.''

''ഏലപ്പാറ ടവർ ലൊക്കേഷൻ കാണിച്ചാലും ഈ സ്ഥലം ഏലപ്പാറ ആകണമെന്നില്ല. ഏലപ്പാറ ടവർ റേഞ്ചിൽ വരുന്ന ഏതോ ഒരു സ്ഥലം. അങ്ങനെ കണക്കുകൂട്ടിയാൽ മതി. ഇത് എസ്റ്റേറ്റ് റോഡ് ആണ്. ഒന്നോ രണ്ടോ മണിക്കൂർ വരെ എടുക്കും ചിലപ്പോൾ ഏലപ്പാറ

എത്താൻ. ഇന്നലെ അത്രയും ദൂരം ഓടി നമ്മൾ. ഇതിനി എളുപ്പ വഴി വല്ലതുമാണോ നമ്മൾ പോരുന്നതെന്നറിയില്ല. എന്റെയൊരു ഊഹമാണ്. ചിലപ്പോൾ അര മണിക്കൂറിനകവും എത്താം.''

നാൻസി ഡ്രൈവിംഗ് സീറ്റിലേക്ക് കയറി. നാലഞ്ചാവർത്തി സ്റ്റാർട്ട് ചെയ്യാൻ ശ്രമിച്ചെങ്കിലും വണ്ടി സ്റ്റാർട്ട് ആയില്ല. അവൾ ഫ്യൂവൽ മീറ്റർ നോക്കി. ആവശ്യത്തിന് പെട്രോൾ ഉണ്ട്.

''പിന്നിതെന്തുപറ്റി? നീ വല്ല പണീം ചെയ്തോടാ?'' അവൾ നന്ദുവിനെ നോക്കി.

''പിന്നെ. ഇവിടിരുന്നല്ലേ ഞാൻ പണിയുന്നത്?''

''എന്തായാലും വണ്ടി സ്റ്റാർട്ട് ആകുന്നില്ല. നിനക്കറിയാമെങ്കിൽ ഒന്നു നോക്ക്.''

''കാലൊന്ന് നിലത്ത് കുത്തിയിട്ടു വേണ്ടേ ഞാൻ അവിടംവരെ വരാൻ. എനിക്കൊട്ടും നടക്കാൻ വയ്യ. കണ്ടില്ലേ ഇപ്പോഴും ചോര ഒലിക്കുന്നത്? അതുപോലത്തെ ഇടിയല്ലേ ഇടിച്ചത്. തന്നെയുമല്ല. വണ്ടി ഓടിക്കുമെന്നല്ലാതെ അതിന്റെ മെക്കാനിസമൊന്നും എനിക്കറിയില്ല. നിങ്ങൾ വലിയ കാർ ഷോറൂമിലെ സ്റ്റാഫ് അല്ലേ. എന്നിട്ട് വണ്ടിയെക്കുറിച്ച് ഒരു കിണ്ടിയുമറിയില്ലേ?''

അവനെ രൂക്ഷമായൊന്നു നോക്കിയിട്ട് നാൻസി വീണ്ടും പുറത്തേക്കിറങ്ങി.

ഏഴ്

എന്തുചെയ്യണമെന്ന് നാൻസിക്ക് ഒരെത്തും പിടിയും കിട്ടിയില്ല. തിരികെ വണ്ടിയിൽ കയറിയ അവൾ നാലഞ്ചാവർത്തികൂടി അത് സ്റ്റാർട്ട് ചെയ്യാൻ ശ്രമം നടത്തിയെങ്കിലും ഫലം കണ്ടില്ല.

''അത് അടിച്ചുപറിച്ചു കളയല്ലേ ചേച്ചീ. സ്റ്റാർട്ടർ അടിച്ചുപോകും. ഇനി സ്പാർക്കിങ് പ്ലഗ് വല്ലോം പോയതാണോന്ന് അറിയില്ല.'' നന്ദു പറഞ്ഞു.

''നിന്നെക്കൊണ്ട് എന്തെങ്കിലും ചെയ്യാൻ പറ്റുമെങ്കിൽ ചെയ്യ്.'' അവൾ അവനെ നോക്കി.

''എന്നെ എടുത്ത് അവിടെ കൊണ്ടുവയ്ക്കേണ്ടിവരും.''

''വച്ചാൽ?''

''വച്ചാൽ ഞാൻ നോക്കാം.''

‘‘എവിടെ? ഡ്രൈവിംഗ് സീറ്റിലോ? എന്നിട്ടുവേണം നീ വണ്ടീടെ നിയന്ത്രണം ഏറ്റെടുത്തിട്ട് ഞങ്ങളെയീ കാട്ടിലിട്ട് ചുറ്റിക്കാൻ.’’

‘‘എന്നാൽ ചേച്ചി പോയൊരു മെക്കാനിക്കിനെ വിളിച്ചോണ്ട് വാ.’’

അവനോട് വഴക്കു കൂടിയിട്ട് ഒരു കാര്യവുമില്ലെന്ന് നാൻസിക്ക് തോന്നി. വൈകുന്തോറും സ്ഥിതി കൂടുതൽ സങ്കീർണ്ണമാകുകയേ ഉള്ളൂ. ജീവനും കൂട്ടാളിയും തപ്പിപ്പിടിച്ച് എത്താനുള്ള സാധ്യത വളരെ കൂടുതലാണ്. നന്ദുവിനെ കീഴ്പ്പെടുത്തിയതുപോലെ മറ്റു രണ്ടുപേരെയും നേരിടാൻ സാധിക്കണമെന്നില്ല. മാത്രവുമല്ല, സമയം പോകുന്തോറും സുറുമിയുടെ അവസ്ഥ മോശമാകാനും ഇടയുണ്ട്. ഭക്ഷണമോ വെള്ളമോ ചെല്ലാതെ അവളുടെ ശരീരം പഴയതു പോലെ ആരോഗ്യം വീണ്ടെടുക്കണമെന്നില്ല. ഏറെ നേരത്തെ ആലോചനയ്ക്കൊടുവിൽ അവൾ ജോഷ്വായെ വിളിച്ചു.

‘‘നിന്റെ ഫ്രണ്ട് ഒരു ഷിനുവിന്റെ കാര്യം പറയാറില്ലേ?’’

‘‘യാ. മുണ്ടക്കയത്ത് ടാക്സിയോടിക്കുന്ന ഷിനുച്ചേട്ടൻ. എന്താ ചേച്ചീ?’’

‘‘എടാ , ഞാൻ രാവിലെ പറഞ്ഞില്ലേ ഇന്നലെയൊരു ഫ്രണ്ടിന്റെ വീട്ടിലായിരുന്നെന്ന്. രാവിലെ ഞാൻ അവരുടെ കൂടെ ഏലപ്പാറ വരെ വന്നതാണ്.’’

‘‘ചേച്ചി കാര്യം പറഞ്ഞോളൂ. ഞാനൊരു ഓട്ടത്തിലാണ്. വണ്ടിയിൽ ആളുണ്ട്.’’

‘‘ഇല്ലെടാ വേഗം പറയാം. ഞങ്ങൾ വന്ന വണ്ടിക്കെന്തോ ഒരു മിസ്സിംഗ്. പെട്രോൾ ഉണ്ട്; പക്ഷേ വണ്ടി സ്റ്റാർട്ടാകുന്നില്ല. വാനാണ്. ഓമ്നി. എന്തെങ്കിലും ഐഡിയ തോന്നുന്നുണ്ടോ?’’

‘‘വണ്ടി വല്ലോം പറഞ്ഞു വിടണോ? ഞാൻ ഷിനുച്ചേട്ടനെ പറഞ്ഞു വിടാം. ചേച്ചീടെ നമ്പറും കൊടുത്തേക്കാം.’’

‘‘അത് ഓക്കേ. പക്ഷേ ഞങ്ങളൊരു എസ്റ്റേറ്റ് റോഡിലാണിപ്പോൾ ഉള്ളത്. നീ ഈ വണ്ടിയുടെ മിസ്സിംഗ് എന്തായിരിക്കുമെന്ന് ഒന്നു ഗസ് ചെയ്തേ.’’

‘‘അതിപ്പോ ഇവിടെ നിന്നോണ്ട് എങ്ങനെ പറയും ചേച്ചീ. വയർ വല്ലതും പോയിക്കിടക്കുന്നതായിരിക്കും. ഞാൻ ഷിനുച്ചേട്ടന്റെ നമ്പർ ചേച്ചിക്ക് അയയ്ക്കട്ടേ? അതോ ചേച്ചിയെ അങ്ങോട്ട് വിളിക്കാൻ പറയണോ?’’

‘‘നീ കക്ഷീടെ നമ്പർ എനിക്കൊന്ന് എസ്.എം.എസ്. ചെയ്യ്. ഞാൻ വിളിച്ചോളാം.’’

''ഇപ്പോ അയയ്ക്കാം.''

''എടാ ജോഷ്വാ, നിന്റെ ഈ ഫ്രണ്ട് എങ്ങനെ വിശ്വസിക്കാൻ കൊള്ളാമോ?''

''എന്തൊരു ചോദ്യമാ ചേച്ചീ ഇത്? എന്നെക്കാൾ വിശ്വസിക്കാം ഷിനുച്ചേട്ടനെ. വേറെന്താ ഞാൻ പറയുക.''

''ശരിയെടാ. നീയാ നമ്പർ ഒന്നിട്ടേക്ക്.'' ഫോൺ വച്ചിട്ട് നാൻസി സുറുമിയുടെ അടുത്തെത്തി.

''മോൾക്കിപ്പോ എങ്ങനെയുണ്ട്, തലകറക്കം കുറഞ്ഞോ?''

''കുറവുണ്ട് ചേച്ചീ.''

''ചേച്ചി പെട്ടെന്നെന്തെങ്കിലും ഒരു പോംവഴി ഉണ്ടാക്കാം. മോള് വിഷമിക്കണ്ട കേട്ടോ.''

''എനിക്കൊന്ന് മൂത്രം ഒഴിക്കണം ചേച്ചീ. പുറത്തിറങ്ങാനൊരു പേടി. അവർ പിന്നാലെയെങ്ങാനും ഉണ്ടെങ്കിലോ.''

''ആരും വരില്ല. മോള് വാ. ചേച്ചിക്കും യൂറിൻ പാസ് ചെയ്യണം. പിടിച്ചുവച്ചിരുന്ന് വയറുവേദനയായി. സുറുമിയെ ഇവിടെ കിടത്തി യിട്ട് പോകാനുള്ള മടികൊണ്ടാ ഇത്രയും നേരം പിടിച്ചിരുന്നത്.''

നാൻസി അവളെ പിടിച്ചെഴുന്നേൽപ്പിച്ചു. പുറത്തിറങ്ങാൻ നേരം നന്ദുവിനെ തറപ്പിച്ചൊന്ന് നോക്കിക്കൊണ്ട് നാൻസി ചോദിച്ചു;

''വണ്ടിയുമെടുത്തോണ്ട് കടന്നു കളയുമോ നീ?'' അവൻ മിണ്ടി യില്ല.

''നിന്നെയൊന്നും കുടിച്ച വെള്ളത്തിൽ വിശ്വസിക്കാൻ കൊള്ളില്ല.''

അവൾ വാനിന്റെ താക്കോൽ കയ്യിലെടുത്തു. ഒപ്പം തന്റെ ബാഗും. പെട്ടെന്ന് എന്തോ ഓർത്ത് തിരിഞ്ഞുനിന്ന നാൻസി, നന്ദുവിനോട് പറഞ്ഞു;

''നിന്റെ ഫോണുംകൂടി ഇങ്ങു തന്നേക്ക്. അത്ര വിശ്വസ്തനാണല്ലോ നീ.''

''ഫോണൊന്നും തരാൻ പറ്റില്ല. നിങ്ങൾ പോയിട്ടുവാ. ഞാനെങ്ങും പോകില്ല. ഈ കാലുംവച്ചോണ്ട് ഞാൻ എവിടെവരെ പോകാനാണ്. നാലു സ്റ്റെപ്പ് വയ്ക്കുമ്പോഴേ താഴെ വീഴും.''

''എന്നെക്കൊണ്ട് ഇനിയും കമ്പിവടിയെടുപ്പിക്കല്ലേ ചെക്കാ. നിന്റെ മൂക്കായിരിക്കും ഇനി ചമ്മന്തിയാകാൻ പോകുന്നത്.''

അവൻ ഫോണെടുത്ത് കൊടുത്തു.

''ഇനി, മറ്റേ നാറികളെങ്ങാനും തപ്പിപ്പിടിച്ച് ഇതിലേ വന്നാൽ... നിനക്കൊന്നുമറിയില്ല. ഞങ്ങൾ വേറെ വണ്ടിവന്ന് അതിൽ കയറി പ്പോയി. അത്രമാത്രം. കേട്ടല്ലോ?''

ഉവ്വെന്ന് അവൻ മുഖമനക്കി.

ചെമ്മൺപാത വിട്ട്, ചെറിയൊരു കുന്നു കയറി, തേയിലക്കാടു കൾക്കിടയിലേക്ക് സുറുമിയെയും കൂട്ടി അവൾ നടന്നു.

''നമുക്ക് രക്ഷപ്പെടാൻ പറ്റുമോ ചേച്ചീ? അതോ ഇവിടെക്കിടന്നു മരിക്കേണ്ടിവരുമോ?''

''ഒന്നും സംഭവിക്കില്ല സുറുമീ. മോള് ധൈര്യമായിട്ടിരുന്നോ.''

''അവർ പിന്നാലെ ഉണ്ടോന്ന് അറിയില്ലല്ലോ നമുക്ക്. എനിക്കിനി ജീവിക്കണമെന്നൊന്നും ഇല്ല. ചേച്ചിയുടെ കാര്യം ഓർത്തിട്ടാണ് ഇപ്പോഴെന്റെ ടെൻഷൻ. ആരുമല്ലാത്ത എനിക്കുവേണ്ടി ചേച്ചി ഇത്രയും കഷ്ടപ്പെട്ടിട്ട് ഒടുവിൽ ചേച്ചിക്കെന്തെങ്കിലും സംഭവിച്ചാൽ...''

''ചേച്ചിക്ക് ഒന്നും സംഭവിക്കില്ല. അതോർത്ത് മോള് ടെൻഷൻ അടിക്കേണ്ട.''

''ചേച്ചിയുടെ കൈയിൽ പാഡ് ഉണ്ടാകുമോ? അവന്റെ മുന്നിൽ വച്ച് ചോദിക്കാനുള്ള മടികൊണ്ടാണ് ഇങ്ങനെ പുറത്തിറങ്ങിയത്.''

''എന്തുപറ്റി മോളെ?''

''എനിക്ക് ആയെന്നു തോന്നുന്നു ചേച്ചീ. ഇന്നലെ രാത്രി മുതൽ സംശയമുണ്ടായിരുന്നു. ഇപ്പോ ഉറപ്പായി. വല്ലാത്ത വയറുവേദനയും. ഡ്രസ്സ് മാറ്റി നോക്കിയാലേ അറിയൂ ഏത് പരുവമായെന്ന്.''

''അയ്യോ, പാഡ് ഇല്ലല്ലോ എന്റെ കൈയിൽ. എന്ത് ചെയ്യും? ആയതുതന്നെ ആണോ? അതോ ഇന്നലെ അവനെങ്ങാനും?''

''വേറൊന്നും സംഭവിച്ചില്ല ചേച്ചീ. അവൻ കുറെ ട്രൈ ചെയ്തു. ഞാൻ സമ്മതിച്ചില്ല. എനിക്ക് ആയിരിക്കുകയാണെന്ന് ഞാൻ നുണ പറഞ്ഞു. അതിന്റെ കലി തീർത്തതാണ് എന്റെ മുഖത്തെയും ദേഹ ത്തേയും പാടുകൾ. എന്റെ ചുണ്ട് കണ്ടില്ലേ ചേച്ചി? അവന്റെ ദേഷ്യം തീർത്തതാണ്. ഇന്നിപ്പോൾ ഇത്രയെങ്കിലും കുറഞ്ഞല്ലോ തടിപ്പ്.''

നാൻസി ബാഗിൽ നിന്ന് തന്റെ ടൗവ്വൽ എടുത്ത് കൊടുത്തിട്ട് പറഞ്ഞു;

''തൽക്കാലം ഇതുവച്ച് അഡ്ജസ്റ്റ് ചെയ്യ്. താമസിക്കാതെ നമുക്ക് ഒരു പാഡ് വാങ്ങിക്കാൻ പറ്റുമോന്ന് നോക്കാം.''

അവൾ അത് വാങ്ങാൻ മടിച്ചപ്പോൾ നാൻസി പറഞ്ഞു:

''മുഷിഞ്ഞതൊന്നുമല്ല. മോള് ഇതുംകൊണ്ട് അങ്ങോട്ട് മാറിയിരുന്നോ. ചേച്ചി ഇവിടെത്തന്നെ ഉണ്ടാകും.''

സുറുമി അതനുസരിച്ചു. തിരികെ വരുമ്പോൾ അവൾ പറഞ്ഞു;

''സത്യത്തിൽ നടക്കാൻ പോലും പറ്റാത്ത അവസ്ഥയിലായിരുന്നു. ഇപ്പോൾ കുറച്ചൊന്നു ഫ്രീയായി. ചേച്ചി പോയില്ലേ?''

''പിന്നെ. ഇപ്പോഴാ ഒരാശ്വാസമായത്. ടോയ്‌ലറ്റിൽ പോകുന്ന സമയം ആകുന്നതേയുള്ളൂ. അതിനുമുൻപ് എങ്ങനെയും മെയിൻ റോഡിലെത്തണം. സൗകര്യമുള്ള ഏതെങ്കിലും ഹോട്ടലിൽ കയറാം നമുക്ക്.''

''എന്താകുമോ എന്തോ? എനിക്കിപ്പോഴും പേടി മാറിയിട്ടില്ല.''

''വാ, ഞാനില്ലേ കൂടെ? പിന്നെന്താ?''

വണ്ടിയുടെ അടുത്തേക്ക് നടക്കുന്നതിനിടെ, ജോഷ്വാ അയച്ച മെസ്സേജിൽ നിന്നും ഷിനുവിന്റെ നമ്പർ ഡയൽ ചെയ്തു നാൻസി. ആദ്യത്തെ ബെല്ലിനുതന്നെ ഷിനു ഫോണെടുത്തു.

''ജോഷ്വാ വിളിച്ചുപറഞ്ഞിരുന്നു. ഞാൻ നിങ്ങളുടെ കോൾ പ്രതീക്ഷിച്ചിരിക്കുകയായിരുന്നു.''

''ഷിനു ഇപ്പോൾ എവിടെയുണ്ട്?''

''ഞാൻ മുണ്ടക്കയം സ്റ്റാൻഡിലുണ്ട്. നിങ്ങൾ ഇപ്പോൾ എവിടെയുണ്ടെന്ന് പറഞ്ഞാൽ മതി. ഞാൻ എത്തിക്കോളാം.''

''അത്.... സ്ഥലം കറക്റ്റ് പറയാൻ പറ്റുന്ന ഒരവസ്ഥയിലല്ല. ഏലപ്പാറ അടുത്ത് ഏതോ ഒരു എസ്റ്റേറ്റ് റോഡിലാണിപ്പോൾ ഞങ്ങൾ ഉള്ളത്.''

''ആ ലൊക്കേഷൻ ഒന്നെടുത്ത് എനിക്കൊന്ന് വാട്സാപ്പ് ചെയ്യാമോ? ഞാൻ എത്തിക്കോളാം.''

''ഓ, ഗുഡ് ഐഡിയ. ഞാനിപ്പോൾത്തന്നെ അയയ്ക്കാം. എത്ര സമയം വേണ്ടിവരും എത്താൻ?''

''ഈ നേരമല്ലേ, റോഡ് ക്ലിയറായിരിക്കും. ഇവിടുന്ന് കുട്ടിക്കാനം ഇരുപത് മിനിറ്റ്. അവിടുന്ന് ഏലപ്പാറ പത്തുമിനിറ്റ്. എല്ലാംകൂടി മാക്സിമം അരമണിക്കൂർ. കൂടിപ്പോയാൽ മുപ്പത്തഞ്ചു മിനിറ്റ്. പക്ഷേ നിങ്ങൾ നിൽക്കുന്ന സ്ഥലത്തേക്കെത്താൻ എത്ര സമയം വേണമെന്ന് ലൊക്കേഷൻ കിട്ടിയാലേ പറയാൻ പറ്റൂ.''

''ഞാനിപ്പോൾത്തന്നെ അയയ്ക്കാം.''

''അഥവാ ലൊക്കേഷൻ മാറിയാൽ അതും എനിക്ക് അയയ്ക്കണം.''

''ഷുവർ.''

''ഇപ്പോൾത്തന്നെ പുറപ്പെടില്ലേ?''

''കോൾ വന്നപ്പോഴേ ഞാൻ ഇറങ്ങി. ഇപ്പോൾ മുണ്ടക്കയം പാലം കടന്നു.''

''വെരി ഗുഡ്.''

കോൾ കട്ട് ചെയ്ത നാൻസി, ഷിനുവിന്റെ നമ്പർ ഫോണിൽ സേവ് ചെയ്തു. തുടർന്ന് നെറ്റ് ഓൺ ചെയ്ത്, ലൊക്കേഷൻ ഷിനുവിന്റെ വാട്സാപ്പിലേക്ക് അയച്ചു കൊടുത്തു.

എട്ട്

രണ്ടാളും തിരികെ എത്തുമ്പോൾ നന്ദു വാനിനുള്ളിൽ ഇല്ലായിരുന്നു. നാൻസി പരിഭ്രാന്തിയോടെ നാലുപാടും നോക്കുന്നത് കണ്ടപ്പോൾ സുറുമി പറഞ്ഞു;

''അവൻ പോയെങ്കിൽ പോകട്ടെ ചേച്ചീ. വലിയൊരു ബാധ്യത ഒഴിഞ്ഞെന്ന് കരുതിയാൽ മതിയല്ലോ.''

''അവനെ അങ്ങനെ വിട്ടാൽ പറ്റില്ല. അവൻ കൂടെയുണ്ടെങ്കിലേ നമുക്ക് മറ്റേ രണ്ട് നാറികളുടെ ഡീറ്റെയിൽസ് കളക്റ്റ് ചെയ്യാൻ പറ്റൂ.''

''നമുക്ക് ഇതിവിടെ വിടാം ചേച്ചീ. ഇനി ഒന്നിന്റെയും പിന്നാലെ പോകണ്ട. നാട്ടുകാരും വീട്ടുകാരും പത്രക്കാരുമെല്ലാം അറിഞ്ഞ് ആകെ പുകിലാവും. എന്റെ വീട്ടിലാണെങ്കിൽ അതിന് ത്രാണിയുള്ള ആരും ഇല്ല. തന്നെയുമല്ല; ഉമ്മച്ചി ഇപ്പോൾത്തന്നെ എന്നെ മരിച്ചു പോയവരുടെ ലിസ്റ്റിൽ ഉൾപ്പെടുത്തിയിട്ടുണ്ടാകും. ഇനിയെന്നെ സ്വീകരിക്കില്ല ആരും. സത്യത്തിൽ, രക്ഷപ്പെട്ടാൽ എന്റെ അവസ്ഥ ഇപ്പോഴത്തേതിനേക്കാൾ പരിതാപകരമായിരിക്കും.''

അപ്പോഴേക്കും കയ്യിലൊരു വെള്ളക്കുപ്പിയുമായി കാൽ വലിച്ചു വലിച്ച് നന്ദു നടന്നുവന്നു.

''നീ രക്ഷപ്പെടാൻ നോക്കിയതായിരുന്നോ?'' നാൻസി ചോദിച്ചു.

''എന്തോന്ന് രക്ഷപ്പെടൽ? എനിക്ക് ടോയ്‌ലറ്റിൽ പോകണമായിരുന്നു.''

''അതൊക്കെ മനുഷ്യർക്ക് പറഞ്ഞിട്ടുള്ളതല്ലേ? നിങ്ങൾ ഫ്രീക്കന്മാർക്ക് ഇതൊക്കെയുണ്ടോ? അവന്റെയൊരു താടീം മുടീം മുട്ടുവരെ

എത്താത്ത കളസോം. എന്തോന്ന് ചെരുപ്പാടാ ഇത്? നടക്കുമ്പോൾ വിസിലടിക്കുമോ ഈ സാധനം? അല്ലേൽത്തന്നെ നീ നടക്കുമ്പോൾ ഒരു വലിച്ചിൽ ഉണ്ടായിരുന്നു. ഇപ്പോൾ കാല് ചമ്മന്തിയായതോടെ അതങ്ങ് പൂർത്തിയായി.''

നന്ദു നാൻസിയെയും സുറുമിയെയും മാറിമാറി നോക്കി.

''ഈ വെള്ളക്കുപ്പി എവിടിരുന്നു?'' നാൻസി ചോദിച്ചു.

''വണ്ടിയിലുണ്ടായിരുന്നു. കുടിക്കാൻ കൊള്ളില്ല. അഴുക്കുവെള്ള മാണ്.''

''ചുരുക്കിപ്പറഞ്ഞാൽ ഫ്രീക്കന്റെ ചന്തി കഴുകാൻ മാത്രം കൊള്ളാം. അത്രയ്ക്ക് അഴുക്കുവെള്ളം. അല്ലേ?''

''ഹോ, എന്തൊരു ജന്മമാണ് നിങ്ങളുടേത്?'' നന്ദു തലയിൽ കൈവച്ചുകൊണ്ട് പറഞ്ഞു.

അവൻ ഏന്തിവലിഞ്ഞ് വണ്ടിയുടെ ഫ്രണ്ട് സീറ്റിലേക്ക് കയറാനൊരുങ്ങിയപ്പോൾ നാൻസി തടഞ്ഞു;

''വേണ്ട വേണ്ട. നിന്റെ സ്ഥാനം ഇവിടെ ബാക്കിൽത്തന്നെ.''

''ഞാനെവിടെ വേണേൽ ഇരുന്നോളാം. പ്രശ്നം അതല്ല. അവർ മിക്കവാറും വൈകാതെ ഇങ്ങെത്തും.''

''എങ്ങനെ എത്താൻ? നമ്മൾ അരമുക്കാൽ മണിക്കൂർ വണ്ടിയോടിച്ചല്ലേ ഇവിടെ എത്തിയത്. അവർക്ക് വണ്ടി ഇല്ലല്ലോ?''

''അതിലൊന്നും കഥയില്ല. അവർ രണ്ടാളും ഇവിടം നല്ല പരിചയമുള്ളവരാണ്. ഏതെങ്കിലും വണ്ടി സംഘടിപ്പിച്ച് അവരിവിടെ എത്തും. പിന്നെ ഇല്ല നമ്മൾ. ഞാനെന്തെങ്കിലും നാടകം കളിച്ചാൽ അവർ ചിലപ്പോൾ വിശ്വസിച്ചേക്കും. പക്ഷേ നിങ്ങൾ രണ്ടാളും തീരും. ഞാനിതൊന്ന് റെഡിയാക്കാൻ പറ്റുമോന്ന് നോക്കട്ടെ.''

''അതിന് നിനക്ക് വല്ലതും തരേണ്ടി വരുമോ ഞാൻ?''

''ഹോ, ഒന്നും വേണ്ടായേ. എന്നെയൊന്ന് വെറുതേ വിട്ടാൽ മതി.''

''ഇതിപ്പോൾ സ്റ്റാർട്ടായാൽ നിനക്ക് എന്തെങ്കിലുമൊരു റിഡക്ഷൻ ഞാൻ ഉറപ്പായും തരും.''

''ദൈവത്തെയോർത്ത് ഇതുവരെ തന്നതുപോലെത്തെ ഒന്നും തരരുതേ. മതിയായി. അതുകൊണ്ടാ.''

''ശരി നീ നോക്ക്. ബാക്കിയൊക്കെ നമുക്ക് ആലോചിക്കാം.''

നാൻസി വണ്ടിയുടെ ചാവി അവന് കൈമാറി. നന്ദു ഒരുവിധത്തിൽ ഡ്രൈവിംഗ് സീറ്റിലേക്ക് കയറിയിരുന്നു.

''ഇതിപ്പോൾ സ്റ്റാർട്ടായാൽ അതുവഴി വിട്ടേക്കാം എന്നൊന്നും കരുതിയേക്കരുത്.''

അവൻ മറുപടിയൊന്നും പറഞ്ഞില്ല.

നന്ദു എന്തൊക്കെയോ ചെയ്തപ്പോൾ വണ്ടി സ്റ്റാർട്ടായി.

''എന്ത് പറ്റിയതായിരുന്നു?''

നാൻസി സന്തോഷത്തോടെ ഓടിവന്നു.

''ഇത് ഗ്യാസിലും പെട്രോളിലും ഓടുന്ന വണ്ടിയാണ്. ഗ്യാസ് തീർന്നു. ഈ നോബ് പെട്രോളിലേക്ക് മാറ്റിയാൽ മതിയായിരുന്നു. മാറ്റി. സ്റ്റാർട്ടായി.''

പറഞ്ഞുതീർന്നതും നന്ദു വാൻ റിവേഴ്സ് എടുത്ത് ടാർറോഡി ലേക്കിറക്കി. നാൻസിക്ക് ചിന്തിക്കാൻ പോലും സമയം കിട്ടും മുൻപ് അവൻ വണ്ടി മുൻപോട്ടെടുത്തു.

''ഏയ്...'' അവൾ ഉറക്കെ വിളിച്ചു.

''അപ്പോൾ ശരി.'' അവൻ വിളിച്ചു പറഞ്ഞു.

പെട്ടെന്ന് അവൾ തന്റെ കയ്യിലിരുന്ന മൊബൈൽ ഫോൺ ഉയർത്തിക്കാണിച്ചു. റിയർവ്യൂ മിററിലൂടെ അവനത് കണ്ടു.

''എന്താ ചേച്ചീ?'' സുറുമി ചോദിച്ചു.

''അവന്റെ ഫോൺ നമ്മുടെ കയ്യിലല്ലേ മോളേ. അവൻ എവിടെ വരെ പോകാൻ?''

വൈകാതെ അവൻ വണ്ടി നിർത്തി. നാൻസിയും സുറുമിയും വണ്ടിയുടെ അടുത്തെത്തിയപ്പോൾ അവൻ ചോദിച്ചു.

''നിങ്ങളൊന്ന് പേടിച്ചു അല്ലേ?''

''പിന്നേ, ഞാനാണ് നല്ലതുപോലെ പേടിച്ചത്. ഇവൾ അത്രയ് ക്കങ്ങ് പേടിച്ചില്ല.''

നാൻസി വണ്ടിയുടെ ഡോർ തുറന്നുപിടിച്ചുകൊണ്ട് തുടർന്നു.

''നീയിറങ്ങിക്കേ. വണ്ടി ഓഫ് ചെയ്യണ്ട. ഇനിയും മിസ്സിംഗ് കാണി ച്ചാലോ.''

അവൻ ഇറങ്ങി.

''നീയിത് കാണിക്കുമെന്ന് അറിയാമായിരുന്നു. അതുകൊണ്ട് ഞാൻ നിന്റെ ബാഗ് നേരത്തേ എടുത്ത് മാറ്റിയിരുന്നു.''

''എന്നിട്ടെവിടെ?''

''നീ എവിടുന്നാണോ വണ്ടിയെടുത്തത്. അവിടെ ഇരിപ്പുണ്ട്.''

''എന്റെ ഫോൺ?''

അവൻ കൈനീട്ടിയപ്പോൾ അവൾ പറഞ്ഞു:

''ആദ്യം പോയി നിന്റെ ബാഗ് എടുത്തോണ്ട് വാടാ. ഉറക്കത്തിൽ പ്പോലും വിശ്വസിക്കാൻ കൊള്ളാത്തവനാണെന്ന് നീ ഒരിക്കൽക്കൂടി തെളിയിച്ചു.''

നന്ദു ബാഗ് എടുക്കാനായി ഓടിയപ്പോൾ നാൻസി സുറുമിയോട് പറഞ്ഞു:

''മോള് കേറിക്കോ. ഫ്രണ്ടിൽ കേറിക്കോ. ഇനിയിപ്പോ ചാരി യിരിക്കാൻ പ്രശ്നമൊന്നുമില്ലല്ലോ.''

അവൾ വാനിൽ കയറുന്നതിനിടെ പറഞ്ഞു:

''അവന്റെ ബാഗ് വണ്ടിയിൽ ഉണ്ടല്ലോ ചേച്ചീ.''

''ഉം.''

നാൻസി ഡ്രൈവിംഗ് സീറ്റിലേക്ക് കയറിയിരുന്നു. അവൾ വണ്ടി മുൻപോട്ടെടുക്കുമ്പോൾ അരുതേയെന്ന് കൈയുയർത്തി കാണിച്ചു കൊണ്ട്, രക്തമൊലിക്കുന്ന കാലുകൾ വലിച്ചുവലിച്ച്, പറ്റുന്നത്ര വേഗത്തിൽ നന്ദു ഓടിവരുന്നുണ്ടായിരുന്നു. അവൾ അതവഗണിച്ച് വാനിന്റെ വേഗത കൂട്ടി. നൂറുമീറ്ററോളം ചെന്നപ്പോൾ അവൾ വണ്ടി നിർത്തി. അവൻ പ്രതീക്ഷയോടെ അടുത്തെത്തിയപ്പോൾ അവൾ വീണ്ടും വണ്ടിയുടെ വേഗത കൂട്ടി. രണ്ടുമൂന്നു തവണ അത് തുടർന്നു. പിന്നെയവൾ വണ്ടി നിർത്തിയതേയില്ല.

നന്ദു ഓടിക്കൊണ്ടിരുന്നു. അവന്റെ ഓട്ടം റിയർവ്യൂമിററിലൂടെ നാൻസി കാണുന്നുണ്ടായിരുന്നു. നൂറ് മീറ്ററിനിപ്പുറം, ഒരു കൊടും വളവ് തിരിഞ്ഞതോടെ ആ കാഴ്ച മറഞ്ഞു.

ഒൻപത്

പത്തുപതിനഞ്ച് മിനിറ്റ് വണ്ടി ഓടിക്കാണും. അപ്പോഴേക്കും ഷിനു വിന്റെ കോൾ വന്നു. അവൾ വണ്ടി ഒതുക്കാതെ, വേഗത കുറച്ച് ഫോണെടുത്തു.

''ഞാൻ കുട്ടിക്കാനം ആകുന്നു. ലൊക്കേഷൻ അയച്ചിട്ടുണ്ടല്ലോ?''

''അപ്പോഴേ അയച്ചിരുന്നല്ലോ. കിട്ടിയില്ലേ?''

''ഇല്ല ഞാൻ നോക്കിയില്ല. ഏലപ്പാറ വന്നിട്ട് നോക്കാമെന്ന് കരുതി.''

''വേണ്ടിവരില്ല. വണ്ടി സ്റ്റാർട്ടായി. ഞങ്ങൾ അധികം വൈകാതെ ഏലപ്പാറ എത്തിയേക്കും.''

''അപ്പോൾ ഞാൻ വരണ്ടേ?''

''വേണം. ഞങ്ങൾ ഏലപ്പാറ വെയിറ്റ് ചെയ്യും. ഒരുപക്ഷേ, എന്റെ ഫോൺ ഓഫാകാൻ സാധ്യതയുണ്ട്. ബാറ്ററിച്ചാർജ്ജ് തീരെക്കുറവാണ്. അഥവാ ഓഫായാൽ ഷിനു ഏലപ്പാറ വെയിറ്റ് ചെയ്യണം. ഇനിയഥവാ എവിടെയെങ്കിലും ഞങ്ങൾ വീണ്ടും പെട്ടാൽ ആ ലൊക്കേഷൻ ഞാൻ അയച്ചേക്കാം.''

''ഓക്കേ. പതിനഞ്ച് മിനിറ്റിനകം ഞാൻ ഏലപ്പാറ എത്തും. ഫോൺ ഓഫായായാൽ വിഷമിക്കേണ്ട. ഞാൻ ഏലപ്പാറ പെട്രോൾ പമ്പിനു മുന്നിൽ വണ്ടി പാർക്ക് ചെയ്തേക്കാം. ഒരു വെള്ള കാർ. ഫിയറ്റ് ലീനിയ. നമ്പർ പറയണോ?''

''വേണ്ട കുറിച്ചെടുക്കാൻ പേനയും പേപ്പറുമൊന്നും കൈയിലില്ല.''

''ഓക്കേ.''

രണ്ടാളും ഫോൺ വച്ചു. കുറച്ചു ദൂരംകൂടി എത്തിയപ്പോഴേക്കും ജോഷ്വാ വിളിച്ചു. നാൻസി വണ്ടിയുടെ വേഗത കുറച്ചു.

''ചേച്ചീ, ഷിനുച്ചേട്ടൻ വിളിച്ചല്ലോ?''

''വിളിച്ചെടാ. കുഴപ്പമൊന്നുമില്ല. അര മണിക്കൂറിനകം ഞങ്ങൾ തമ്മിൽ കാണും. വണ്ടി സ്റ്റാർട്ടായി.''

''അതേതായാലും നന്നായി. ഞാനിപ്പോൾ വിളിച്ചത് വേറൊരു കാര്യത്തിനാണ് ചേച്ചീ.''

''എന്താ ജോഷ്വാ?''

''ചേച്ചിയെ കാണാൻ വരുന്ന കൂട്ടർ വിളിച്ചിരുന്നു; ചേച്ചി എത്തിയോന്നറിയാൻ വിളിച്ചതാണ്. എന്ത് പറയണം? ഉച്ചയ്ക്ക് മുൻപ് വരാൻ പറയട്ടേ അവരോട്?''

''നീയെന്താന്ന് വച്ചാൽ ചെയ്യ്.''

''അങ്ങനെ പറയല്ലേ ചേച്ചീ. അവര് ചേച്ചിയെ കാണാനാണ് വരുന്നത്. വരുമ്പോൾ ചേച്ചി എത്തിയില്ലെങ്കിലോ? അമ്മച്ചിയെനിക്കൊരു സ്വൈര്യം തരുന്നില്ല, ചേച്ചിയെ വിളിക്കെന്നും പറഞ്ഞ്.''

''നീയവരോട് ഉച്ചകഴിഞ്ഞ് വരാൻ പറ. എടാ, ഞാൻ വിളിക്കാം. എതിരെ ഒരു ട്രാക്ടർ വരുന്നുണ്ട്. നമ്മുടെ വണ്ടിയൊന്ന് ഒതുക്കി കൊടുക്കേണ്ടി വരും.''

''അതിന് ചേച്ചിയാണോ വണ്ടി ഓടിക്കുന്നത്?''

''ഞാൻ വിളിക്കാം ജോഷ്വാ.''

അവൾ ഫോൺ വച്ചു.

നാൻസി ഓർക്കുകയായിരുന്നു. ഇത് പത്താമത്തെ തവണയാണ് വല്യമ്മച്ചിയുടെയോ ജോഷ്വായുടെയോ പരിചയത്തിൽ തനിക്ക് വിവാഹാലോചന വരുന്നത്. ഒമ്പതെണ്ണവും വന്നവരുടെ ചായ കുടിയിൽ ഒതുങ്ങി. ചിലത് രണ്ടാംകെട്ടായിരുന്നു. അതൊക്കെ താനായിട്ട് വേണ്ടെന്നുവച്ചു. മറ്റു ചിലത് പെണ്ണിന്റെ പ്രായം അറിഞ്ഞപ്പോൾ വന്ന വഴി സ്ഥലം വിട്ടു.

നാലോ അഞ്ചോ വയസ്സ് കുറച്ച് പറഞ്ഞായിരിക്കും വല്യമ്മച്ചി ഓരോ ബന്ധത്തിനും നിർബന്ധിക്കുക. പാവം. എങ്ങനെയെങ്കിലും തനിക്കൊരു ജീവിതം ഉണ്ടാകട്ടെ എന്നോർത്താണ്. നുണ പറഞ്ഞിട്ടൊരു ബന്ധം സ്ഥാപിക്കുക എന്നത് തന്നെ സംബന്ധിച്ച് മരണത്തിന് തുല്യമാണ്. ഇതും ഇരുപത്തൊൻപതോ മുപ്പതോ വയസ്സ് പറഞ്ഞായിരിക്കും വല്യമ്മച്ചി വിളിച്ചു വരുത്താൻ പോകുന്നത്.

''അവരെങ്ങാനും ആകുമോ ചേച്ചീ ട്രാക്ടറിൽ വരുന്നത്?'' സുറുമി ചോദിച്ചു.

''അവര് വന്നാലും പിന്നിൽ നിന്നല്ലേ വരൂ. മോള് ധൈര്യമായിരിക്ക്.''

നാൻസി ട്രാക്ടറിനു കടന്നുപോകാനായി വാൻ പരമാവധി ഒരുക്കിക്കൊടുത്തു. ഒരു തമിഴനായിരുന്നു ട്രാക്ടർ ഓടിച്ചിരുന്നത്. അതിന്റെ വലിയ ചക്രം വാനിൽ മുട്ടുമെന്ന് തോന്നിയപ്പോൾ അവൾ തെരുതെരെ ഹോണടിച്ചു. വണ്ടി നിറുത്തി, പുറത്തേക്ക് തലയിട്ട് അയാൾ പറഞ്ഞു:

''അമ്മാ കൊഞ്ചം റിവേഴ്സ് എടുങ്കെ.''

''ഇനിയെങ്ങോട്ടെടുക്കും?'' അവൾ സ്വയം ചോദിച്ചു.

''കൊഞ്ചം പോതും അമ്മാ.''

''നാശം.'' പിറുപിറുത്തുകൊണ്ട് നാൻസി വാൻ അല്പം പിന്നോട്ടെടുത്തു. ട്രാക്ടർ കടന്നുപോകാൻ തുടങ്ങിയപ്പോൾ അവൾ ചോദിച്ചു:

''അണ്ണാ ഇവിടുന്ന് ഏലപ്പാറയ്ക്ക് എത്ര ദൂരം വരും?''

''ദൂരമൊന്നും തെരിയാതെ അമ്മാ. ഇന്ത വണ്ടിയിലെ അരമണി നേരം. വാനിലേ അവളവ് ടൈമൊന്നും വേണ്ടെ. ആനാ എനക്ക് ഇന്ത ട്രാക്ടർ ടൈം മട്ടുംതാൻ തെരിയും.''

''അണ്ണൻ എവിടെ പോകുന്നു?''

''നമ്മ മൊതലാളി പയ്യൻ ഇന്ത മലയ്ക്കപ്പുറം പെട്ടിറുക്കെ. അന്ത യാളെ അങ്കെ എതാവതും പാത്തിറുക്കാ?''

''ഇല്ല. അവൻ ആളെങ്ങനെ?''

''ചിന്ന പയ്യൻ. ആനാ അവങ്കയ്യിലെ പെരിയ ആളുടെ വേല..''

'അത്രയ്ക്ക് മോശക്കാരനാണോ?''

''ഒന്നുമേസൊല്ലവേണ്ടമ്മാ. അവ റൊമ്പ കെട്ട ആള്. പൊണ്ണ്, ഗഞ്ചാവ്, ചാരായം, അപ്പടിയെല്ലാം. സെന്താത്താൻ തെരിയും അവൻ കൂടെ എത്തന പൊമ്പളകൾ ഇറുക്കുമെന്ന്. ആനാ മൊതലാളി പെരിയ മനുഷ്യൻ. തങ്കപ്പെട്ട ആള്.''

''ഈ സ്ഥലത്തിന് എന്താ പേര് പറയുക?''

''ഇന്ത സ്ഥലത്ത്ക്ക് പേരൊന്നും കെടയാതെ. അങ്കെ വരേക്കും എസ്റ്റേറ്റ് റോഡ് താൻ. സരി അമ്മാ. ആനാ അന്ത മലയ്ക്കപ്പുറം നീങ്കെ പോയിട്ടാറാ?''

''ഇല്ല.''

''പോകക്കൂടാതമ്മാ; ഡെയിഞ്ചറാന ഇടം.''

''അത്രയ്ക്ക് മോശം സ്ഥലമാണോ അത്?''

''പോണ ഉരുൾ ഉടൈപ്പിൽ ഏം പുള്ള എപ്പടിയോ അങ്കെ പെട്ടുപോച്ച്. എപ്പടിയെന്ന് ഇനിയും തെരിയലെ അമ്മാ. നാനും പൊണ്ടാട്ടിയും വേലക്ക് പോയതുക്കപ്പുറം അവ.... ആനാ ഏതുക്കാകെ ഏം കൊളന്ത അന്ത ഏടത്തിലെ... യോശിക്ക മുടിയലെ. അവ ദാവണി അങ്കെ... പാവാടൈ അതുക്കപ്പുറം...''

പറഞ്ഞു നിർത്തുമ്പോൾ അയാളുടെ കണ്ഠമിടറി. നാൻസി അതീവദുഃഖത്തോടെ അത് കേട്ടിരിക്കുകയായിരുന്നു. അയാൾ പറഞ്ഞു:

''അത് വിടമ്മാ. നീങ്കെ പോയിട്. റോഡ് പൂരാ മോശം. നല്ലാ പാത്തുപോങ്കെ. ഓവർ സ്പീഡ് വേണാ. നല്ലാ പാത്തുപോങ്കെ. പോങ്കെ.''

''ശരി അണ്ണാ. നീങ്കെ പെരിയ ആള്. സല്യൂട്ട്.''

അവൾ കൈ ഉയർത്തി കാണിച്ചപ്പോൾ അയാളുടെ മുഖം പെട്ടെന്ന് ചിരിക്ക് വഴിമാറി.

''അടടാ! തമിഴ് പേശുവാറാ?''

മെല്ലിച്ച ആ മനുഷ്യൻ പുഞ്ചിരിയോടെ കൈയുയർത്തി കാണിച്ചിട്ട് ട്രാക്ടർ ഓടിച്ചുപോയി. അത്ര നിഷ്കളങ്കമായ ഒരു ചിരിയും

സംസാരവും അടുത്തിടെയൊന്നും തന്റെ മനസ്സിനെ തൊട്ടിട്ടില്ലെന്ന് നാൻസിക്ക് തോന്നി.

''അയാൾ പറഞ്ഞതുവല്ലോം മനസ്സിലായോ സുറുമിക്ക്?''

വണ്ടി മുൻപോട്ടെടുക്കുന്നതിനിടെ നാൻസി ചോദിച്ചു.

''ഇല്ല ചേച്ചീ.''

''അവന്മാർ രാവിലെ കുഴി കുത്തിക്കൊണ്ടിരുന്ന സ്ഥലമില്ലേ, നിന്നെ കുഴിച്ചുമൂടാൻ.''

''ഉം...''

''അവിടെ കഴിഞ്ഞ പ്രളയത്തിൽ ഉരുൾ പൊട്ടിയപ്പോൾ അയാളുടെ മകളും മരിച്ചിരുന്നു. അവളെങ്ങനെ അവിടെ പോയെന്നോ എന്തിന് അവിടെപ്പോയെന്നോ ഇപ്പോഴും ആർക്കും അറിയില്ല. അയാളും ഭാര്യയും ജോലിക്ക് പോയിരുന്ന നേരത്താണ് ആ കുട്ടി അവിടെ പോയതും മരിക്കുന്നതും. മരിക്കുമ്പോൾ അവളുടെ പാവാട ഒരിടത്തും ദാവണി വേറൊരിടത്തും കിടക്കുകയായിരുന്നു. എന്നൊക്കെയാണ് അയാൾ പറഞ്ഞത്. മനസ്സിലായോ?''

''ഇനി ഇവന്മാരെങ്ങാനും...?''

''ആ അറിയില്ല. അവരുടെ എസ്റ്റേറ്റിലെ തൊഴിലാളിയും മകളു മല്ലേ. ആകാം. ആകാതിരിക്കാം. ഇനിയഥവാ ആണെങ്കിൽത്തന്നെ ആ പാവം എന്തു ചെയ്യാനാണ്? സഹിക്കുക തന്നെ. അയാൾ എവിടെ പോകുകയാണെന്ന് മനസ്സിലായോ?''

''ഇല്ല ചേച്ചീ.''

''അയാൾ പോകുന്നത് ജീവനെയും അവന്റെ കൂടെയുള്ള തടി യനെയും പിക്ക് ചെയ്യാനാണ്. നന്ദു പറഞ്ഞതുവച്ച് നമ്മൾ കണ്ട ജെ.സി.ബി.യുടെ യഥാർത്ഥ ഓപ്പറേറ്ററും ഇയാളാകാം.''

''അയ്യോ.''

''ജീവനെപ്പോലെ ഒരു ഫ്രോഡ് ഈ ലോകത്ത് വേറെയില്ലെ ന്നാണ് ആ തമിഴൻ പറഞ്ഞത്.''

''എനിക്കത് ഇന്നലെയാണ് മനസ്സിലായത്.''

''എങ്ങനെ പരിചയപ്പെട്ടു നീയവനെ?''

''ഫേസ്ബുക്കിലൂടെ.''

''നിനക്ക് ഫേസ് ബുക്ക് അക്കൗണ്ട് ഉണ്ടോ?''

''ഉം. ഇൻസ്റ്റഗ്രാമും ഉണ്ട്. വീട്ടിലറിഞ്ഞാൽ കൊല്ലും. പേര് വേറെ യാണ് കൊടുത്തിരിക്കുന്നത്?

‘‘നിനക്കെത്ര വയസ്സായി?’’

‘‘പതിനാറ്.’’

‘‘പഠിക്കുന്നതോ?’’

‘‘പ്ലസ് വൺ.’’

‘‘കഷ്ടം. എന്തൊക്കെ കാണുന്നു, കേൾക്കുന്നു ദിവസവും? എന്നിട്ടും? ഇത്ര ചെറുതിലേ നിനക്കാരാ ഫോൺ വാങ്ങിത്തന്നത്?’’

‘‘അത്... ഓൺലൈൻ ക്ലാസ് ഉള്ളതുകൊണ്ട് ഉമ്മച്ചിയാണ് വാങ്ങിത്തന്നത്.’’

‘‘ബാപ്പയോ?’’

‘‘ബാപ്പ ഇവിടില്ല.’’

‘‘എവിടെപ്പോയി?’’

‘‘ബാപ്പ ഗൾഫിലാണ്. ഗൾഫിൽ ആണെന്നേയുള്ളൂ. ഞങ്ങളു മായിട്ട് കോൺടാക്റ്റ് ഒന്നുമില്ല.’’

‘‘അതെന്താ?’’

‘‘അത്....’’

പറയുമ്പോൾ വല്ലാത്ത വീർപ്പുമുട്ടൽ അനുഭവിക്കുന്നുണ്ടായിരുന്നു സുറുമി.

‘‘ബാപ്പയ്ക്കവിടെ വേറെ കുടുംബമുണ്ടെന്നൊക്കെ പറയുന്നു. പത്തു വർഷമായി പോയിട്ട്. ഇന്നേവരെ തിരികെ വന്നിട്ടില്ല.’’

‘‘വിളിക്കാറുമില്ല?’’

‘‘ആദ്യമൊക്കെ ദിവസവും വിളിക്കുമായിരുന്നു. ബാപ്പ ജോലി ചെയ്യുന്നതിനടുത്ത് ഉമ്മയുടെ ഒരു ഫ്രണ്ടിന്റെ ഹസ്ബൻഡ് ജോലി ചെയ്യുന്നുണ്ടായിരുന്നു. അവർ പറഞ്ഞാണ് ഉമ്മച്ചി വിവരം അറിയുന്നത്. ഒരു ദിവസം വിളിച്ചപ്പോൾ ഉമ്മച്ചി അതേപ്പറ്റി ചോദിച്ചു. അതവസാനം വഴക്കായി. അതിൽപ്പിന്നെ ബാപ്പ വിളിച്ചാലും ഉമ്മച്ചി ഫോൺ എടുക്കില്ലായിരുന്നു. കുറെ ദിവസമായപ്പോൾ ബാപ്പ വിളിക്കാതെയുമായി. നാലഞ്ച് മാസം പൈസ വരുമായിരുന്നു. പിന്നെപ്പിന്നെ അതും ഇല്ലാതായി.’’

‘‘ഏതൊക്കെ ടൈപ്പ് മനുഷ്യരാണോ ഈ ലോകത്ത്. അപ്പോൾ പത്തു വർഷത്തിനിടെ നിങ്ങൾ ബാപ്പയെ കണ്ടിട്ടില്ല?’’

‘‘ഇല്ല ചേച്ചീ. എന്റെ അനിയന്റെ മുഖം പോലും ബാപ്പ കണ്ടിട്ടില്ല. ഉമ്മച്ചി അവനെ പ്രഗ്നന്റായിരിക്കുമ്പോൾ പോയതാണ് ബാപ്പ.’’

സുറുമി വിതുമ്പിയപ്പോൾ നാൻസി അവളുടെ തോളത്ത് കൈ വച്ച് ആശ്വസിപ്പിച്ചു.

''സാരമില്ല മോളേ. ഇനിയതോർത്ത് സങ്കടപ്പെട്ടിട്ട് എന്തു കാര്യം?''

നാലഞ്ച് നിമിഷത്തെ മൗനത്തിനുശേഷം അവൾ പറഞ്ഞു;

''ചെയ്യാൻ പാടില്ലാത്തതൊക്കെയാണ് ഞാൻ ചെയ്തത്. അതിന്റെ ഫലമാണിപ്പോൾ ചേച്ചികൂടി അനുഭവിക്കുന്നത്.''

നാൻസി മിണ്ടിയില്ല. അവൾ പറയട്ടെയെന്നു കരുതി.

''ഇപ്പോൾ മുപ്പത്തിമൂന്ന് വയസ്സേ ആയിട്ടുള്ളൂ എന്റെ ഉമ്മച്ചിക്ക്. ഇത്രയും കാലത്തിനിടെ സന്തോഷമെന്തെന്ന് അറിഞ്ഞിട്ടില്ല പാവം. ഉമ്മയെ സങ്കടപ്പെടുത്തുന്നതൊന്നും ചെയ്യരുതെന്ന് ഞാൻ എന്നും വിചാരിക്കുമായിരുന്നു. പക്ഷേ അതിനിടെയാണ് അവനെ പരിചയപ്പെട്ടത്. രാത്രി വൈകിയും സ്കൂളിന്റെ വാട്ട്സ്ആപ്പ് ഗ്രൂപ്പിൽ നോക്കി എഴുതാനുണ്ടെന്നു പറഞ്ഞ് മുറിയിൽ ഫോണുമായി ഇരിക്കുമായിരുന്നു ഞാൻ. ഉമ്മയ്ക്ക് പക്ഷേ സംശയമുണ്ടായിരുന്നു. ഒരു ദിവസം രാത്രി വീഡിയോ കോൾ ചെയ്യുന്നതിനിടെ ഉമ്മ പിടികൂടി. ഫോൺ എറിഞ്ഞു പൊട്ടിച്ചു. അപ്പോഴത്തെ വാശിക്ക് ഞാൻ അവനുമായി കൂടുതൽ അടുക്കാൻ ശ്രമിച്ചു.''

അവൾ ഒന്നുനിർത്തിയിട്ട് നാൻസിയെ നോക്കി.

''ഞാൻ കേൾക്കുന്നുണ്ട്. പറഞ്ഞോളൂ.''

സുറുമി തുടർന്നു;

''ഉമ്മ പൊൻകുന്നത്തൊരു ക്രോക്കറി ഷോപ്പിൽ സ്റ്റാഫാണ്. ഉമ്മ ജോലിക്ക് പോയ്ക്കഴിയുമ്പോൾ എന്റെയൊരു കൂട്ടുകാരി അവളുടെ ഫോണുംകൊണ്ട് വരുമായിരുന്നു. പിന്നെ അതിലൂടെയായിരുന്നു എല്ലാ കമ്മ്യൂണിക്കേഷനും. അതവസാനം കഴിഞ്ഞ ദിവസം ഞങ്ങൾ തമ്മിൽ കാണുന്നതുവരെ എത്തിച്ചു. തിരുവല്ലയിലായിരുന്നു അവന്റെ വീട്. ഞങ്ങൾ പൊൻകുന്നത്തും. ഞാൻ ബസ് കയറി ചങ്ങനാശ്ശേരിയിൽ ചെന്നു. അവൻ വണ്ടിയുമായി വന്ന് എന്നെയും കൂട്ടിക്കൊണ്ട് പോയി. ആലപ്പുഴയിലെ ഒരു റിസോർട്ടിൽ അവൻ റൂം ബുക്ക് ചെയ്തിട്ടുണ്ടായിരുന്നു. ഉമ്മ ജോലി കഴിഞ്ഞു വരുന്നതിനു മുൻപ് വീട്ടിൽ തിരിച്ചെത്താമെന്നായിരുന്നു പ്ലാൻ. പക്ഷേ അവൻ സമ്മതിച്ചില്ല. അതേത്തുടർന്ന് ഒന്നും രണ്ടും പറഞ്ഞ് വഴക്കായി. എന്തോ അപകടം തോന്നിയ ഞാൻ രക്ഷപ്പെടാൻ ശ്രമിച്ചപ്പോൾ അവനെന്നെ ആ റൂമിൽ പൂട്ടിയിട്ടു. എന്റെ വസ്ത്രമൊക്കെ ബലമായി അഴിപ്പിച്ച് ഫോട്ടോയും വിഡിയോയുമെല്ലാം എടുത്തു.

വഴങ്ങിയില്ലെങ്കിൽ അത് നെറ്റിൽ ഇടുമെന്നും പറഞ്ഞ് എന്നെ ഭീഷണിപ്പെടുത്തി. എന്നിട്ടും ഞാൻ വഴങ്ങിയില്ല. അതോടെ അവൻ വേറൊരാളായി മാറി. അവന്റെ ബലപ്രയോഗത്തിന്റെ പാടുകളാണ് ചേച്ചി ഈ കാണുന്നതൊക്കെ. എന്റെ നെഞ്ചും തുടയുമൊക്കെ ഇക്കാണുന്നതിനും അപ്പുറമാണ്. അവൻ മാന്തിയും കടിച്ചും ഒരു പരുവമാക്കി. അവന്റെ അഞ്ചു വിരലുകളും എന്റെ ചന്തിയിൽ പതിഞ്ഞു കിടപ്പുണ്ടായിരുന്നു. ഇന്നലെവരെ. കലിവന്നപ്പോൾ അടിച്ചതാണ്.''

ഒരു സിനിമാക്കഥപോലെ എല്ലാം കേട്ടിരുന്ന് വണ്ടിയോടിക്കുകയായിരുന്നു നാൻസി.

പത്ത്

സുറുമിയുടെ കഥ കേട്ടിരിക്കുന്നതിനിടെ, നേരിയ തോതിൽ ഉറക്കം വരാൻ തുടങ്ങുന്നുവെന്നു തോന്നിയ നാൻസി മിഴികൾ ഇറുക്കെ അടയ്ക്കുകയും തുറക്കുകയും ചെയ്ത്, ഡ്രൈവിങ്ങിൽ കൂടുതൽ ശ്രദ്ധ കേന്ദ്രീകരിക്കാൻ തുടങ്ങി. കുണ്ടും കുഴിയും നിറഞ്ഞ റോഡ് ആയതുകൊണ്ട് ചവുട്ടി വിടാനും കഴിയുമായിരുന്നില്ല. ഇടയ്ക്ക് തലയൊന്ന് ശക്തമായി കുടയുകയും ചെയ്തു അവൾ. എന്നിട്ടും....

എപ്പോഴാണ് ഒരു നിമിഷം മയങ്ങിപ്പോയതെന്ന് അറിയില്ല. അവൾ ഞെട്ടിയുണരുമ്പോൾ വണ്ടി റോഡിൽ നിന്നു വിട്ട്, കുറച്ച് താഴെയുള്ള ഒരു മരത്തിലിടിച്ച് നിൽക്കുകയായിരുന്നു.

''എന്റെ ചേച്ചീ...''

സുറുമി ഉച്ചത്തിൽ നിലവിളിക്കുകയും ചെയ്തു. നാൻസിക്ക് അപ്പോഴും വിറയൽ മാറിയിരുന്നില്ല.

''ഹോ. ഉറക്കം വരുന്നതുപോലെ തോന്നിയിരുന്നു. മോളുടെ തലയൊന്നും ഇടിച്ചില്ലല്ലോ?'' അവൾ ചോദിച്ചു.

''ഇല്ല ചേച്ചീ. ചേച്ചിയോ?''

''ഏയ്, കുഴപ്പമൊന്നും ഇല്ല. സീറ്റ് ബെൽറ്റ് ഉണ്ടായിരുന്നതുകൊണ്ട് രക്ഷപ്പെട്ടു.''

നാൻസി പെട്ടെന്ന് പുറത്തിറങ്ങി നോക്കി.

''പെട്ടു മോളേ. ഇതിനി തിരിച്ച് കയറ്റാൻ പറ്റുമെന്ന് തോന്നുന്നില്ല.''

സുറുമിയും പുറത്തേക്കിറങ്ങി. തറഞ്ഞുകിടക്കുന്ന നാലഞ്ച് പാറക്കഷണങ്ങൾക്കുമീതേയാണ് വണ്ടി നിൽക്കുന്നത്. റോഡിൽ

നിന്ന് ഒരടിയോളം താഴേക്കും ഇറങ്ങിയിരിക്കുന്നു. അതിനുതാഴെ വലിയ കൊക്കയാണ്. ആ മരം അവിടെ ഇല്ലായിരുന്നുവെങ്കിൽ ഈ യാത്ര ഇവിടെ അവസാനിച്ചേനേയെന്ന് നാൻസിക്ക് തോന്നി.

''ക്രെയിൻ ഇല്ലാതെ വണ്ടി കേറില്ല മോളേ. അല്ലെങ്കിൽ നല്ല ആരോഗ്യമുള്ള അഞ്ചാറു പേര് വേണം. ഇതുരണ്ടും തൽക്കാലം നടക്കാൻ പോകുന്നില്ല. തന്നെയുമല്ല ഇവിടിനി അധികസമയം നിൽക്കുന്നത് മണ്ടത്തരമാണ്.''

''ഇനിയെന്തുചെയ്യും ചേച്ചീ?''

''വണ്ടിയിവിടെ കിടക്കട്ടെ. ഇനിയധികദൂരം കാണാനിടയില്ല. നമുക്ക് നടക്കാം. അതേ വഴിയുള്ളൂ.''

നാൻസി സമയം പാഴാക്കാതെ വണ്ടിക്കുള്ളിൽനിന്ന് ബാഗ് എടുത്തു.

''അവന്റെ ബാഗൊക്കെ ഇതിൽ ഇരിക്കുവല്ലേ ചേച്ചീ.''

''അതിലിരിക്കട്ടെ. അവന്റെ കുറേ പഴയ തുണിയല്ലാതെ അതിലൊന്നും കാണില്ല. ഇനിയഥവാ വല്ലതും ഉണ്ടേലും കുഴപ്പമില്ല. അവന് ഇതൊന്നും വന്നാൽ പോരാ. എന്നെ ഇങ്ങനെയിട്ട് കറക്കുന്നത് അവൻ ഒറ്റയൊരുത്തനാ. അവന്റെയൊരു ബാഗ്.''

വണ്ടിയുടെ പിന്നിലത്തെ ഡോർ തുറന്ന നാൻസി നന്ദുവിന്റെ ബാഗെടുത്ത് താഴെ കാട്ടിലേക്ക് എറിഞ്ഞു. സുറുമിയെയും കൂട്ടി കുറച്ചുദൂരം നടന്ന അവൾ, പെട്ടെന്നെന്തോ ഓർത്ത് തിരികെ നടന്നു.

''എന്താ ചേച്ചീ?'' സുറുമി ചോദിച്ചു.

''നീ നോക്കിക്കോ.'

വാനിനടുത്തെത്തിയ നാൻസി അതിന്റെ നാല് ടയറുകളുടെയും കാറ്റ് അഴിച്ചുവിട്ടു. തുടർന്ന് നന്ദുവിന്റെ മൊബൈൽ തന്റെ ബാഗിൽ നിന്നെടുത്ത് അതിലെ സിം അഴിച്ച് ഒടിച്ചുകളഞ്ഞു. പിന്നെ ആ മൊബൈൽ താഴെ തേയിലക്കാട്ടിനുള്ളിലേക്ക് വലിച്ചെറിഞ്ഞു. ഒപ്പം വണ്ടിയുടെ ചാവിയും. അവൾ തിരികെ എത്തിയപ്പോൾ സുറുമി പറഞ്ഞു;

''ചേച്ചി പഴയ അധോലോകം വല്ലതുമാണോ, എനിക്ക് സംശയമുണ്ട്.''

''പിന്നേ, ഞാൻ കുറേക്കാലം ദാവൂദ് ഇബ്രാഹിമിന്റെ ഡി കമ്പനിയിൽ അല്ലായിരുന്നോ. നീ വാ കൊച്ചേ. അങ്ങനെ അവന്മാർ അത്ര പെട്ടെന്നൊന്നും വണ്ടിയുമെടുത്തോണ്ട് വരണ്ട.''

എത്ര ദൂരം നടക്കണമെന്നോ എവിടെ എത്തുമെന്നോ രണ്ടാൾക്കും അറിയില്ലായിരുന്നു. എങ്കിലും നടന്നു. അതിനിടെയാണ് ജോഷ്വാ വീണ്ടും വിളിച്ചത്.

''എന്താടാ ചെറുക്കാ, ഞാൻ വിളിച്ചോളാമെന്ന് പറഞ്ഞില്ലേ?''

മറുപടിയൊന്നും ഉണ്ടായില്ല. നാൻസി ഫോണിലേക്ക് നോക്കി. കോൾ വന്നതേ അത് സ്വിച്ച്ഡ് ഓഫ് ആയിരിക്കുന്നു.

''അയ്യോ, ഷിനു വിളിച്ചാൽ എന്ത് ചെയ്യും?''

''എന്താ ചേച്ചീ ഫോൺ ഓഫായോ?''

''ഉം. നിന്റെ കൈയിൽ ഫോണുണ്ടോ?''

''ഇല്ല ചേച്ചീ. ഞാൻ പറഞ്ഞില്ലേ. ഉമ്മയന്ന് എറിഞ്ഞു പൊട്ടിച്ച കാര്യം. പിന്നെനിക്ക് ഫോണില്ലായിരുന്നു. ആകെ കൈയിലുണ്ടായിരുന്ന ബാഗ് പോലും ഇപ്പോൾ എവിടാണെന്ന് അറിയില്ല. അവൻ എവിടെയോ കുഴിച്ചുമൂടിയിട്ടുണ്ടാവണം. നന്ദുവിന്റെ മൊബൈൽ നമ്മുടെ കൈയിലില്ലേ?''

''അത് അവൻതന്നെ സ്വിച്ചോഫ് ചെയ്തു വച്ചിരിക്കുവാണ്. അതിപ്പോൾ ഓപ്പൺ ചെയ്താൽ ശരിയാകില്ല.''

''ഇനിയെന്തുചെയ്യും നമ്മൾ?''

''നടക്കാം. അല്ലാതെ വേറെ വഴിയൊന്നും ഇല്ല.''

''എന്നാലും ഒറ്റ മനുഷ്യൻ ഇല്ലാത്ത വഴി. ഇങ്ങനെയൊന്ന് ഞാൻ ആദ്യം കാണുവാ.''

''ഇന്ന് സൺഡേ അല്ലേ മോളേ. ഫുൾ അവധിയാണ്. അല്ലെങ്കിൽ ചിലപ്പോൾ ഇവിടെല്ലാം തൊഴിലാളികൾ കണ്ടേനേ. മോൾക്ക് വിശക്കുന്നുണ്ടോ?''

''വിശപ്പാണോ ദാഹമാണോ ക്ഷീണമാണോ, എന്താണ് ശരിക്കുമുള്ള അവസ്ഥയെന്ന് എനിക്കറിയില്ല ചേച്ചീ. ചിലപ്പോൾ തല കറങ്ങുന്നതുപോലെയും തോന്നും. വെയിലാകുമ്പോൾ എവിടെങ്കിലും വീഴുമോന്നറിയില്ല.''

''എനിക്ക് വിശക്കാൻ തുടങ്ങി. അതിനു മുൻപ് ടോയ്ലറ്റിൽ പോകണം. പല്ലുതേക്കണം. മുഖം കഴുകണം. എനിക്ക് രാവിലെ എഴുന്നേറ്റ് പല്ലു തേച്ചുകഴിഞ്ഞാൽ ആദ്യം ഒരു ഗ്ലാസ് വെള്ളം കുടിക്കണം. പിന്നെ കട്ടൻകാപ്പി. അതുകഴിഞ്ഞേ ബാക്കി പണിയുള്ളൂ. പണ്ടേയുള്ള ഓരോ ശീലങ്ങളാണ്. ഇന്നെല്ലാം വെള്ളത്തിലാകുന്ന ലക്ഷണമാണ്.''

''നമുക്ക് വർത്തമാനം പറഞ്ഞു നടക്കാം ചേച്ചീ.''

''എന്നാൽ കൊച്ചിന്റെ ബാക്കി കഥ പറഞ്ഞോ. ഞാൻ റെഡി. നിന്നെ കൊന്നു കുഴിച്ചുമൂടാൻ അവനെ പ്രേരിപ്പിച്ചത് എന്തായിരുന്നു?''

രണ്ടാളും നടന്നുതുടങ്ങി. സുറുമി പറഞ്ഞു;

''എന്നെ അവന്റെ വീട്ടിലേക്ക് കൊണ്ടുപോകണമെന്ന് ഞാൻ വാശിപിടിച്ചു. കാരണം ഈ പരുവത്തിൽ എനിക്ക് വീട്ടിലേക്ക് തിരിച്ചു ചെല്ലാൻ പറ്റില്ലായിരുന്നു. അവൻ സമ്മതിച്ചില്ല. അല്ലെങ്കിൽ അവന്റെ പേര് എഴുതിവച്ചിട്ട് ആത്മഹത്യ ചെയ്യുമെന്ന് ഞാൻ പറഞ്ഞു. ഉപേക്ഷിച്ചാൽ പത്രസമ്മേളനം നടത്തി അവനെ നാറ്റിക്കുമെന്നും പറഞ്ഞു. പോക്സോ കേസല്ലേ. തൂങ്ങുമെന്ന് അവനറിയാം.''

''അപ്പോൾ നിനക്ക് വകുപ്പും ചട്ടോമൊക്കെ അറിയാം അല്ലേ? എന്നിട്ടാണ് ഈ പണി.''

നാൻസി അവളെ അടിക്കാനോങ്ങി. ആ കൈയിൽ പിടിച്ചുകൊണ്ട് അവൾ തുടർന്നു;

''ഇതൊന്നും എന്നെക്കൊണ്ട് നടക്കില്ലെന്ന് എനിക്ക് അറിയാമായിരുന്നു ചേച്ചീ. എങ്കിലും പറഞ്ഞതാണ്. ഒടുവിൽ ഒരു പ്രാവശ്യമെങ്കിലും അവന് വഴങ്ങിക്കൊടുത്താൽ കൊണ്ടുപോകാമെന്ന് അവൻ പറഞ്ഞു. അവന്റെ വീട്ടിൽ ചെന്നിട്ടാകാം എന്ന് ഞാനും പറഞ്ഞു. അവൻ എന്നെ കൈവിടുമെന്ന് എനിക്ക് ഉറപ്പായിരുന്നു. എന്തെന്നാൽ എന്നെ തരിമ്പെങ്കിലും സ്നേഹിച്ചിരുന്നെങ്കിൽ എന്നെ ഇങ്ങനെ ഉപദ്രവിക്കാൻ അവന് കഴിയില്ലായിരുന്നു. അവന്റെ കൈയിൽ വന്നുപോയ കുറേ പെൺകുട്ടികളിൽ ഒരാൾ. അത്രയേ അവൻ ഉദ്ദേശിച്ചിരുന്നുള്ളൂ.

അവനെന്നെ ഒരുപാട് തവണ തല്ലുകയും ചവിട്ടുകയുമൊക്കെ ചെയ്തു. എപ്പോഴോ ഞാൻ താഴെ വീണു. പിന്നെപ്പോഴോ എഴുന്നേറ്റ് കരഞ്ഞു തളർന്ന് റൂമിലിരുന്നപ്പോൾ കുടിക്കാൻ വെള്ളം ചോദിച്ചു. എന്താണവൻ തന്നതെന്ന് എനിക്കറിയില്ല ചേച്ചീ. അത് കുടിച്ചതോടെ എന്റെ പ്രതികരണശേഷി നശിച്ചു. സംസാരിക്കാൻ വയ്യാതായി. ബോധം ഉണ്ടോന്ന് ചോദിച്ചാൽ ഉണ്ട്. പക്ഷേ, ഉള്ളിലെവിടെയോ ആണെന്ന് മാത്രം. നടക്കുന്നതെല്ലാം അറിയുന്നുണ്ട്. പക്ഷേ പ്രതികരിക്കാൻ കഴിയുമായിരുന്നില്ല. വണ്ടിയിലേക്ക് അവനെന്നെ എടുത്തു കയറ്റുകയായിരുന്നു. പിന്നെയെനിക്ക് ശരിക്കും ബോധം വീഴുന്നത് ഇന്നാണ്. ഞാൻ ബോധം തെളിഞ്ഞ് എന്തെങ്കിലും പറയാനോ ഒച്ച വയ്ക്കാനോ തുടങ്ങിയാൽ അവൻ എന്തോ ഒരു പൊടി വായിലേക്ക് ഇട്ടുതരുമായിരുന്നു. പിന്നെ ഒന്നനങ്ങാൻ

പോലും കഴിയുമായിരുന്നില്ല. അതുപോലെ ദേഹം തളർന്നു കിടക്കുകയായിരുന്നു ഞാൻ. നിലവിളിക്കണമെന്നോ ഇറങ്ങി ഓടണമെന്നോ ഒക്കെ ആഗ്രഹമുണ്ടായിരുന്നു. പക്ഷേ ദേഹമോ നാവോ ഒന്ന് അനങ്ങണ്ടേ. അതുപോലെ മയക്കമായിരുന്നു. എനിക്ക് ആയിരിക്കുകയാണെന്ന് ഞാൻ നുണ പറഞ്ഞതുകൊണ്ടാവാം അവൻ പിന്നെയൊന്നിനും ശ്രമിക്കാതിരുന്നത്. അതോ ഇനി ഞാൻ മരിച്ചു പോകുമെന്ന് പേടിച്ചിട്ടാണോ. ഞാൻ ജീവിച്ചിരുന്നാൽ ജീവിതകാലം അവനൊരു ഭീഷണിയാകുമെന്ന് കരുതിയാകാം കൊന്ന് കുഴിച്ചു മൂടാൻ തീരുമാനിച്ചത്. അറിയില്ല. ഇനി ജീവനോടെ കുഴിച്ച് മൂടാനായിരുന്നോ പ്ലാൻ? അതുമറിയില്ല.''

''എന്റെ ഊഹം ശരിയാണെങ്കിൽ അവൻ നല്ല ഗട്ട്സുള്ള ഏതെങ്കിലും അപ്പന്മാരുടെയോ ആങ്ങളമാരുടെയോ കൈയിൽ അവസാനിക്കും. അവനേക്കാൾ വലിയ പണിയറിയാവുന്ന ആണുങ്ങൾ ഒരുപാടുണ്ടല്ലോ നാട്ടിൽ. പെണ്ണിന്റെ മാനത്തിന്റെ വിലയറിയാവുന്നവർ. തന്നെക്കാൾ ഒട്ടും താഴെയല്ല പെണ്ണെന്ന തിരിച്ചറിവുള്ളവർ. അവരുടെ കുടുംബത്തെ ഏതെങ്കിലുമൊരു കൊച്ചിനെ കേറി തോണ്ടും. അന്ന് തീരും കൊച്ചു പെമ്പിള്ളാരെ കാണുമ്പോഴുള്ള അവന്റെ ഈ സൂക്കേട്. കൊടും ക്രിമിനലാണവൻ. അല്ലെങ്കിൽ ഇങ്ങനെ ഈ മലമുകളിൽ, ഉരുൾ പൊട്ടി ഒലിച്ചുപോയ സ്ഥലത്ത് ആഴത്തിൽ മണ്ണ് മാന്തി കുഴിച്ചുമൂടാനൊന്നും മെനക്കെടില്ല. അതും ജെ.സി.ബി. ഉപയോഗിച്ച്. ഇത്തരത്തിൽ വേറെയാരെയെങ്കിലും അവൻ ഇങ്ങനെ കുഴിച്ചു മൂടിയിട്ടുണ്ടാവില്ലെന്ന് എന്താണുറപ്പ്? ഞാനാ തമിഴന്റെ കുഞ്ഞിന്റെ കാര്യം ഓർക്കുകയായിരുന്നു.''

അയാളുടെ ഇടറിയ ശബ്ദവും ചിരിയും മകളെയോർത്തുള്ള സങ്കടവുമെല്ലാം വലിയൊരു കാലം തന്നെ പിന്തുടരുമെന്ന് നാൻസിക്ക് തോന്നി.

സുറുമി തുടർന്നു;

''ഇടയ്ക്ക് വണ്ടിയിൽ ആരൊക്കെയോ കയറുകയും കുറേ ദൂരം ചെല്ലുമ്പോൾ ഇറങ്ങുകയും അടുത്തയാൾ കയറുകയും ചെയ്യുന്നുണ്ടായിരുന്നു. രാത്രി ചേച്ചി അതിലേക്ക് കയറിയപ്പോൾ ഞാൻ വിചാരിച്ചത് ചേച്ചിയും അവരുടെ ആളാണെന്നാണ്. ചിലവന്മാർ എന്നെ തൊടുകയും തലോടുകയുമൊക്കെ ചെയ്തു. രണ്ടുപേർ എന്റെ തുണിയൊക്കെ പൊക്കി നോക്കി. അതിനകത്തുകൂടി കൈയിട്ട് പിടിക്കാവുന്നിടത്തൊക്കെ പിടിച്ചു. സത്യത്തിൽ ഞാൻ എന്തിനാ ചേച്ചീ ഇനി ജീവിക്കുന്നത്. വല്ല വിഷവും വാങ്ങി കഴിച്ചാലോന്ന് ഓർക്കുവാ.''

“ഇനി ചത്തിട്ടെന്തു കാര്യമാണുള്ളത്?”

എത്രയെത്ര പെൺകുട്ടികളുടെ കഥ ഇങ്ങനെ കേട്ടിരിക്കുന്നുവെന്ന് നാൻസി ഓർത്തു. വീട്ടുകാരെ അനുസരിക്കാതിരിക്കുകയും അവരുടെ കഷ്ടപ്പാട് കാണാതിരിക്കുകയും അവരുടെ കണ്ണുവെട്ടിച്ച് ചെറുതും വലുതുമായ കള്ളത്തരങ്ങൾ കാണിക്കുകയും ചെയ്യുമ്പോൾ ഓർക്കേണ്ടതല്ലേ ഇതിനാണോ തങ്ങൾ ജീവിക്കുന്നതെന്ന്. ഇങ്ങനെയാണോ നമ്മൾ ജീവിക്കേണ്ടതെന്ന്. അത് ഓർക്കാതെ വരുന്നതുകൊണ്ടാണ് ഇത്തരം വലിയ വലിയ കെണികളിൽ ചെന്നു വീഴുന്നത്. മക്കളുടെ കാര്യത്തിൽ, മാതാപിതാക്കളോളം ആധിയുള്ള ആരും ഈ ലോകത്തില്ലെന്ന് മക്കൾ തിരിച്ചറിയുമ്പോഴേ ഇതിനൊരു അറുതി വരൂ. ദൗർഭാഗ്യവശാൽ മിക്കവരും ആ സത്യം തിരിച്ചറിയുന്നത് തങ്ങൾക്ക് കുഞ്ഞുങ്ങൾ ജനിക്കുമ്പോൾ മാത്രമാണെന്നതാണ് വസ്തുത. ഇത് ഈ തലമുറയുടെ മാത്രം പ്രശ്നമല്ല. എല്ലാ തലമുറയും ഇത്തരം പ്രശ്നങ്ങളാൽ നീറിയിട്ടുണ്ട്.

എന്നോ വായിച്ചുമറന്ന ഒരു കുറിപ്പ് ഇത്തരുണത്തിൽ ഏറെ പ്രസക്തമാണെന്ന് അവൾക്ക് തോന്നി. എന്നാണ് വായിച്ചതെന്നോർക്കുന്നില്ല. ആരാണെഴുതിയതെന്നും. അതവൾ ഇങ്ങനെ ചേർത്തടുക്കി മനസ്സിൽ. എല്ലാ ഭ്രമങ്ങൾക്കുമപ്പുറം നമ്മൾ എന്തിന് ജീവിച്ചിരുന്നെന്നും ആരൊക്കെ നമ്മെയോർത്ത് വേവലാതി പൂണ്ടിരുന്നെന്നും തിരിച്ചറിയുന്നൊരു ദിവസം വരും. ഇപ്പോൾ ഭ്രമത്തിന്റെ പൂന്തേൻ ഇറ്റിച്ചുതരാൻ മത്സരിക്കുന്നവരിൽ ആരൊക്കെ അന്നും കൂടെയുണ്ടാകുമെന്ന് അറിയില്ല. ഒടുവിൽ എല്ലാമൊടുങ്ങുമ്പോൾ ഒരു ഫേസ്ബുക്ക് പോസ്റ്റിലോ വാട്ട്സ്ആപ്പ് സ്റ്റാറ്റസിലൊ ഒരു പൂവിന്റെ ഇമോജിയോടൊപ്പം ‘ഓർമ്മപ്പൂക്കൾ’ എന്നെഴുതിവച്ച് മഹാഭൂരിപക്ഷവും കളമൊഴിയും. അതിൽ പ്രശസ്തരും അപ്രശസ്തരുമുണ്ടാകും. അവർ അതിനുകിട്ടിയ ലൈക്കിന്റെയും കമന്റിന്റെയും മേനി പറയും. തൊട്ടടുത്ത നിമിഷം എല്ലാവരും എല്ലാം മറക്കും. അടുത്ത കഥതേടും. തന്റേതല്ലാത്ത നൊമ്പരം പലർക്കും വെറും കഥ മാത്രമാണല്ലോ. അവരെയൊക്കെ പിന്തുടരാൻ ആയിരങ്ങൾ അപ്പോഴുമുണ്ടാകും. അവർ ഫോളോവേഴ്സിന്റെ എണ്ണം കൂടുന്നതുനോക്കി ചിരിക്കും. എണ്ണമറ്റ ശിഖരങ്ങളുള്ള മഹാവൃക്ഷത്തിൽനിന്ന് കരിഞ്ഞുണങ്ങിവീണ കൊച്ചു ശിഖരത്തെനോക്കി അതിന്റെ പച്ചപ്പും പൂക്കളും പിൻപറ്റിയവർപോലും ഒരേ ശബ്ദത്തിൽ പറയും ‘നേരത്തേ മുറിച്ചുമാറ്റേണ്ടതായിരുന്നു’വെന്ന്. പക്ഷേ ആ വൃക്ഷത്തിന് വെള്ളവും വളവും നല്കിയവർക്കുമാത്രം അതിനാവില്ലല്ലോ.

അതുകൊണ്ട് നല്ല ചിന്തയും നല്ല സ്വപ്നങ്ങളും നല്ല വെളിച്ചവും നല്ല ഈണവും എപ്പോഴും മനസ്സിലുണ്ടാകട്ടെ.

വഴി രണ്ടായി പിരിയുന്ന ഇടമെത്തിയപ്പോൾ ഇരുവരും നിന്നു. പിന്നെ മുഖാമുഖം നോക്കി.

''ഇടത്തേക്കാണോ, വലത്തേക്കാണോ?''

നാൻസി സ്വയം ചോദിച്ചു. ഒടുവിൽ എന്തും വരട്ടെയെന്നോർത്ത് വലതുവശത്തേക്ക് തിരിയുന്ന റോഡിലൂടെ രണ്ടാളും നടന്നു.

പതിനൊന്ന്

ഒരു മണിക്കൂറോളം നടന്നിട്ടും എവിടെയുമെത്തിയില്ല. ഒടുവിൽ അടുത്തുകണ്ടൊരു കല്ലിൽ ഇരുന്നുകൊണ്ട് സുറുമി പറഞ്ഞു;

''ഇനി വയ്യ ചേച്ചീ. ഒരടിപോലും വയ്യ. അവന്മാർ വന്ന് കൊല്ലുന്നെങ്കിൽ കൊല്ലട്ടെ. ഒറ്റയടിക്ക് തീരുമല്ലോ. ഇത് നമ്മൾ ഇഞ്ചിഞ്ചായി മരിക്കുന്ന ലക്ഷണമാണ്. കുടിക്കാൻ കുറച്ച് വെള്ളമെങ്കിലും കിട്ടിയിരുന്നെങ്കിൽ...''

''ഞാനും ടയേഡ് ആണ് മോളേ. പക്ഷേ ഈ നടപ്പല്ലാതെ നമുക്കു മുന്നിൽ വേറെ വഴിയില്ല.''

''ചേച്ചി രക്ഷപ്പെട്ടോളൂ. എനിക്കിനി ഒട്ടും വയ്യ.''

''എന്നാൽ നമുക്ക് കുറച്ച് നേരം ഇരിക്കാം. എന്നിട്ട് നടക്കാം. എന്ത് പറയുന്നു?''

അവൾ തലയാട്ടി.

''ഇവിടെ ഇരിക്കണ്ട. അത്ര സേഫാവില്ല. നമുക്ക് ആ തേയിലക്കാട്ടിൽ കയറിയിരിക്കാം.''

രണ്ടാളും കുറച്ച് മുകളിലേക്ക് കയറി, കരിയിലകൾക്ക് മീതേ ഇരുന്നു. പിന്നെ കിടന്നു. ഒരു മിനിറ്റ് പോലും ആകുംമുൻപേ സുറുമി ഉറങ്ങിപ്പോയി. അത്രയ്ക്ക് ക്ഷീണമുണ്ടായിരുന്നു അവൾക്ക്. അതറിയാവുന്നതുകൊണ്ട് നാൻസി അവളെ ഉണർത്താൻ ശ്രമിച്ചില്ല. ഉറങ്ങിക്കഴിയുമ്പോൾ ക്ഷീണം തെല്ലൊന്ന് കുറഞ്ഞെങ്കിലോയെന്ന് അവൾ കരുതി. സുറുമിയെ വീട്ടിലെത്തിക്കുമ്പോൾ ഉണ്ടായേക്കാവുന്ന പുകിലുകൾക്കപ്പുറം, ഇന്ന് രാത്രി തനിക്ക് തിരുവനന്തപുരത്തേക്ക് വണ്ടി കയറാനാവുമോയെന്ന ആശങ്കയും അവളെ അലട്ടുന്നുണ്ടായിരുന്നു.

തിങ്കളാഴ്ച രാവിലെ തിരിച്ചുചെല്ലാമെന്ന വ്യവസ്ഥയിലാണ് ഷോറൂമിൽ നിന്ന് പോന്നത്. അതിനു സാധിച്ചില്ലെങ്കിൽ, മാനേജർ ദീപക്കിനെ വിളിച്ച് നേരത്തേ കാര്യം പറയണം. അയാൾ പകരം സംവിധാനം ഒരുക്കിക്കോളും. ലീവെടുക്കുന്ന ശീലം പണ്ടേ അവൾക്കില്ല. അഥവാ അത്യാവശ്യത്തിനെങ്ങാനും ഒരെണ്ണം എടുത്താൽ ഈയൊരു രീതി പിന്തുടരുകയാണ് ചെയ്തുപോരുന്നത്. ആലോചനകൾക്കിടെ, നാൻസിയും വൈകാതെ ഉറക്കത്തിലേക്ക് വഴുതി. കരിയില അനങ്ങുന്ന ശബ്ദം കേട്ടാണ് അവൾ പിന്നെ ഉറക്കം ഞെട്ടിയത്. ഒരു പട്ടി തൊട്ടുമുന്നിൽ നിൽക്കുന്നു. അത് സുറുമിയുടെ ചോരപൊടിഞ്ഞിരിക്കുന്ന കാലുകളിൽ മണം പിടിക്കുകയാണ്. നാൻസി ചാടിയെഴുന്നേറ്റു. ഒച്ചവച്ചിട്ടൊന്നും അത് പോകാൻ കൂട്ടാക്കിയില്ല. ഒരു കല്ല് തപ്പിയെടുത്ത് എറിയാൻ ഓങ്ങിയപ്പോഴേക്കും അവളെയൊന്ന് സൂക്ഷിച്ചു നോക്കിയിട്ട് പട്ടി ഓടിപ്പോയി. അപ്പോഴേക്കും ശബ്ദം കേട്ട് സുറുമിയും ഉണർന്നു. അവൾ എഴുന്നേറ്റിരുന്നിട്ട് ചോദിച്ചു;

''എന്തുപറ്റി ചേച്ചീ?''

''ഒരു പട്ടി. ഞാനോർത്തു; പണ്ടാരം നിന്നെ കടിച്ചെന്ന്. ഇനി നമുക്ക് നടന്നാലോ?''

പെട്ടെന്ന് മയക്കം വിട്ടതിന്റെ ആലസ്യംകൂടി ആയപ്പോൾ താൻ കൂടുതൽ അവശയായതുപോലെ സുറുമിക്ക് തോന്നി. അവൾ പതിയെ പറഞ്ഞു;

''തല പൊങ്ങുന്നില്ല ചേച്ചീ. ഭയങ്കര തലവേദനയും. ചേച്ചി വേണമെങ്കിൽ രക്ഷപ്പെട്ടോളൂ. എനിക്കിനി നടക്കാൻ പറ്റുമെന്ന് തോന്നുന്നില്ല. പ്രാർത്ഥിച്ചാൽ മതി എനിക്കുവേണ്ടി. ചേച്ചിക്ക് ഒന്നും സംഭവിക്കാതിരിക്കാൻ ഞാനും പ്രാർത്ഥിക്കാം. പടച്ചോൻ തീരുമാനിക്കട്ടെ ഇനിയെന്തു വേണമെന്ന്.''

കുറച്ചുസമയം ആലോചിച്ചിരുന്നശേഷം നാൻസി ചോദിച്ചു;

''ഉണർന്ന് പ്രവർത്തിക്കുകയല്ലേ ഇപ്പോൾ വേണ്ടത്? പ്രാർത്ഥന നമ്മുടെ മനസ്സിന് പറഞ്ഞറിയിക്കാനാവാത്ത എന്തോ ഒരു അനുഭൂതി നൽകുന്നുവെന്നതൊഴിച്ചാൽ ഒരിക്കലും ഒരു പരിഹാരമല്ല മോളേ.''

ഒരു കാര്യത്തിലും ഇടപെടാൻ മനസ്സില്ലാത്തവർ പൊതുവെ പറയുന്നൊരു ഒഴികഴിവായിട്ടാണ് പ്രാർത്ഥനയെന്ന പദം പലപ്പോഴും നാൻസിക്ക് തോന്നിയിട്ടുള്ളത്. കഞ്ഞി കുടിക്കാൻ നിവൃത്തിയില്ലാത്തവന്റെ കഥ കേൾക്കുമ്പോൾ, ചികിത്സയ്ക്ക് പണമില്ലാതെ വിഷമിക്കുന്ന

ഒരു കുടുംബത്തെ സന്ദർശിക്കുമ്പോൾ, വലിയൊരു സാമ്പത്തിക പ്രതിസന്ധിയിൽ അകപ്പെട്ട് ആത്മഹത്യയെക്കുറിച്ച് ചിന്തിക്കുന്ന വനെ സമാശ്വസിപ്പിക്കുമ്പോൾ, എന്നുവേണ്ട എല്ലായിടത്തും വെറുതേ എടുത്തു പ്രയോഗിക്കും. 'ശരിയായിക്കോളും. ഞാൻ പ്രാർത്ഥിക്കാ'മെന്ന്. അവിടുന്നിറങ്ങുമ്പോൾ ആ കാര്യംതന്നെ മറക്കും. ശേഷം, എന്ത് പണികാണിച്ചിട്ടാണെങ്കിലും വേണ്ടില്ല; അക്കൗണ്ടിൽ ബാക്കിയുള്ളത് പൊലിപ്പിക്കുന്നതിനെപ്പറ്റി ആലോചന തുടരും. എന്നിട്ടാണ്....

അവനവനു വേണ്ടി മാത്രം ജീവിക്കുന്നവർ. ഈ ലോകം തനിക്കും തന്റെ കുടുംബത്തിനും സ്വൈരവിഹാരം നടത്താൻ മാത്രമുള്ള ഇട മാണെന്ന് വിശ്വസിക്കുന്നവർ. ആരെയെങ്കിലും പറ്റി എന്തെങ്കിലും കേട്ടാൽ ആൾക്കൂട്ടത്തിനൊപ്പം കൂടി അയാളെ ഒറ്റപ്പെടുത്തുന്നവർ. തൊണ്ണൂറ്റൊമ്പത് ആടിനെ ഉപേക്ഷിച്ച് ഒറ്റപ്പെട്ടുപോയ ഒന്നിനെ തേടിപ്പോയ നല്ലിടയന്റെ കഥയൊക്കെ സൗകര്യപൂർവ്വമങ്ങ് മറക്കും. തന്നെപ്പോലെ തന്റെ അയൽക്കാരനെയും സ്നേഹിക്കുക എന്നത് കുർബാന കൈക്കൊള്ളുമ്പോൾ വെറുതേ കേൾക്കുന്ന വാചകം മാത്രമായിരിക്കുന്നു. പള്ളിവിട്ടിറങ്ങിയാൽ ആദ്യം മറക്കുന്നത് പഴകി പ്പതിഞ്ഞ ആ വാചകമാണ്. ''നിന്നെപ്പോലെ നിന്റെ അയൽക്കാര നെയും സ്നേഹിക്കുക.''

ജാതിമത ഭേദമന്യേ എല്ലാവരും ഈ ലോകംതന്നെ പ്രാർത്ഥിച്ചു മാറ്റിമറിക്കാനുള്ള മത്സരത്തിലാണല്ലോ. നടക്കട്ടെ. പ്രമാണിത്തം കാണിക്കാൻ അന്നദാനമൊക്കെ ഏറ്റെടുത്തു നടത്തും ചിലപ്പോൾ. പക്ഷേ ബിരിയാണി വാങ്ങാൻ നിവൃത്തിയുള്ളവനാണ് അവിടേയും കഴിക്കാൻ യോഗമുള്ളതെന്ന് മാത്രം. അതുപോലും സ്വജാതിയിൽ പ്പെട്ടവനേ ലഭിച്ചിട്ടുള്ളൂവെന്ന് ഉറപ്പു വരുത്തും. കാലിത്തൊഴുത്തിൽ പിറന്ന്, തടിപ്പണിക്കാരന്റെ കൂരയിൽ വളർന്ന ഉണ്ണിക്ക് ഷോപ്പിംഗ് മാളുകളേക്കാൾ വലിപ്പമുള്ള പള്ളികൾ പണിയുന്ന തിരക്കിലാണ് ലോകം. മറ്റെന്ത് പ്രതീക്ഷിക്കാൻ? അതിനിടയിലും വെള്ളിവെളിച്ചം വീശിപ്പോകുന്ന ലക്ഷത്തിൽ ഒന്നിന്റെയോ രണ്ടിന്റെയോ നന്മയിൽ ചില നല്ല കാര്യങ്ങൾ സംഭവിക്കുന്നുവെന്നതാണ് വലിയ ആശ്വാസം.

തനിക്കു പക്ഷേ, പ്രാർത്ഥന ഒന്നിനും ഒരു പരിഹാരമല്ല. പള്ളി യിൽപ്പോക്കും കുർബാനയും പ്രാർത്ഥനയുമൊക്കെ ജീവിതചര്യ മാത്രമാണ്. ഒരു ക്രിസ്ത്യൻ കുടുംബത്തിൽ ജനിച്ചതുകൊണ്ട് പള്ളി യിൽ പോകുന്നു. പ്രാർത്ഥിക്കുന്നു. കുർബാന കൈക്കൊള്ളുന്നു. മറിച്ച്, ഒരു ഹിന്ദു കുടുംബത്തിലാണ് ജനിച്ചിരുന്നതെങ്കിൽ

ക്ഷേത്രത്തിൽ പോകുകയും പ്രാർത്ഥിക്കുകയും കുറി വരയ്ക്കുകയും ചെയ്യുമായിരുന്നു. മുസ്ലിം കുടുംബത്തിലായിരുന്നുവെങ്കിൽ അവിടുത്തെ രീതി പിന്തുടരുമായിരുന്നു. അല്ലാതെന്ത് പ്രത്യേകതയാണുള്ളത്? മനുഷ്യന് നന്മ ചെയ്യാത്തവർ ഏത് മതത്തിൽ ജനിച്ചിട്ടെന്തുകാര്യം? ഏത് ദൈവത്തിൽ വിശ്വസിച്ചിട്ടെന്തു കാര്യം? എവിടെയോ വായിച്ചതോർക്കുന്നു. ആത്മീയതയും ജാതിയും മതവുമൊക്കെ വയറു നിറഞ്ഞവന്റെ മാത്രം വലിയ പ്രശ്നങ്ങളാണ്. വയറു വിശക്കുന്നവൻ അതൊന്ന് നിറയ്ക്കാനുള്ള ഓട്ടത്തിലാണ്.

''മോൾക്ക് നടക്കാൻ ബുദ്ധിമുട്ടാണെങ്കിൽ നമുക്ക് കുറച്ച് നേരം കൂടി വിശ്രമിക്കാം. എന്നിട്ട് വീണ്ടും നടക്കാം. എന്താ?''

നാൻസി ചോദിച്ചു. സുറുമി സമ്മതം മൂളി.

''എന്നിട്ടും പറ്റുന്നില്ലെങ്കിൽ പറ്റുന്നത്ര ദൂരം ചേച്ചി എടുക്കാം നിന്നെ. എന്ത് പറയുന്നു.''

''അതൊന്നും വേണ്ട ചേച്ചീ. കുറച്ചു കഴിഞ്ഞാൽ ഞാൻ ഓക്കെയാകും. കുറച്ചുകൂടി കഴിയട്ടെ.''

''ശരി.''

സുറുമി വീണ്ടും കിടന്നു. നാൻസി അവൾക്ക് കാവലായി അങ്ങനെ ഇരുന്നു. പാതി മുറിഞ്ഞുപോയ ഉറക്കം കണ്ണിലിരുന്ന് 'കിടന്നോളൂ കിടന്നോളൂ' എന്ന് നിർബ്ബന്ധിക്കുകയാണ്. എങ്കിലും അവൾ അതിന് വഴിപ്പെടാതെ ഇരുന്നു.

കുറച്ചു കഴിഞ്ഞപ്പോൾ, വെട്ടി നിർത്തിയിരിക്കുന്ന തേയിലക്കാടുകൾക്കിടയിലൂടെ അവൾ താഴെ റോഡിലേക്ക് നോക്കി. ആരോ നടന്നുവരുന്നുണ്ട്. തലയിൽ തോർത്തു ചുറ്റി, കൈയിലൊരു സഞ്ചിയും തോളത്തൊരു ജാറും ഏന്തിയാണ് വരവ്. ശത്രുവാണോ മിത്രമാണോ എന്നറിയില്ല. സുറുമിയെ തട്ടിയുണർത്തിയ നാൻസി അവളുടെ ശ്രദ്ധ ക്ഷണിച്ചു.

''വാ, നമുക്കയാളോടൊന്ന് ചോദിക്കാം.''

''അയാളുടെ മുന്നിലോ പിന്നിലോ വേറെ ആരെങ്കിലും ഉണ്ടോന്നറിയില്ലല്ലോ. നമ്മൾ രണ്ടു പെണ്ണുങ്ങൾ തനിച്ച്?''

''അതിന് നമ്മൾ തനിച്ചാണെന്ന് ആര് പറഞ്ഞു?''

''ചേച്ചി എന്തൊക്കെയാ പറയുന്നത്?''

''എനിക്ക് നീയും നിനക്ക് ഞാനും കൂട്ടല്ലേ? നീ വാ മോളേ. നമുക്കുള്ള അവസാന കച്ചിത്തുരുമ്പ് ഇതാണെങ്കിലോ?''

രണ്ടാളും എഴുന്നേറ്റു. നടക്കാൻ ക്ലേശിച്ച സുറുമിയുടെ കൈയിൽ പിടിച്ചുകൊണ്ടാണ് നാൻസി പതിയെ താഴേക്ക് ഇറങ്ങിയത്.

അയാൾ നടന്നു വരുന്നതേയുണ്ടായിരുന്നുള്ളൂ. രണ്ടു സ്ത്രീകളെ കണ്ടപ്പോൾ അയാളൊന്ന് പരുങ്ങി.

''ഇതേതെടാ ഈ പേടിത്തൂറി?'' നാൻസി പതിയെ പറഞ്ഞു. വന്നയാൾ തങ്ങളെ ശ്രദ്ധിക്കാതെ കടന്നുപോകാൻ തുടങ്ങിയപ്പോൾ അവൾ വിളിച്ചു:

''ചേട്ടാ...''

തെല്ല് പരിഭ്രമത്തോടെയാണ് അയാൾ നിന്നത്.

''എന്തേ?''

''ഇവിടുന്ന് ടൗണിലേക്ക് ഒരുപാട് ദൂരമുണ്ടോ?''

''രണ്ടു കിലോമീറ്റർ നടന്നാൽ മതി.''

''ഇതിലെന്താ കള്ളാണോ?''

''അല്ല.''

''പിന്നെ?''

''തേനാണ്. അതുപിന്നെ ഇവിടെ കാവൽക്കാർ ആരെങ്കിലും കണ്ടാൽ പിടികൂടും.''

''എന്തിന്?''

''തോട്ടത്തിൽ കയറി തേൻ എടുത്തതിന്. അതാ നിങ്ങളെ കണ്ടപ്പോൾ ഞാൻ പെട്ടെന്നൊന്ന്...''

''കുടിക്കാൻ കുറച്ച് വെള്ളം കിട്ടാൻ എന്താണ് വഴി?''

''നിങ്ങൾ എവിടുന്നാ?''

''അതൊക്കെ പറയാം. ആദ്യം ചേട്ടൻ ഇതിന് മറുപടി പറ. കുടിക്കാൻ കുറച്ച് വെള്ളം കിട്ടുമോ?''

''വെള്ളമില്ല. തേൻ മതിയെങ്കിൽ തരാം. പക്ഷേ എനിക്ക് വില കിട്ടണം.''

''വിലയൊക്കെ തരാം.''

''എത്രയാണ് വില?''

''ഇത് ഒർജിനൽ ആണ്. അല്ലാതെ ശർക്കര കലക്കിയ വെള്ളമൊന്നുമല്ല. ടൗണിൽ കൊണ്ടെക്കൊടുത്താൽ എനിക്ക് ഒരു കുപ്പിക്ക് അഞ്ഞൂരൂപ വച്ച് കിട്ടും. നിങ്ങൾ മുന്നൂറ് തന്നാൽ മതി.''

''ഞങ്ങൾക്ക് ഒരുപാടൊന്നും വേണ്ട. ഇപ്പോൾ കുടിക്കാൻ കുറച്ച് കിട്ടിയാൽ മതി. ഇവൾക്ക് ഷുഗർ കുറഞ്ഞതാണ്. നല്ല ക്ഷീണം. ശർക്കര കലക്കിയ വെള്ളമായാലും തേൻപോലെ കുടിക്കും.''

അപ്പോഴാണ് അയാൾ സുറുമിയെ ശ്രദ്ധിച്ച് നോക്കിയത്.

''അയ്യോ, ഇതിന്റെ ദേഹത്തൊക്കെ എന്തുപറ്റി? ചൊടിയൊക്കെ ഒരുമാതിരി ഇരിക്കുന്നല്ലോ?''

''രണ്ടു പട്ടികൾ ഉരുട്ടിയിട്ട് കടിച്ചതാണ്.''

''അയ്യോ! എന്നിട്ട് പൊക്കിളിനു ചുറ്റും ഇഞ്ചക്ഷൻ എടുത്തില്ല?''

''എടുത്തെടുത്തു. തേൻ തന്നോളൂ.''

''ഓ, തരാമല്ലോ.''

അയാൾ ജാർ തോളത്തുനിന്നിറക്കി തറയിൽ വച്ച ശേഷം സഞ്ചിയിൽ കൈയിട്ട് ഒരു കുപ്പിയെടുത്തു. അപ്പോഴും സുറുമിയുടെ കൈകാലുകളിലേയും മുഖത്തേയും ചെറുമുറിവുകളിൽ ശ്രദ്ധിക്കുന്നുണ്ടായിരുന്നു അയാൾ. ജാറിനുള്ളിൽ കിടന്ന പ്ലാസ്റ്റിക് കപ്പെടുത്ത് അതിൽ തേൻ കോരി കുപ്പിയിൽ നിറയ്ക്കാൻ തുടങ്ങിയപ്പോൾ നാൻസി പറഞ്ഞു;

''പകുതി മതി.''

''ഒരു കുപ്പി....?''

''വേണ്ടെന്നേ.'' മടിച്ചുമടിച്ചാണ് അയാൾ കുപ്പി അവൾക്ക് കൈമാറിയത്.

''ശരി. നൂറ്റമ്പത് രൂപ തന്നാൽ ഞാൻ പൊയ്ക്കോളാം.''

അവൾ ബാഗ് തുറന്ന് ഇരുന്നൂറിന്റെ ഒരു നോട്ടെടുത്ത് അയാൾക്ക് കൊടുത്തു.

''അതിപ്പോ ചില്ലറ....''

''വേണ്ട ചേട്ടാ; അത് വച്ചോളൂ.''

സന്തോഷത്തോടെ അത് വാങ്ങി നടന്നുനീങ്ങുന്നതിനിടെ പെട്ടെന്ന് തിരിഞ്ഞുനിന്ന അയാൾ ചോദിച്ചു;

''നിങ്ങൾ എവിടുന്നാണ് വരുന്നത്?''

''അതല്ലേ ആദ്യം പറഞ്ഞത്. ഇത്ര പെട്ടെന്ന് മറന്നോ?''

''പറഞ്ഞാരുന്നോ?'

''പിന്നെ. നീ കേട്ടില്ലേ മോളേ?''

അവൾ സുറുമിയെ നോക്കി കണ്ണിറുക്കി കാണിച്ചു.

''കൊള്ളാം. രണ്ടു പ്രാവശ്യം പറഞ്ഞല്ലോ ചേച്ചി.'' സുറുമി പറഞ്ഞു.

''അയ്യോ, എന്നാൽ ഞാൻ മറന്നുപോയതായിരിക്കും.'' അയാൾ തെല്ലൊരു സങ്കോചത്തോടെ വീണ്ടും നടന്നു.

സുറുമി ചോദിച്ചു;

''ചേച്ചീടെ കൂടെക്കൂടി ഞാനും കുറച്ച് മെച്ചപ്പെട്ടെന്ന് തോന്നുന്നു. അല്ലേ?''

''അതാണ് മോളേ പറയുന്നത്, മുല്ലപ്പൂമ്പൊടിയേറ്റു കിടക്കും....''

''കല്ലിനുമുണ്ടാമൊരു സൗരഭ്യം.''

സുറുമിയാണത് പൂരിപ്പിച്ചത്.

''കുറച്ചു നേരംകൂടി ഇരിക്കണോ? അതോ ഇനി നടക്കുവാണോ?''

നാൻസി ചോദിച്ചു.

''നടക്കാം ചേച്ചീ. ഒന്നുറങ്ങിയപ്പോൾ നല്ല ആശ്വാസമുണ്ട്. തല വേദനയും കുറഞ്ഞു.''

''എന്നാൽ ആദ്യം ഇത് കുടിക്ക്.''

''ഞാൻ ഇതിങ്ങനെ കുടിച്ചിട്ടില്ല.''

''കുടിച്ചോളൂ. ഷുഗർ ലെവൽ താഴ്ന്നിട്ടുണ്ട് അതാണിത്ര ക്ഷീണം. ഇതങ്ങോട്ട് ചെല്ലട്ടെ. ചാടിയെഴുന്നേൽക്കും. നീ കുടിച്ചിട്ട് എനിക്കും താ.''

അവൾ അനുസരിച്ചു. തേൻകുടികഴിഞ്ഞ് രണ്ടാളും യാത്ര തുടർന്നു. അഞ്ചു മിനിറ്റ് കഴിഞ്ഞപ്പോഴേക്കും ക്ഷീണം കുറഞ്ഞു വരുന്നത് ശ്രദ്ധയിൽപ്പെട്ട നാൻസി ചോദിച്ചു;

''തേൻ എങ്ങനെയുണ്ട് സുറുമീ, എഫക്ട് ചെയ്യാൻ തുടങ്ങിയോ?''

''സൂപ്പർ ചേച്ചീ. ഇപ്പോൾ ഓടാൻ തോന്നുന്നു.''

''മിടുക്കി. ഇനി ധൈര്യമായി നടക്കാമല്ലോ?''

''പിന്നെന്താ.''

''എന്നാൽ വാ. നമുക്കൊന്ന് ഓടിനോക്കാം.''

പരസ്പരം കൈകോർത്ത് രണ്ടാളും കുറച്ചുദൂരം ഓടി. പിന്നെ ആ പിടി അയയ്ക്കാതെ, പ്രത്യാശയുടെ തുരുത്തുതേടി വീണ്ടും നടക്കാൻ തുടങ്ങി.

പന്ത്രണ്ട്

കുറച്ചു ദൂരം ചെന്നപ്പോൾ റോഡിനു നടുക്ക് രണ്ടു പാമ്പുകൾ ഇണചേരുന്നു.

''ഇനി ഇതിന്റെ കുറവുകൂടിയേ ഉണ്ടായിരുന്നുള്ളൂ.'' നാൻസി പറഞ്ഞു.

‘‘ഇനിയെന്തുചെയ്യും ചേച്ചീ?’’ സുറുമി സങ്കടത്തോടെ ചോദിച്ചു.

‘‘ഇപ്പോൾ അതിനടുത്തേക്ക് പോകാൻ പറ്റില്ല മോളെ. രണ്ടും കൂടി നമ്മളെ ശരിയാക്കും.’’

കുറച്ചു പിന്നോട്ട് നടന്ന് റോഡുവക്കിലെ കലുങ്കിൽ രണ്ടാളും ഇരുന്നു. ഇടയ്ക്കിടെ തിരിഞ്ഞുനോക്കുന്നുണ്ടായിരുന്ന സുറുമി പറഞ്ഞു:

‘‘എനിക്ക് തോന്നുന്നത് നമ്മൾ വീണ്ടും അവന്മാരുടെ കയ്യിൽ പെടുമെന്നാ.’’

‘‘വണ്ടി വന്നാൽ ദൂരേന്നേ കാണാമല്ലോ നമുക്ക്. അപ്പോൾ ഈ കാട്ടിലെങ്ങാനും കേറി ഒളിക്കാം. അല്ലാതെ വേറേ വഴിയില്ല.’’

‘‘നേരമെന്തായിക്കാണും ചേച്ചീ? വല്ല ഐഡിയയും ഉണ്ടോ?’’

നാൻസി സൂര്യനെ നോക്കിയിട്ട് പറഞ്ഞു;

‘‘പതിനൊന്ന് പതിനൊന്നര ആയിക്കാണണം. ഭാഗ്യത്തിന് ഈ നേരമായിട്ടും വലിയ ചൂടില്ല. നമ്മുടെ നാട്ടിലെങ്ങാനുമാണെങ്കിൽ ഈ നേരത്ത് ഇങ്ങനെ ഇറങ്ങി നടക്കാൻ പറ്റുമോ?’’

കുറച്ചുനേരം നാൻസിയെ സൂക്ഷിച്ചു നോക്കിയിരുന്ന സുറുമി, താടിക്ക് കൈവച്ചുകൊണ്ട് ചോദിച്ചു:

‘‘ചേച്ചിയെന്താ ഇതുവരെ കല്യാണം കഴിക്കാതിരുന്നത്?’’

‘‘കഴിച്ചില്ല.’’

‘‘എത്ര വയസ്സായി ചേച്ചിക്ക്?’’

‘‘മുപ്പത്തഞ്ചാകുന്നു മോളേ.’’

നാൻസിയുടെ മുഖഭാവം മാറുന്നതുപോലെ തോന്നിയ സുറുമി അവളുടെ തോളത്ത് കൈവച്ചുകൊണ്ട് ചോദിച്ചു:

‘‘സങ്കടമായോ ചേച്ചിക്ക്?’’

‘‘എന്തിന്?’’

‘‘ഞാനങ്ങനെ ചോദിച്ചപ്പോൾ.’’

‘‘ഇല്ലെടീ. ഡെയ്‌ലി മൂന്നുപേരെങ്കിലും ചോദിക്കും എന്താ കല്യാണം കഴിക്കാതിരുന്നതെന്ന്. ഒരു മുപ്പതുകളിലേക്ക് എത്തുന്ന സമയത്തൊക്കെ വലിയ വിഷമമായിരുന്നു ആ ചോദ്യം. ഇപ്പോഴത് ശീലമായി.’’

‘‘എന്താ ചേച്ചി കല്യാണം കഴിക്കാതിരുന്നത്?’’

‘‘അതൊന്നും ഒന്നോ രണ്ടോ വാക്കിൽ പറഞ്ഞു തീർക്കാൻ പറ്റുന്ന കാര്യങ്ങളല്ല മോളേ.’’

''കല്യാണം കഴിക്കാതിരിക്കുന്നതാണോ കഴിക്കുന്നതാണോ നല്ലത്?''

''കല്യാണം നടക്കാത്തതോർത്ത് ചിലപ്പോൾ വലിയ സങ്കടം തോന്നും. എന്നാൽ കല്യാണം കഴിച്ച ചിലരുടെ സങ്കടം കാണു മ്പോൾ തോന്നും ഈ ജീവിതമാണ് നല്ലതെന്ന്.''

''സെക്സ് ചെയ്യണമെന്ന് തോന്നില്ലേ അപ്പോൾ?''

''സെക്സോ? നീ കൊള്ളാമല്ലോടീ. കല്യാണം കഴിക്കുന്നത് സെക്സിനു വേണ്ടിയാണോ?''

''അല്ലായിരിക്കാം. പക്ഷേ മനുഷ്യന് ഫ്രീയായി സെക്സ് ചെയ്യാൻ വേറേ ഓപ്ഷനില്ലല്ലോ.''

കുറച്ചുനേരം ആ പാമ്പുകൾ ഇണചേരുന്നത് നോക്കിയിരുന്ന നാൻസി പറഞ്ഞു;

''തോന്നിയിട്ടുണ്ട് മോളേ. എത്രയോ തവണ. പക്ഷേ എന്ത് ചെയ്യാൻ?''

''അപ്പോൾ എന്ത് ചെയ്യും?''

''എന്ത് ചെയ്യാൻ? ചിലപ്പോൾ പാട്ടു കേൾക്കും. ചിലപ്പോൾ ഫ്രണ്ട്സിനെയോ റിലേറ്റീവ്സിനെയോ ഫോൺ വിളിക്കും. ശ്രദ്ധ മാറുമ്പോൾ ആ തോന്നലും മാറും.''

''ഒത്തിരി രാത്രിയായിട്ടാണ് അങ്ങനെ തോന്നുന്നതെങ്കിലോ?''

''അപ്പോൾ ഫേസ്ബുക്കിലോ വാട്ട്സാപ്പിലോ നോക്കി നേരം കളയും.''

''അത്രയുള്ളൂ?''

''പിന്നല്ലാതെ? ആരോടെങ്കിലും ചെന്ന് ചോദിക്കാൻ പറ്റുമോ? പറയാൻ പറ്റുമോ? മോളാ പാമ്പുകളെ കണ്ടില്ലേ. പാമ്പുകൾക്കും മൃഗങ്ങൾക്കും പക്ഷികൾക്കുമൊന്നും ഈ നാട്ടിലെ ഒരു നിയമവും ബാധകമല്ല. അവറ്റകൾക്ക് എപ്പോൾ വേണമെങ്കിലും, എവിടെവച്ച് വേണമെങ്കിലും, അവരുടെ വർഗ്ഗത്തിൽപ്പെട്ട ഏതു ജീവിയുമായും സെക്സ് ചെയ്യാം. അവയ്ക്ക് ബാധകമല്ലാത്ത ഒരുപാട് പ്രശ്നങ്ങൾ മനുഷ്യനുണ്ട്. ഇവിടെ ഈ പാമ്പുകൾ ചെയ്യുന്നത് രണ്ട് മനുഷ്യരാ ണെങ്കിലോ? മോളൊന്ന് ആലോചിച്ച് നോക്കിക്കേ. എന്തൊക്കെ പുകിലുകളാവും ഉണ്ടാവുക. നമ്മളുൾപ്പെടെ ചിലപ്പോൾ കല്ലെടുത്ത് ഏറിയും. എറിഞ്ഞ് കൊല്ലും. ഈ സദാചാരം ചുമക്കുന്ന നമ്മൾ പകരം ചെയ്യുന്നതെന്താണ്?''

''കല്യാണം കഴിക്കും. അല്ലേ?''

''അതെ. കല്യാണം കഴിക്കുന്നവരുടെ ബാക്കി കാര്യങ്ങൾ അവിടെ നിൽക്കട്ടെ. സെക്സിന്റെ കാര്യമാണല്ലോ നമ്മൾ സംസാരിക്കുന്നത്. നല്ലൊരു ശതമാനവും അതിൽ തൃപ്തരല്ല. ചേച്ചിയുടെ കൂട്ടുകാരിലും കൂടെ ജോലി ചെയ്യുന്നവരിലും ഒരുപാട് പേരുണ്ട് അതൊരു സങ്കട മായി കൊണ്ടുനടക്കുന്നവർ. മറ്റെല്ലാ സൗഭാഗ്യങ്ങളും വേണ്ടുവോളം ഉണ്ടായിട്ടും ഈയൊരു കാര്യത്തിൽ അമ്പേ പരാജയമായിപ്പോയവർ.''

''അപ്പോൾ കല്യാണം അതിനൊരു പൂർണ്ണ പരിഹാരമല്ല; അല്ലേ?''

''ഒരിക്കലുമല്ല മോളേ. ആണിന്റെയാകട്ടെ, പെണ്ണിന്റെയാകട്ടെ, വിവാഹത്തിന് മുൻപ് അത്തരം ഗുണമേന്മ അളക്കാനുള്ള ഒരു സംവിധാനവും നമുക്കില്ല. ബാക്കിയെല്ലാം ഉറപ്പാക്കും. പണം, സൗന്ദര്യം, നല്ല വീട്, വലിയ കാർ, ജോലി, കുടുംബമഹിമ, അച്ഛന്റെ സ്റ്റാറ്റസ്, അമ്മയുടെ സ്റ്റാറ്റസ്, അങ്ങനെയങ്ങനെ.... എന്തിന് അയൽ ക്കാരന്റെ സ്വഭാവം വരെ അന്വേഷിക്കും. മറിച്ചും അങ്ങനെതന്നെ. കെട്ടുന്ന പെണ്ണിന് ചന്തിവരെ നീണ്ടുകിടക്കുന്ന മുടി, ഭാനുപ്രിയ യുടേതിനു സമമായ ബോഡിഷേയ്പ്പ്, മീൻ പിടയ്ക്കുന്ന കണ്ണുകൾ, ലക്ഷണമൊത്ത കണ്ണ്, നല്ല ചുണ്ട്.... ഇതെല്ലാം ഉറപ്പുവരുത്തി മനു ഷ്യൻ കല്യാണം കഴിക്കും. വലിയ മോഹങ്ങളോടെ ജീവിതം തുട ങ്ങുന്ന രണ്ടുപേർ. എന്നിട്ടെന്താകും...?എങ്ങനെയൊക്കെയോ രണ്ടു കുട്ടികളുണ്ടാകും. പുറത്തുനിന്ന് നോക്കുന്നവർക്ക് എല്ലാമുണ്ടെന്ന് തോന്നും. അല്ല; തോന്നിപ്പിക്കും. എന്നിട്ട് കിടക്കയിലെത്തുമ്പോൾ തീർത്തും അന്യരായ രണ്ടുപേർ. പുറത്തോടു പുറംതിരിഞ്ഞുകിടന്ന് ഉറങ്ങിയും ഉറങ്ങാതെയും നേരം വെളുപ്പിക്കും.''

ഇടയ്ക്ക് ആ പാമ്പുകൾ ഇണചേരുന്നത് നിർത്തി, രണ്ടുവഴിക്ക് പിരിയാനൊരുങ്ങി. വീണ്ടും തിരികെ വന്ന അവ, ഒരിക്കലും പിരി യാനാവാത്തപോലെ വീണ്ടും ഇണ ചേർന്നു. സുറുമി അത് നോക്കി യിരിക്കുകയായിരുന്നു.

നാൻസി ഓർത്തു. ഇതിനോടകം എത്ര പേരുടെ കഥകൾ കേട്ടിരിക്കുന്നു. കണ്ണീർ കണ്ട് കരളലിഞ്ഞിരിക്കുന്നു. അവരോടൊപ്പം താനും കരഞ്ഞിരിക്കുന്നു. ഇത്ര ഭീകരമാണോ പല കുടുംബങ്ങളി ലെയും അവസ്ഥയെന്നോർത്ത് വിവാഹമെന്ന സങ്കല്പത്തോടുതന്നെ വെറുപ്പും ഭയവും തോന്നിയിട്ടുണ്ട്. കിടപ്പറയിൽപ്പോലും ഒന്ന് ചേർത്തുപിടിക്കാൻ മനസ്സില്ലാത്ത മനുഷ്യർ. വീട്ടുകാർ ആലോചി ച്ചുറപ്പിച്ച ബന്ധമല്ലേ, തകരാതെ നോക്കണം. പിന്നെ എല്ലാം തട്ടി ക്കൂട്ടാണ്. എന്നാൽ ചില ആളുകളെ കണ്ടിട്ടുണ്ട്. വലിയ വീടുണ്ടാവില്ല,

ഒരു സൈക്കിൾ പോലുമുണ്ടാവില്ല. രാവിലെ മുതൽ വൈകുന്നതു വരെ അധ്വാനിക്കുന്നു. ഉള്ള സൗകര്യങ്ങളിൽ ഒതുങ്ങിക്കൂടുന്നു. വൈകിട്ട് കിടപ്പറയിലെത്തുന്നതോടെ എല്ലാ ഇല്ലായ്മകളും മറന്ന് ഒന്നാകും അവർ. പിന്നെ ഈ പാമ്പുകളെപ്പോലെയാണ്. ഉറക്കത്തിനിടയെങ്ങാനും അറിയാതെ ഇഴപിരിഞ്ഞു പോയിട്ടുണ്ടെങ്കിൽ, പൂർവ്വാധികം ഇഷ്ടത്തോടെ വീണ്ടും പുണർന്നു കിടക്കും.

രാവിലെ ഇറങ്ങുമ്പോൾ വീണ്ടും പരസ്പരം കെട്ടിപ്പിടിച്ചും ഉമ്മ വച്ചും യാത്രയാക്കും. ഇത് അവസാനത്തെ ചുംബനം ആകല്ലേയെന്ന് അത് കൊടുക്കുന്നയാളും ഇതിങ്ങനെ വാങ്ങാൻ എന്നും ഭാഗ്യമുണ്ടാവണേയെന്ന് മറ്റേയാളും പ്രാർത്ഥിക്കും. അവർക്ക് കാറെന്തിന്? നല്ല വീടെന്തിന്? വള്ളത്തോളിന്റെ കവിതയിൽ പറയുംപോലെ;

''കൊട്ടാരം നിദ്രയാൽ ജാഗരം കൊള്ളുന്നു;

കൊച്ചു കുടിൽക്കത്രേ നിദ്രാസുഖം...''

പുരുഷന്മാരാണെങ്കിൽ നല്ലൊരു ശതമാനവും മദ്യത്തിൽ അഭയം തേടും. ഇനി ഇവനൊക്കെ വേറേ വല്ല പെണ്ണുങ്ങളെയും തേടിപ്പോയിട്ടാണോ ഭാര്യയുടെ മുന്നിൽ സന്ന്യാസി കളിക്കുന്നതെന്ന് അറിയില്ലല്ലോ. എന്തായാലും കക്ഷി സുഖമായി ഉറങ്ങുകയും ഉണരുകയും ചെയ്യും.

മറിച്ച് സ്ത്രീകൾ എന്തുചെയ്യും? ആഗ്രഹങ്ങളുടെ വേലിയേറ്റത്തിൽ ഉറക്കമകന്ന് അങ്ങനെ കിടക്കുമ്പോൾ പലതുമോർക്കും. പിന്നാലെ നടക്കുന്ന ഏതെങ്കിലും കൊള്ളാവുന്നൊരുത്തനെ ഒരു രാത്രിയെങ്കിലും സ്വീകരിക്കണം. അല്ലെങ്കിൽ നമുക്ക് ഇഷ്ടം തോന്നുന്ന ഒരുവന് രണ്ടോ മൂന്നോ മണിക്കൂർ നമ്മളെ കൊടുക്കണം. തുറന്നു ചോദിക്കാനുള്ള മടിയാണല്ലോ എല്ലാവർക്കും. അല്ലെങ്കിൽ പറയാനുള്ള മടി. എന്തുവന്നാലും നാളെ അവനെ കാണണം. ആരറിയാൻ? അറിഞ്ഞാലിപ്പോൾ എന്താണ്? എന്നൊക്കെ. പക്ഷേ, നേരം വെളുക്കുമ്പോൾ അമ്മേയെന്ന് വിളിച്ച് വരുന്ന, കളങ്കമറിയാത്ത രണ്ടു കുഞ്ഞുങ്ങൾ. സ്വന്തം പോരായ്മകൾ മുഖത്തൊളിപ്പിക്കാൻ പാടുപെടുന്ന ഭർത്താവ്. ഈയൊരു കുറവിന്റെ പേരിൽ തന്നെ വിട്ടുപോകല്ലേയെന്ന അഭ്യർത്ഥനയാകും ചിലപ്പോൾ ആ മുഖത്ത്.

അതിനിടെ, നിനക്ക് സുഖമല്ലേയെന്ന് ചോദിച്ച് വിളിക്കുന്ന അച്ഛനും അമ്മയും. മകളെ കെട്ടിച്ചുവിട്ടതിന്റെ ബാധ്യത തീർക്കാൻ വാർദ്ധക്യത്തിലും ഓടുകയാവും പാവങ്ങൾ. അതോടെ തകർന്നു വീഴും. രാവെളുക്കുവോളം കെട്ടിയുയർത്തിയ മോഹക്കൊട്ടാരം.

അതിനെയൊക്കെ അതിജീവിച്ച് സ്വന്തം ഇഷ്ടങ്ങൾ സാധിക്കുന്ന ചിലരെങ്കിലും ഇല്ലെന്നല്ല. അതവരുടെ ചോയ്സ്. അതിന് ധൈര്യ മുള്ളവർ ഭാഗ്യവതികളെന്നേ പറയാനാവൂ. ആ ഒരു പിരിമുറുക്കമെ ങ്കിലും കുറഞ്ഞുകിട്ടുമല്ലോ.

''സദാചാരം. ഒലക്കേടെ മൂടാണ്. സ്ത്രീക്ക് മാത്രമായി എന്തു സദാചാരം? വിവാഹം കഴിഞ്ഞ് ഒന്നോ രണ്ടോ കുട്ടികളും ആയി ക്കഴിഞ്ഞാൽ പിന്നെ കെട്ടിയോൻ ഒന്നുമ്മ വയ്ക്കുന്നതുപോലും ഇഷ്ടമല്ലാത്ത സ്ത്രീകളും ഒരുപാടുണ്ട്. അത് അങ്ങനെ കുറേയെണ്ണം. സത്യത്തിൽ ചില ഫ്രണ്ട്സ് പറയുന്ന കഥ കേട്ടാൽ തോന്നും കല്യാണം കഴിക്കാതിരുന്നത് എത്ര നന്നായെന്ന്.''

നാൻസിയങ്ങനെ പറഞ്ഞപ്പോൾ സുറുമി ചോദിച്ചു;

''ചേച്ചിയെന്തോ കാര്യമായ ആലോചനയിലായിരുന്നെന്ന് തോന്നുന്നു?''

''എന്താ മോളേ?''

''അല്ല, നമ്മൾ ഈ വിഷയം വിട്ടിട്ട് അഞ്ചു മിനിറ്റ് കഴിഞ്ഞു.''

''ഓരോന്ന് ഓർത്തതാ മോളേ.''

''നമുക്ക് വല്ല കല്ലും എടുത്തെറിഞ്ഞ് ഇതുങ്ങളെ ഓടിച്ചാലോ ചേച്ചീ? ഈ ഇരിപ്പ് ഇനിയും നീണ്ടാൽ നമ്മൾ ചിലപ്പോൾ അവ ന്മാരുടെ കൈയിൽ പെടും.'' സുറുമി ആശങ്കപ്പെട്ടു.

''വേണ്ട മോളേ. അതുങ്ങൾ കുറച്ചു കഴിയുമ്പോൾ പൊയ്ക്കോളും. ഏതായാലും ഇത്രയും നേരം ഇരുന്നില്ലേ നമ്മൾ. കുറച്ചുകൂടി കാക്കാം.''

''എന്നാൽ നമുക്ക് കുറച്ച് തേൻകൂടി കുടിച്ചാലോ? വിശപ്പാണോ ദാഹമാണോയെന്നൊന്നും അറിയില്ല. എന്തോ ഒരു അസ്വസ്ഥത.''

''അതിനെന്താ, കുടിക്കാമല്ലോ.''

ഒരുവട്ടംകൂടി തേൻകുടിച്ച്, പാമ്പുകൾ വേർപിരിയുന്നതും കാത്ത് രണ്ടാളും ഇരുന്നു.

പതിമ്മൂന്ന്

വീണ്ടും യാത്ര ആരംഭിക്കുമ്പോൾ സുറുമി പറഞ്ഞു;

''ചേച്ചി കല്യാണം കഴിക്കാതെ നിന്നതിന്റെ കഥ ഇതുവരെ പറ ഞ്ഞില്ല.''

''എന്റെ കൊച്ചേ, നീയത് വിട്ടില്ല?''

നാൻസി ചോദിച്ചു.

''വർത്തമാനം പറഞ്ഞുപോകുമ്പോൾ മടുപ്പ് അറിയുന്നില്ല. അതുകൊണ്ടാ.''

''ഒള്ള പുകിലെല്ലാം ഒപ്പിച്ചു വച്ചേച്ച് അവടെയൊരു മടുപ്പ്. നടന്നേ നിയങ്ങോട്ട്.''

നാൻസി അവളെപ്പിടിച്ച് മുന്നോട്ട് ഉന്തിവിട്ടു. അപ്പോഴങ്ങനെ പറഞ്ഞൊഴിയാൻ ശ്രമിച്ചെങ്കിലും അൽപദൂരം ചെന്നപ്പോൾ നാൻസി മനസ്സ് തുറന്നു;

''എല്ലാ കുടുംബത്തും ഉണ്ടാകില്ലേ മോളേ എന്തെങ്കിലുമൊക്കെ പ്രശ്നങ്ങൾ. അത്തരം ചില പ്രശ്നങ്ങൾ ഞങ്ങടെ കുടുംബത്തും ഉണ്ടായിരുന്നു. അമ്മച്ചിക്കും അപ്പച്ചനും ഞങ്ങൾ രണ്ട് പെണ്മക്കളാണ്. അനിയത്തിയുടെ കല്യാണം നേരത്തേ കഴിഞ്ഞു. അവടെ പിള്ളേർക്കിപ്പോൾ എട്ടും പത്തും വയസ്സായി.''

''അയ്യോ, ചേച്ചി നിൽക്കെ അനിയത്തിയുടെ കല്യാണം നടത്തിയോ?''

''ഇന്റർ കാസ്റ്റ് മാര്യേജ് ആയിരുന്നു അവരുടേത്. കോളജിൽ ഒരുമിച്ച് പഠിച്ചവരോ ഒരേസമയം ആർട്സ് ക്ലബ് ഭാരവാഹികൾ ആയിരുന്നവരോ ഒക്കെയാണ്. രണ്ടാളും അടുപ്പത്തിലാണെന്ന് അറിഞ്ഞപ്പോൾ മുതൽ നമ്മുടെ വീട്ടിലും അവന്റെ വീട്ടിലും വലിയ പുകിലായിരുന്നു. ഇതില്ലെങ്കിൽ മരണം എന്നതായിരുന്നു അവളുടെ നിലപാട്. ഒടുവിൽ എന്തുവേണേൽ കാണിക്കട്ടെയെന്ന ചിന്തയിൽ എല്ലാവരും എത്തി. എന്റെ കല്യാണം കഴിയുന്നതുവരെ അരുതാത്തതൊന്നും ചെയ്യരുതെന്ന് കുടുംബത്തെല്ലാവരും കാലുപിടിച്ച് പറഞ്ഞതാണ് അവളോട്. പക്ഷേ എന്താകാൻ. ഒരുദിവസം രണ്ടാളും കൂടി മുങ്ങി. രജിസ്ട്രേഷനൊക്കെ കഴിഞ്ഞ് രണ്ടാഴ്ചയ്ക്കുശേഷമാണ് പിന്നെ നാട്ടിൽ കാലുകുത്തുന്നത്.''

''ഇപ്പോൾ സഹകരണമില്ലേ അവരുമായിട്ട്?''

സുറുമി ചോദിച്ചു.

''പിന്നേ. അവൾക്കിഷ്ടപ്പെട്ട ഒരു ജീവിതം തിരഞ്ഞെടുത്തുവെന്നുവച്ച് അങ്ങനെ ഉപേക്ഷിക്കാൻ പറ്റുമോ? ഒരേ ചോരയല്ലേ. അപ്പച്ചനും അമ്മച്ചിയും ആദ്യമൊന്നും അടുക്കില്ലായിരുന്നു. പഴയ ആൾക്കാരല്ലേ. പിന്നെ ഞാൻ കുറേ ദിവസം മാരത്തൺ ചർച്ച നടത്തിയാണ് രണ്ടാളെയും ഒരുവിധം സഹകരണത്തിന്റെ പാതയിലേക്ക് കൊണ്ടുവന്നത്. അങ്ങനെ ഞങ്ങടെ വീട്ടിൽ കർത്താവിന്റെയും മാതാവിന്റെയും

ഫോട്ടോയ്ക്കടുത്ത് ഒരു കൃഷ്ണൻകൂടി വന്നു. അതുവരെ ക്രിസ്മസും ഈസ്റ്ററും മാത്രം ആഘോഷമായിരുന്ന വീട്ടിലേക്ക് ഓണവും വിഷുവും വന്നു. വിഷുവായിരുന്നു ഏറ്റവും രസമായി തോന്നിയത്. ഓണം നമ്മൾ മലയാളികൾ എല്ലാവരും ഒരുവിധമെങ്കിലും ആഘോഷിക്കാറുണ്ടല്ലോ. വിഷുവിന് രാവിലെ അനിയൻ എല്ലാവർക്കും കൈനീട്ടവുമായി വരുമായിരുന്നു. ഉച്ചയ്ക്ക് സദ്യയുണ്ടാക്കും ഞങ്ങൾ. പിന്നെ രാത്രി പടക്കം പൊട്ടിക്കലായി, പൂത്തിരി കത്തിക്കലായി, ആകെയൊരു ബഹളമാണ്.''

''അത് നന്നായി ചേച്ചീ. നല്ല മനസ്സാണ് ചേച്ചിയുടേത്. അവർക്കിഷ്ടപ്പെട്ട ജീവിതം അവർതന്നെ തിരഞ്ഞെടുത്തതല്ലേ. ചേച്ചി വിചാരിച്ചാൽ റംസാനും ബക്രീദുംകൂടി വീട്ടിലേക്ക് കൊണ്ടുവരാവുന്നതേയുള്ളൂ.''

''ഒന്ന് പോടീ. എന്തായാലും അതോടെ എന്റെ കാര്യത്തിൽ തീരുമാനമായി. എനിക്കപ്പോൾ ഇരുപത്തഞ്ച് വയസ്സായിരുന്നു. അനിയത്തി ഒളിച്ചോടിയ കഥയൊക്കെ പതിയെപ്പതിയെ എല്ലാവരും മറന്നു. എനിക്ക് ഇരുപത് കഴിഞ്ഞപ്പോൾ മുതൽ വീട്ടിൽ ആലോചനകൾ തുടങ്ങിയതാണ്. പക്ഷേ പഠിക്കാനുള്ള മോഹംകൊണ്ട് ഞാൻതന്നെ എല്ലാം തട്ടിയുഴപ്പി വിട്ടു. നല്ലൊരു ജോലിയായിരുന്നു ലക്ഷ്യം.''

''ഒരുപാട് പഠിച്ചോ ചേച്ചിയപ്പോൾ?''

''പഠിച്ചു മോളേ. എം.എസ്.ഡബ്ലിയു.വരെ പഠിച്ചു. മാസ്റ്റർ ഓഫ് സോഷ്യൽ വർക്ക്; കേട്ടിട്ടില്ലേ?''

''ഉം. അതിന്റെയൊരു ഗുണം ചേച്ചിക്ക് കിട്ടിയിട്ടുണ്ട് കേട്ടോ. എന്നിട്ടോ?''

''എന്നിട്ടെന്താകാൻ? പി.എസ്.സി. പരീക്ഷയൊക്കെ ഒരുപാട് എഴുതിയെങ്കിലും പ്രതീക്ഷിച്ചപോലെ ജോലിയൊന്നും സെറ്റായില്ല. കല്യാണവും നടന്നില്ല. ചേച്ചി നിൽക്കേ അനിയത്തിയുടെ കല്യാണം കഴിഞ്ഞാൽ പൊതുവെയുള്ള ചില ചോദ്യങ്ങളുണ്ടല്ലോ. ചേച്ചിക്ക് എന്തെങ്കിലും കുഴപ്പമുണ്ടോ? അസുഖം വല്ലതുമുണ്ടോന്നാണ് പലർക്കും സംശയം. മാനസികരോഗം വല്ലതും ഉണ്ടോന്ന് ചോദിച്ചവരും ഉണ്ട്. എന്ത് പറയാനാ മോളേ, പണവും സ്വർണ്ണവും വാരിക്കോരിക്കൊടുത്ത് ബന്ധം ഉണ്ടാക്കാനുള്ള ശേഷി എന്റെ അപ്പച്ചനും അമ്മച്ചിക്കും ഇല്ലായിരുന്നു. എന്റെ വയസ്സ് കൂടുന്തോറും ചോദിക്കുന്ന സ്വർണ്ണത്തിന്റെയും പണത്തിന്റെയും അളവും കൂടിക്കൂടി വന്നു. അത് ആവശ്യത്തിന് ഉണ്ടെങ്കിൽ വയസ്സിൽ ഇളവ് കിട്ടും. അത് ഞാനും അധികം എന്റർടൈൻ ചെയ്തില്ല. ചിലർ പിന്നെ അനിയത്തീടെ ഇന്റർകാസ്റ്റ് മാര്യേജിന്റെ കാര്യോം പറഞ്ഞോണ്ട്

വരും. ഓരോരോ ന്യായങ്ങൾ. അല്ലാതെന്താ? കുറേ ഒരുങ്ങിക്കെട്ടി നിന്നുകഴിയുമ്പോൾ നമുക്കുണ്ടാവുന്ന ഒരുതരം മരവിപ്പുണ്ട്. അത് ബാധിച്ചുകഴിഞ്ഞാൽപ്പിന്നെ വലിയ പാടാണ്.''

''ഇത്രേം ഗ്ലാമറുള്ള ചേച്ചിക്ക് ആരെയെങ്കിലും ലൈൻ അടിച്ചു വീഴിച്ചുകൂടായിരുന്നോ? നിറമല്ലേ കുറച്ച് കുറവുള്ളൂ?''

''നിറവും കുറച്ച് പ്രശ്നമായിരുന്നു. ഒന്നുരണ്ടെണ്ണം ഏതാണ്ട് സെറ്റായതാണ്. അപ്പോൾ ചെറുക്കന്റെ സഹോദരിമാർക്ക് പ്രശ്നം. പെണ്ണിന് നിറം കുറവാണുപോലും. അവളുമാരൊക്കെ നല്ല വെളുപ്പാ യിരുന്നു. കെട്ടിയോനും നല്ല വെളുപ്പ്. കല്യാണം ആയിടെയെങ്ങാണ്ട് കഴിഞ്ഞതേയുള്ളൂ. പിന്നെ പറയണോ ജാട. അപ്പനോ അമ്മയോ കറുത്തിരുന്നാൽ ഉണ്ടാകുന്ന കുഞ്ഞുങ്ങൾ കറുത്തിരിക്കും പോലും. രസമതല്ല, കുറേക്കാലം കഴിഞ്ഞ് അവരെ ഞാൻ പത്തനംതിട്ടയിൽ വച്ചോ മറ്റോ ഒന്ന് കണ്ടു. അപ്പനും അമ്മയുമേ വെളുപ്പുള്ളൂ. മക്കൾ കൽക്കരിപോലെ രണ്ടെണ്ണം.''

''പുറം വെളുത്തിട്ടെന്തു കാര്യം? അകം വെളുക്കണ്ടേ? അല്ലേ ചേച്ചീ? അവൾക്ക് അതൊന്നും വന്നാൽ പോരാ.''

പറയുമ്പോൾ സുറുമിക്ക് ചിരി വന്നു. നാൻസി തുടർന്നു:

''പിന്നെ, ഞാൻ ഒരുത്തന്റെയും മുന്നിൽ നാണിച്ചു തലതാഴ്ത്തി യൊന്നും നിൽക്കില്ലായിരുന്നു. ഇങ്ങോട്ട് ചോദിക്കുന്നതിനൊക്കെ വ്യക്തമായി മറുപടി പറയുന്നതിനൊപ്പം തിരിച്ചെന്തെങ്കിലുമൊക്കെ ചോദിക്കുകയും ചെയ്യുമായിരുന്നു. അതും ചില ആലോചനകൾ മുടങ്ങാൻ കാരണമായി. പെണ്ണ് തന്റേടിയാണത്രെ. തന്റേടമാണോ എന്നൊന്നും എനിക്കറിയില്ല. ഉള്ളിൽനിന്ന് വരുന്നതല്ലാതെ കാര്യ സാധ്യത്തിനുവേണ്ടി ആക്റ്റ് ചെയ്യാൻ എനിക്ക് പറ്റില്ല. അതിനി കല്യാണം നടക്കാനാണേലും കൊള്ളാം. ജോലി കിട്ടാനാണേലും കൊള്ളാം. കല്യാണം നടക്കാൻ വേണ്ടി നഖം കടിച്ചും നാണം കുണുങ്ങിയുമൊക്കെ നിന്ന പലവളുമാരും ഇപ്പോൾ കെട്ടിയോനെ ഭരിക്കുന്നത് കണ്ടാൽ പെറ്റ തള്ള പൊറുക്കുകേല. പണ്ടേ ഉണ്ടാക്കി വച്ച ഓരോരോ വേഷംകെട്ടലുകൾ, അല്ലാതെന്താ?''

''അങ്ങനെയൊന്നും ചോദിക്കാൻ പാടില്ല. അല്ലേ ചേച്ചീ?''

''ആവോ. ഓരോരുത്തർക്ക് ഓരോ സ്റ്റൈലല്ലേ? സത്യം പറ ഞ്ഞാൽ ഇന്നും ഒരാൾ കാണാൻ വരാനിരുന്നതാണ്. അപ്പോഴാണ് ഈ കുടുങ്ങൽ.''

''അയ്യോ, ഞാൻ കാരണം ചേച്ചി...?'' സുറുമി പെട്ടെന്ന് നിന്നു.

''നീയൊന്ന് പോയെന്റെ കൊച്ചേ. കഴിഞ്ഞ പത്തു വർഷം സെറ്റാകാത്തതാണ് ഇന്നൊരു ദിവസംകൊണ്ട് ശരിയാകാൻ പോകുന്നത്.''

''എന്നാലും...?''

''ഒരെന്നാലും ഇല്ല. ഞാനൊരു തീരുമാനത്തിൽ എത്തിയിട്ടുണ്ട്. ഇനി കല്യാണമൊന്നും വേണ്ട. സത്യത്തിൽ ഇന്നിവിടെ പെട്ടത് നന്നായി. അല്ലെങ്കിൽ ഈ സമയം ഒരു കാഴ്ചവസ്തുവായി നിൽക്കേണ്ടി വന്നേനേ. ഇന്നലെ വന്നതുതന്നെ അമ്മച്ചിയുടെ സങ്കടം കാണാൻ വയ്യാഞ്ഞിട്ടാണ്. ഇവിടെ വല്യമ്മച്ചിയാണേൽ അതിലും അപ്പുറം. മുണ്ടക്കയം അടുത്തെവിടെയോ ഉള്ള ആളാണ് ചെറുക്കൻ. തിരുവനന്തപുരത്ത് വന്നുകാണാൻ സമയമില്ല. ഞാൻ മൂന്നുമാസത്തിലൊരിക്കൽ മുണ്ടക്കയം വരുന്നുണ്ടല്ലോ അപ്പോൾ കാണാമെന്ന് പറഞ്ഞുപോലും. അവിടെ വന്നു കണ്ടിട്ട് പെണ്ണിനെ ഇഷ്ടപ്പെട്ടില്ലേൽ വന്ന വണ്ടിക്കൂലി നഷ്ടമാവുമെന്ന് കരുതിയിട്ടുണ്ടാവും.''

''സാരമില്ല ചേച്ചീ. ഈ വർഷം ഉറപ്പായും നടക്കും ചേച്ചിയുടെ വിവാഹം. ആര് കല്യാണം കഴിച്ചാലും ശരി, അയാളുടെ ഭാഗ്യമായിരിക്കും ചേച്ചി. ആരുമല്ലാത്ത എനിക്കുവേണ്ടി ഈ കരുതൽ നടത്തിയ ചേച്ചി, സ്വന്തം കുടുംബത്തിനുവേണ്ടി എത്ര വലിയ കരുതലാവും മനസ്സിൽ സൂക്ഷിച്ചിട്ടുണ്ടാവുക.''

നാൻസി മറുപടിയൊന്നും പറഞ്ഞില്ല. അങ്ങകലെ വണ്ടികൾ തലങ്ങും വിലങ്ങും പായുന്നതിന്റെ ശബ്ദം കേൾക്കായി. രണ്ടാളും പ്രത്യാശയോടെ മുഖാമുഖം നോക്കി.

പതിന്നാല്

നേരേ ഏലപ്പാറ ടൗണിലേക്ക് ചെന്നെത്തുമെന്നാണ് കരുതിയിരുന്നതെങ്കിലും അതുണ്ടായില്ല. മുന്നിൽ കാണുന്നത് ഏതോ പ്രധാന പാതയാണെന്നുമാത്രം രണ്ടാൾക്കും മനസ്സിലായി. റോഡിൽ നല്ല തിരക്കുണ്ട്. ഒരു ഓട്ടോറിക്ഷാ വരുന്നത് കണ്ടപ്പോൾ നാൻസി കൈ കാണിച്ചു. കുറച്ചു മുന്നോട്ട് ചെന്നിട്ടാണ് വണ്ടി നിന്നത്. അവൾ അതിനടുത്തേക്ക് ഓടിച്ചെന്നു. സുറുമി പിന്നാലെയും. നാൻസി പറഞ്ഞു:

''ഏലപ്പാറ പോകാനാണ്.''

''അയ്യോ, ഞാൻ വേറൊരു ഓട്ടത്തിലാണല്ലോ.''

ഡ്രൈവർ തല വെളിയിലേക്ക് ഇട്ടുകൊണ്ട് പറഞ്ഞു. അവൾ ഓട്ടോയുടെ ഉള്ളിലേക്ക് നോക്കി. നിറയെ ആൾക്കാരുണ്ട്.

''ഏലപ്പാറയ്ക്ക് ഇവിടുന്ന് എത്ര ദൂരമുണ്ടാകും?''

''രണ്ടര കിലോമീറ്ററുണ്ട്.''

''ഇടത്തേക്കാണോ വലത്തേക്കാണോ പോകേണ്ടത്?''

''വലത്തേക്കാണ്. റോഡിന് എതിർവശത്തേക്ക് കടന്നു നിന്നോളൂ. തെരുതെരെ വണ്ടി വരുന്ന സ്ഥലമാണ്. ഓട്ടോയോ ബസ്സോ എന്തെങ്കിലും കിട്ടും.''

''ഇടത്തേക്ക് പോകുന്നത് എങ്ങോട്ടുള്ള വഴിയാണ്?''

''അത് കുട്ടിക്കാനം, മുണ്ടക്കയം. അവിടുന്ന് കോട്ടയം, പത്തനം തിട്ട അങ്ങനെ തിരിഞ്ഞുപോകും.''

''ഇവിടെ അടുത്ത് ഹോട്ടൽ ഉണ്ടോ?''

''ഇല്ല. ഏലപ്പാറ പോകേണ്ടിവരും.''

''നല്ല ഹോട്ടലാകുമോ? സ്റ്റേ ചെയ്യാനല്ല, ടോയ്‌ലറ്റ് ഫെസിലിറ്റി യൊക്കെ ഉണ്ടായാൽ മതി.''

''ഉണ്ടല്ലോ. ഭാസ്കര ഹോട്ടൽ. എല്ലാ സൗകര്യവുമുണ്ട്. ബസ് സ്റ്റോപ്പിന്റെ തൊട്ടടുത്താണ് ഹോട്ടൽ.''

''ഓക്കെ. താങ്ക്സ് ചേട്ടാ.''

ഓട്ടോ കടന്നുപോയപ്പോൾ സുറുമി ചോദിച്ചു;

''നമുക്ക് ഏലപ്പാറ പോകണമെന്നുണ്ടോ ചേച്ചീ? കിട്ടുന്ന വണ്ടിക്ക് കുട്ടിക്കാനം, മുണ്ടക്കയം അങ്ങനെ വിട്ടാലോ? അവന്മാർ എപ്പോ ഴാണ് പിന്നാലെ വരികയെന്ന് അറിയില്ലല്ലോ.''

''ഇല്ല സുറുമീ, നമ്മളെക്കാത്ത് ഷിനു ഏലപ്പാറ വെയിറ്റ് ചെയ്യു ന്നുണ്ടാവും.''

''ഇത്രയും നേരം അയാൾ കാത്തുനിൽക്കുമെന്ന് ചേച്ചിക്ക് തോന്നുന്നുണ്ടോ?''

''കാണാം. കാണാതിരിക്കാം. നമ്മൾ പറഞ്ഞ വാക്ക് വിശ്വസിച്ച് ഷിനു ഇപ്പോഴും അവിടെയുണ്ടെങ്കിലോ? അത്യാവശ്യം വെളിവുള്ള ആളാണെങ്കിൽ നമ്മളെ വിളിച്ച് കിട്ടാതെ വരുമ്പോൾ മൊബൈൽ ചാർജ്ജ് തീർന്നതാവുമെന്ന് മനസ്സിലാക്കുമല്ലോ. നോക്കാം. ആരോ ടായാലും പറഞ്ഞ വാക്ക് പാലിക്കാൻ നമ്മൾ ബാധ്യസ്ഥരല്ലേ? അവർ എന്ത് ചെയ്യുന്നുവെന്ന് നോക്കേണ്ടതില്ല.''

എല്ലാക്കാലത്തും അത്തരം ചിന്തകൾ നാൻസിയുടെ കൂടെപ്പിറപ്പാ യിരുന്നു. കഴിയുന്നിടത്തോളം ആരെയും സങ്കടപ്പെടുത്തില്ല. ആർക്കും

വെറുതെ പ്രതീക്ഷ കൊടുക്കില്ല. എതിർവശത്തുള്ളവരെ നിരാശ രാക്കിയിട്ട്, അവരെ സങ്കടപ്പെടുത്തിയിട്ട് ഒന്നും നേടാൻ മുതിരാറില്ല. അതുകൊണ്ടാവാം, ഓർമ്മവച്ചനാൾമുതൽ പരിചയപ്പെട്ടവരാരും അവളെ മറന്നിട്ടില്ല. പഠിപ്പിച്ച അധ്യാപകർ, കൂടെപ്പഠിച്ചവർ, തൊഴി ലിടങ്ങളിൽ പരിചയപ്പെട്ടവർ, അങ്ങനെ ആരും. അന്ന് മിണ്ടുന്ന വർ ഇന്നും മിണ്ടുന്നു. അന്ന് ഫോൺ വിളിക്കുന്നവർ ഇന്നും വിളി ക്കുന്നു.

സ്വന്തം കാര്യസാധ്യത്തിനു വേണ്ടി മാത്രം ബന്ധങ്ങൾ നില നിർത്തുന്നവരുടെ ലോകത്ത്, ഒരു മിഠായി വാങ്ങിക്കൊടുത്താൽ പകരമൊരു ചോക്കലേറ്റ് സ്വപ്നം കാണുന്നവരുടെ ലോകത്ത്, ഒരുപകാരം ചെയ്താൽ അത് കൈപ്പറ്റിയവർ തന്നെക്കാണുമ്പോൾ ഓച്ഛാനിച്ച് നിൽക്കണമെന്നും തന്റെ എല്ലാ കൊള്ളരുതായ്മകൾ ക്കും കുടപിടിക്കണമെന്നും വാശി പിടിക്കുന്നവരുടെ ലോകത്ത്, താൻ എല്ലാവരെയും ചോദ്യം ചെയ്യുകയും ആൾക്കൂട്ടത്തിൽ അപ മാനിച്ച് സംസാരിക്കുകയും ചെയ്താലും തന്നെ ആരും ചോദ്യം ചെയ്യാനും അപമാനിക്കാനും പാടില്ലെന്ന് നിർബ്ബന്ധമുള്ളവരുടെ ലോകത്ത്, തന്റെ കൊള്ളരുതായ്മകളെ ചോദ്യം ചെയ്യുകയും തെറ്റുകൾ ചൂണ്ടിക്കാണിക്കുകയും ചെയ്യുന്നവരെ ശത്രുക്കളായി പ്രഖ്യാപിക്കുന്നവരുടെ ലോകത്ത്, വേറിട്ട ഒരു റോൾ മോഡലായി രുന്നു നാൻസി.

ആരെയും വെറുപ്പിക്കാതിരിക്കാൻ, ആരിലും വെറുപ്പിന്റെ വിത്ത് വിതയ്ക്കാതിരിക്കാൻ എന്നും ശ്രദ്ധാലുവായിരുന്നു അവൾ. എല്ലാവരും ഓരോ സ്വതന്ത്ര വ്യക്തികളാണെന്നും എല്ലാവർക്കും അവരുടേതായ മാനാഭിമാനങ്ങൾ ഉണ്ടെന്നും അതിന് പണവും പ്രതാപവും വലിയ ജീവിത ചുറ്റുപാടുകളും ഒരു മാനദണ്ഡമല്ലെന്നും തിരിച്ചറിയാനും അതിനനുസരിച്ച് പെരുമാറാനും കഴിയുന്നതായിരുന്നു അവളുടെ ഏറ്റവും വലിയ പ്രത്യേകത.

വൈകാതെ ഒരു ബസ് വന്നുനിന്നു. സീറ്റ് ഇല്ലായിരുന്നുവെന്ന് മാത്രമല്ല നല്ല തിരക്കുമായിരുന്നു വണ്ടിയിൽ. എങ്കിലും അതിൽ ക്കയറി രണ്ടാളും ഏലപ്പാറയിൽ എത്തി. ബസ്സിറങ്ങിയ ഉടനെ നാൻസി അന്വേഷിച്ചത് പെട്രോൾ പമ്പ് ആയിരുന്നു.

‘‘എന്താ ചേച്ചീ?’’ സുറുമി ചോദിച്ചു.

‘‘അതിന്റെ ഫ്രണ്ടിലല്ലേ ഷിനു വണ്ടിയുമായി കാണുമെന്ന് പറഞ്ഞത്. നോക്കാം.’’

പമ്പ് അന്വേഷിച്ചപ്പോൾ ഒരാൾ വഴി പറഞ്ഞുകൊടുത്തു;

‘‘കുറച്ച് താഴേക്ക് നടക്കണം.’’

‘‘ഓട്ടോ വിളിക്കാനുള്ള ദൂരമുണ്ടോ?’’ നാൻസി ചോദിച്ചു.

''ഇല്ല. ആ ഭാസ്കര ഹോട്ടലിന്റെ ഫ്രണ്ടിലൂടെ അല്പമൊന്ന് നടന്നാൽ മതി.''

അവളുടെ പ്രതീക്ഷ അസ്ഥാനത്തായില്ല. വെളുത്ത നിറമുള്ള ഫിയറ്റ് ലീനിയ കാറും ഷിനുവും അവരെക്കാത്ത് അവിടെ ഉണ്ടായിരുന്നു.

''കേറിക്കോളൂ.''

ഷിനു കാറിന്റെ ഡോർ തുറക്കാൻ തുടങ്ങിയപ്പോൾ നാൻസി പറഞ്ഞു.

''ക്ഷമിക്കണം. ഇപ്പോൾത്തന്നെ ഞങ്ങൾ ഒരുപാട് ലേറ്റായി. അറിയാം.''

''അതിനെന്താ. എന്തു പറ്റിയായിരുന്നു? വണ്ടി പിന്നെയും ബ്രേക്ക് ഡൗൺ ആയോ?''

''ഒന്നും പറയണ്ട. ഇങ്ങനെയൊരു നശിച്ച ദിവസം.''

''ഫോണിനെന്തുപറ്റി? ഓഫായിപ്പോയോ?''

''അത് വേറൊരു ദുരന്തം. ഞാൻ പറഞ്ഞിരുന്നില്ലേ, ഫോൺ ഓഫാകാനുള്ള സാധ്യതയുണ്ടെന്ന്. സമയം എത്രയായി?''

''പന്ത്രണ്ടര. ഞാൻ എട്ടിന് മുൻപ് വന്നു.''

''കർത്താവേ...''

അവൾ നെഞ്ചത്ത് കൈവച്ചു. ഷിനു പറഞ്ഞു;

''എനിക്ക് തോന്നി മൊബൈൽ ഓഫായിക്കാണുമെന്ന്. ജോഷ്വായെ വിളിച്ചപ്പോൾ അവൻ വിളിച്ചിട്ടും കിട്ടുന്നില്ലെന്ന് പറഞ്ഞു. എങ്കിലും ഇത്രയും വൈകിയപ്പോൾ നിങ്ങൾ വേറെ വഴിയെങ്ങാനും പോയോയെന്ന് സംശയിച്ചു. ചിലർ അങ്ങനൊക്കെ ചെയ്യാറുണ്ട്. വണ്ടി വിളിച്ച് വരുത്തും. എന്നിട്ട് വേറെ വണ്ടി വല്ലതും കിട്ടിയാൽ ആ വഴി പൊയ്ക്കളയും. ഒടുവിൽ വണ്ടിക്കൂലിയും കാണില്ല. നമ്മുടെ അന്നത്തെ ദിവസവും പോയിക്കിട്ടും. എന്തുവന്നാലും വ്യക്തമായൊരു ഇൻഫർമേഷൻ വരാതെ ഞാൻ ഇവിടുന്ന് മാറില്ലായിരുന്നു. പണ്ടേയുള്ള ശീലമാണ്. ചിലപ്പോൾ അത് എനിക്കുതന്നെ വിനയായിട്ടുണ്ട്. എന്നാലും മാറ്റാൻ തോന്നില്ല. ചില ശീലങ്ങൾ അങ്ങനെയാണല്ലോ.''

''ഇപ്പോഴതൊന്നുമല്ല പ്രശ്നം. ഞങ്ങൾ വിശന്ന് ഒരു പരുവമായി. എന്തെങ്കിലും കഴിക്കണം. സത്യം പറഞ്ഞാൽ പല്ലുപോലും തേച്ചില്ല.''

''നല്ല പണി കിട്ടിയിട്ടുള്ള വരവാണെന്നു തോന്നുന്നല്ലോ രണ്ടാളും?''

''ഉം. കണ്ടാൽ അറിയാം അല്ലേ?''

‘‘അറിയാം. ഈ കൊച്ചിന്റെ ദേഹത്തൊക്കെ എന്തു പറ്റിയതാ?’’

‘‘രണ്ടു പട്ടികൾ ഉപദ്രവിച്ചതാ. എല്ലാം പറയാം. എന്തെങ്കിലും കഴിക്കട്ടെ ആദ്യം. വരുവല്ലേ ഞങ്ങടെ കൂടെ?’’

‘‘അതിനെന്താ. ഞാനും ഒന്നും കഴിച്ചില്ല. വണ്ടിയിൽ എന്നെ കണ്ടില്ലെങ്കിൽ നിങ്ങൾ പരിഭ്രാന്തരായാലോ എന്ന് കരുതി ഞാനൊരു ചായ കുടിക്കാൻപോലും ഇറങ്ങിയില്ല.’’

നാൻസി സുറുമിയെ പതിയെ നുള്ളി. അതിന്റെ അർഥം മനസ്സിലാക്കിയിട്ടെന്ന വണ്ണം അവൾ പതിയെ പറഞ്ഞു;

‘‘ചേച്ചിയെ സമ്മതിച്ചു. നമ്മൾ അതുവഴി പോയിരുന്നെങ്കിൽ എന്തായേനേ കഥ?’’

‘‘നമുക്ക് ഭാസ്കരായിൽ കയറാം.’’ ഷിനു പറഞ്ഞു.

മൂവരും ഒരുമിച്ച് ഹോട്ടലിലേക്ക് കയറി. നാൻസി പറഞ്ഞു;

‘‘ഷിനു വിശപ്പായെങ്കിൽ കഴിച്ചോളൂ. ഞങ്ങൾക്കൊന്ന് ഫ്രഷാകണം. അതിന്റെയൊരു താമസമുണ്ട്. ഒരുപാടൊന്നും വേണ്ട. ഒരു പത്ത് മിനിറ്റ്.’’

‘‘കൊള്ളാം. ഞങ്ങൾ ടാക്സി ഡ്രൈവർമാർക്ക് പൊതുവേ സമയത്ത് ഭക്ഷണം കഴിപ്പൊക്കെ കുറവാണ്. നിങ്ങൾ ഫ്രഷായി വന്നോളൂ. ഞാൻ വെയിറ്റ് ചെയ്യാം. ടോയ്‌ലറ്റ് അവിടെയാണ്. ചെന്നോളൂ.’’

നാൻസിയും സുറുമിയും ഫ്രഷായി തിരികെയെത്തിയപ്പോൾ ഷിനു പറഞ്ഞു;

‘‘അവിടെ ഫാമിലി റൂമുണ്ട്. നിങ്ങൾ അങ്ങോട്ടിരുന്നോളൂ. ഞാൻ ഇവിടിരുന്നോളാം.’’

‘‘ഫാമിലി റൂം ഒഴിവുണ്ടോ?’’

‘‘ഉണ്ടല്ലോ. ഞാൻ നോക്കിയിരുന്നു.’’

‘‘എന്നാൽ വരൂ. നമുക്കൊരുമിച്ച് ഇരിക്കാം.’’

ഷിനു മടിച്ചുനിന്നപ്പോൾ നാൻസി വീണ്ടും വിളിച്ചു;

‘‘വാടോ മനുഷ്യാ, നമുക്കൊരുമിച്ച് ഇരിക്കാം.’’

‘‘ചില ഗസ്റ്റുകൾക്ക് ഇഷ്ടമല്ല ഒരുമിച്ച് ഇരിക്കുന്നത്. അതാണ് ഞാൻ.’’

‘‘അതിന് ഞങ്ങൾ ഗസ്റ്റുകളും ടൂറിസ്റ്റുകളും ഒന്നുമല്ല. ഞങ്ങളൊരു പ്രതിസന്ധിയിൽ പെട്ടു. ഞങ്ങളെ സംബന്ധിച്ച് ഷിനു ഞങ്ങളുടെ ഗസ്റ്റാണ്. ധൈര്യമായി വന്നോളൂ.’’

അവളുടെ നിർബന്ധത്തിനു വഴങ്ങി മടിച്ചുമടിച്ച് അയാൾ അവർക്കൊപ്പം ഫാമിലി റൂമിലേക്ക് കയറി.

പതിനഞ്ച്

ഏലപ്പാറ നിന്നും യാത്ര തിരിക്കുമ്പോൾ സമയം ഒരു മണി കഴിഞ്ഞിരുന്നു.

''വണ്ടിയിൽ മൊബൈൽ ചാർജർ ഉണ്ടാകുമോ?'' നാൻസി ചോദിച്ചു.

''ഉണ്ടല്ലോ. ഇങ്ങു തന്നോളൂ. ഞാൻ കുത്തിയിട്ടോളാം.''

ഷിനു പിന്നിലേക്ക് കയ്യെത്തി അവളുടെ ഫോൺ വാങ്ങി. വണ്ടി നിർത്താതെ പരമാവധി വേഗത കുറച്ച അയാൾ, അത് ചാർജറിൽ കണക്റ്റ് ചെയ്യുന്നതിനിടെ ചോദിച്ചു:

''പാട്ട് ഇടുന്നതിൽ ബുദ്ധിമുട്ടൊന്നും ഇല്ലല്ലോ?''

''എന്ത് ബുദ്ധിമുട്ട്? ഇട്ടോളൂ. വയർ ഫുള്ളായപ്പോൾ ഉറക്കം വരുന്നുണ്ട്. പാട്ടു കേട്ടങ്ങ് ഉറങ്ങാം. നല്ല ക്ഷീണവുമുണ്ട്.''

സീറ്റിലേക്ക് പരമാവധി ചാരിക്കിടന്ന രണ്ടാളും വൈകാതെതന്നെ ഉറക്കമായി. ഷിനുവാകട്ടെ, അവരുടെ ഉറക്കത്തിന് ഒട്ടും ഭംഗം വരാത്തവിധം വേഗത കുറച്ച് വണ്ടിയോടിച്ചുകൊണ്ടിരുന്നു. കുട്ടിക്കാനം എത്തിയപ്പോൾ നാൻസി മയക്കം വിട്ടുണർന്നു. സുറുമി അപ്പോഴും നല്ല ഉറക്കത്തിലായിരുന്നു.

''ബോറടിച്ചു അല്ലേ?'' നാൻസി ചോദിച്ചു.

''കൊള്ളാം. നമുക്കിതൊക്കെ നല്ല ശീലമാണ്. ചില ആളുകളുണ്ടല്ലോ, വണ്ടിയിൽ കയറിയാൽപ്പിന്നെ ഡ്രൈവറുടെ മുഖത്തുപോലും നോക്കില്ല. എല്ലാവരുമല്ല കേട്ടോ, ചിലർ.''

''ഞങ്ങളെ അങ്ങനെയൊന്നും കാണണ്ട. അത്രയ്ക്ക് ക്ഷീണമുണ്ടായിരുന്നു. അതാ കയറിയ ഉടനേ ഉറങ്ങിയത്.''

''ഈ കൊച്ചിന് എന്ത് പറ്റിയതാണെന്നേ? ലക്ഷണം കണ്ടിട്ട് പട്ടി കടിച്ചതൊന്നും അല്ലല്ലോ. എന്തെങ്കിലും പ്രശ്നമുണ്ടോ? പറയാൻ പറ്റുന്നതാണെങ്കിൽ മാത്രം പറഞ്ഞാൽ മതി. അല്ലെങ്കിൽ വിട്ടേക്കൂ.''

ഒട്ടൊന്ന് ആലോചിച്ചിരുന്നശേഷമാണ് നാൻസി മറുപടി പറഞ്ഞത്.

''അവളൊരു കെണിയിൽ പെട്ടതാണ്. കൊന്നു കുഴിച്ച് മൂടേണ്ടതായിരുന്നു അവന്മാർ. ഭാഗ്യത്തിന് ഇവിടം വരെ എത്തിയെന്നു പറഞ്ഞാൽ മതിയല്ലോ.''

നാൻസി പരമാവധി ചുരുക്കി ആ കഥ വിവരിച്ചു. മുഴുവൻ കേൾക്കുന്നതുവരെ മിണ്ടാതിരുന്ന ഷിനു പെട്ടെന്ന് വണ്ടിയൊതുക്കി.

''എന്തുപറ്റി?''

''എന്നിട്ട് അവന്മാരെ രക്ഷപ്പെടാൻ അനുവദിച്ചിട്ട് നിങ്ങളിങ്ങ് പോന്നോ? അവന്മാരെ അങ്ങനെ വിടാൻ പറ്റില്ല. ഞാൻ മുണ്ടക്കയം സ്റ്റേഷനിൽ വിളിക്കട്ടേ? എനിക്ക് പരിചയമുള്ള നാലഞ്ച് പൊലീസുകാരുണ്ട് അവിടെ.''

''എന്നിട്ടെന്തിനാ? പത്രക്കാരും ചാനലുകാരും യൂട്യൂബർമാരും എല്ലാംകൂടി ഇതിനെ ഇനിയും പരസ്യമായി വലിച്ച് കീറാനോ? ഒന്നും നടക്കില്ല. പിന്നെ കുറേയാളുകൾ അവന്റെയും ഇവളുടെയും രാഷ്ട്രീയം ചികയും. മതം ചികയും. എല്ലാവർക്കുംകൂടി ഒന്നോ രണ്ടോ ആഴ്ചത്തെ ആഘോഷം. അതിനപ്പുറം എന്തുണ്ടാവാനാ?''

''നിങ്ങളിത് എന്ത് വിചാരിച്ചിട്ടാണ്? പോക്സോ കേസാണ്. ഇനിയവന്മാർ പുറംലോകം കാണരുത്.''

''പണവും സ്വാധീനവും ഉള്ളവനാണ് പ്രതി. അവനുവേണ്ടി മണിക്കൂറിന് ലക്ഷങ്ങൾ കണക്കു പറഞ്ഞു വാദിക്കുന്ന ആളൂർ വക്കീലന്മാർ വരും. അവൻ സുഖമായി ഊരിപ്പോകും. അവസാനം ഇവളാകും കുറ്റക്കാരി. ഇവളെന്തിനാണ് അവനെ നോക്കാൻ പോയത്? പെണ്ണല്ലേ? ആരെങ്കിലും വിളിച്ചാൽ അങ്ങനെ ഇറങ്ങിപ്പോകാൻ പാടുണ്ടോ? കാശുള്ള വീട്ടിലെ ആൺപിള്ളേരെപ്പറ്റി വെറുതെ അപവാദം പറഞ്ഞുണ്ടാക്കുകയാണ്, വണ്ടിയിൽനിന്ന് ഇറങ്ങി ഓടാൻ മേലായിരുന്നോ? നിലവിളിച്ച് ആളെക്കൂട്ടാൻ മേലായിരുന്നോ തുടങ്ങി എന്തെല്ലാം കുറ്റം ചാർത്താമോ, അതെല്ലാം ചാർത്തിക്കൊടുക്കും. പൈസ അടിച്ചുമാറ്റാനുള്ള വേലയാണ്. ഇവൾ മാത്രമല്ല, അമ്മയും പെഴയാണ്. അങ്ങനെയോരോ കഥയുണ്ടാക്കുകേലേ ആളുകള്. ഇനിയഥവാ അവനെ തൂക്കിലേറ്റിയെന്നുതന്നെ വിചാരിക്കുക. പിന്നെ ഈ കൊച്ചിന്റെ അവസ്ഥയെന്താകും? പഠിക്കാൻ പോകാനൊക്കുമോ? ആരെങ്കിലും വന്ന് വിവാഹം കഴിച്ചുകൊണ്ട് പോകുമോ? എന്തിന്, വീടിന് വെളിയിൽപ്പോലും ഇവൾക്കോ ഇവളുടെ വീട്ടുകാർക്കോ ഇറങ്ങാൻ പറ്റുമോ?''

''എനിക്ക് അത്തരം ചിന്തകളൊന്നും വരുന്നില്ല. എന്റെ പരിമിതമായ അറിവു വച്ച് ഇത് നിയമത്തിന്റെ വഴിക്കുതന്നെ പോകേണ്ട കേസാണ്. ഇനി നിങ്ങളുടെ ഇഷ്ടം.''

അയാൾ വണ്ടി മുൻപോട്ടെടുത്തു. കുറച്ച് കഴിഞ്ഞപ്പോൾ അവൾ ചോദിച്ചു:

‘‘രാത്രി പതിനൊന്നരയ്ക്ക് മുണ്ടക്കയം വരുന്ന തിരുവനന്തപുരം ഫാസ്റ്റിലെ കണ്ടക്ടറെ അറിയാമോ?’’

‘‘പത്തനംതിട്ട വഴി വരുന്ന ബസ്സല്ലേ?’’

‘‘അതെ.’’

‘‘അറിയാം. രണ്ടുപേരുണ്ട്. ഏത് ഷിഫ്റ്റിലെ ആളാണെന്നറി യാമോ? ജോസേട്ടനും ഷെരീഫുമുണ്ട്. ഇതിൽ ആരാണോ?’’

‘‘ഷിഫ്റ്റൊന്നും അറിയില്ല. പേരും അറിയില്ല.’’

‘‘പ്രായമുള്ള ആളാണോ?’’

‘‘വലിയ പ്രായമില്ല. ഷിനുവിന്റെ പ്രായമൊക്കെ വരുമായിരിക്കും. നല്ലപോലെ വെളുത്തിട്ടാണ്.’’

‘‘എന്നാൽ ഷെരീഫാണ്. ജോസേട്ടൻ റിട്ടയർ ചെയ്യാറായി. നമ്മളീ സ്റ്റാൻഡിന്റെ തൊട്ടടുത്ത് തന്നെയല്ലേ ഉള്ളത്. അതുകൊണ്ട് ഏതാണ്ടെല്ലാ ഡ്രൈവർമാരെയും കണ്ടക്ടർമാരെയും അറിയാം. ഷെരീഫാണെങ്കിൽ മുണ്ടക്കയംകാരനാണ്. തന്നെയുമല്ല, ഞങ്ങൾ അവിവാഹിതരായ മുതുക്കന്മാരുടെ ഒരു വാട്ട്സ്ആപ്പ് ഗ്രൂപ്പുണ്ട്. അതിന്റെ അഡ്മിനാണ് കക്ഷി.’’

‘‘മുതുക്കന്മാരോ? അത്രയ്ക്ക് പ്രായമായോ നിങ്ങൾക്കൊക്കെ?’’

‘‘കൊള്ളാം. എനിക്ക് നാല്പത്തിമൂന്നായി. അവന് നാൽപ്പത്.’’

‘‘എങ്കിൽ എന്നെയും നിങ്ങളുടെ ഗ്രൂപ്പിൽ ആഡ് ചെയ്യേണ്ടി വരും.’’

‘‘ഈശ്വരാ, എത്ര വയസ്സായി ഇപ്പോൾ?’’

‘‘ഓ, ഇനി വയസ്സൊക്കെ പറഞ്ഞിട്ട് എന്തിനാ? നമ്മൾ പറഞ്ഞു വന്നതിന്റെ ബാക്കി പറ.’’

‘‘ഇന്നലെ അവൻ ഡ്യൂട്ടിയിൽ ഉണ്ടായിരുന്നെങ്കിൽ ഇന്ന് മിക്ക വാറും ഓഫായിരിക്കും. ഒത്താൽ നമ്മൾ ചെല്ലുമ്പോൾ ടൗണിൽ കാണും കക്ഷി. അതിരിക്കട്ടെ എന്താ കാര്യം?’’

‘‘ഒന്ന് കാണാനാണ്. ഇന്നലെ രാത്രി അയാളായിരുന്നു ഡ്യൂട്ടി യിൽ ഉണ്ടായിരുന്നത്.’’

‘‘ഇപ്പോ വിളിക്കണോ?’’

‘‘വേണ്ടെന്നേ. നമുക്ക് അവിടെ ചെല്ലുമ്പോൾ അന്വേഷിക്കാം. അതുമതി.’’

‘‘ടൗണിൽ ഇല്ലെങ്കിൽ നമുക്ക് വിളിച്ചു വരുത്താമെന്നേ. അവിടെ അടുത്താ അവൻ താമസിക്കുന്നത്.’’

''ഷിനുവെന്താ നാൽപ്പത്തിമൂന്നുവരെ ഇങ്ങനെ നിന്നുപോയത്.''

''ഓരോരോ പ്രശ്നങ്ങളായിരുന്നു. പെങ്ങടെ കല്യാണം. വീടു പണി. അങ്ങനെയോരോന്ന്. പിന്നെ പറയത്തക്ക ജോലിയൊന്നും ഇല്ലല്ലോ. അതും ഒരു കാരണമായി. പിന്നെ കുറച്ച് ഗ്ലാമറിന്റെ പ്രശ്ന വുമുണ്ട്.''

''ഗ്ലാമർ കുറഞ്ഞതാണോ കൂടിയതാണോ പ്രശ്നമായത്?''

''ആക്കിയതാണല്ലേ? സാരമില്ല.''

''ഷിനൂ. ഇതിൽ കൂടുതൽ വേണോ ഒരാൾക്ക് സൗന്ദര്യം? അങ്ങനെ തോന്നുന്നുവെങ്കിൽ അത് തെറ്റിദ്ധാരണയാണ്. എന്റെ നോട്ടത്തിൽ ഷിനു സുന്ദരനാണ്. ആരോഗ്യവും നല്ല മനസ്സുമാണ് പ്രധാനം. നല്ലതൊന്ന് സെറ്റാകും. ധൈര്യമായിരിക്ക്.''

''ഓ, ഇനിയെന്തോന്ന് സെറ്റാകാൻ? ഇങ്ങനൊക്കെയങ്ങ് കഴിഞ്ഞു പോകണം. അത്രതന്നെ. എന്നുവച്ച് എനിക്ക് വലിയ നിരാശയൊന്നും ഇല്ല കേട്ടോ. അതുപോട്ടെ. എവിടെയാണ് ജോലി?''

''എന്നോടാണോ ചോദ്യം?'' നാൻസി ചോദിച്ചു.

''പിന്നല്ലാതെ?''

''എന്നെയാണെങ്കിൽ നാൻസിയെന്ന് വിളിച്ചോളൂ.''

''പേരെനിക്കറിയാം. അതിപ്പോ... നിങ്ങള് വലിയ ജോലിക്കാരൊ ക്കെയല്ലേ? അതുകൊണ്ട് പേര് വിളിക്കാൻ ഒരു മടി. അതാണ്.''

''ജോലിക്കാരിയോ, ഞാനോ?''

''ജോലിയില്ലേ? സംസാരവും പെരുമാറ്റവുമൊക്കെ കണ്ടപ്പോൾ ഞാൻ കരുതി. ഏതോ വലിയ ഉദ്യോഗസ്ഥയായിരിക്കുമെന്ന്.''

''ഓ, ഉദ്യോഗസ്ഥർ മാത്രമേ നന്നായി സംസാരിക്കുകയുള്ളോ? നല്ല കണ്ടെത്തലാണല്ലോ.''

''അങ്ങനെയല്ല.''

''ഞാൻ മാരുതിയുടെ ഷോറൂമിലാണ് വർക്ക് ചെയ്യുന്നത്. തിരു വനന്തപുരത്ത്.''

''അപ്പോൾ നല്ല കസ്റ്റമർ ഡീലിങ് അറിയാം. അതിന്റെയാണ് മധുരമായ ഈ സംസാരം.''

''ഇത് കസ്റ്റമർ ഡീലിംഗിനുവേണ്ടി കൃത്രിമമായി ഉണ്ടാക്കിയെടുത്ത തൊന്നുമല്ല. എന്റെ സംസാരം പണ്ടേ ഇങ്ങനെയാണ്. ആവശ്യത്തി നനുസരിച്ച് ഇതിന്റെ ടോൺ മാറുകയും ചെയ്യും. എല്ലായിടത്തും മധുരം പറ്റില്ലല്ലോ. എന്റെ വിദ്യാഭ്യാസത്തിന് അതിലൊരു പങ്കു ണ്ടാവാം. അല്ലാതൊന്നുമില്ല.''

“കുറേ പഠിച്ചോ അപ്പോൾ?”

“ങാ. ഏതാണ്ട്.”

റിയർവ്യൂ മിററിലൂടെ അവളെ നോക്കി പുഞ്ചിരിച്ചതല്ലാതെ ഷിനു അതിന് മറുപടിയൊന്നും പറഞ്ഞില്ല. വണ്ടി മുറിഞ്ഞപുഴ എത്തിയപ്പോഴേക്കും ഉറക്കമുണർന്ന സുറുമി, നാൻസിയുടെ തോളത്ത് തല ചായ്ച്ച് വീണ്ടും കിടന്നു.

പതിനാറ്

വളഞ്ഞങ്ങാനം വെള്ളച്ചാട്ടവും പുല്ലുപാറ ചെക്ക്പോസ്റ്റുമെല്ലാം കടന്ന്, കാർ പെരുവന്താനം എത്തിയപ്പോൾ നാൻസി പറഞ്ഞു;

“സൗകര്യം പോലെ ഒന്നൊതുക്കിലായാൽ ഒരു നാരങ്ങാവെള്ളം കുടിക്കാമായിരുന്നു. നല്ല ദാഹം.”

“അതിനെന്താ; നിർത്താമല്ലോ.”

വണ്ടിയൊതുക്കി നിർത്തുന്നതിനിടെ ഷിനു പറഞ്ഞു;

“പൊറോട്ട തിന്നിട്ടാ ഇത്രയ്ക്ക് ദാഹം. ലേറ്റായി ഫുഡ് കഴിക്കുമ്പോൾ പൊറോട്ട ഒഴിവാക്കുന്നതാണ് നല്ലത്. ദഹിക്കാൻ സമയമെടുക്കും. നല്ലപോലെ വെള്ളം കുടിച്ചാലേ ഈ സാധനം ദഹിക്കൂ.”

“എനിക്ക് ഭയങ്കര ഇഷ്ടമാണ് ഇന്നാട്ടിലെ പൊറോട്ട.”

“അവിടെ കിട്ടില്ലേ?”

“കിട്ടും. ഇവിടുത്തെയത്ര ഒക്കില്ല.”

“മൈദയുടെ ക്വാളിറ്റിയുടെ പ്രശ്നമാണ്. അത് പാകപ്പെടുത്തുന്നതിന്റെ രീതിയും ഓരോ സ്ഥലത്ത് ഓരോന്നാണ്. നല്ല പൊറോട്ട കിട്ടണമെങ്കിൽ മുണ്ടക്കയം കേറണമെന്ന് മിക്കവാറും ഗസ്റ്റുകൾ പറയുന്നത് കേട്ടിട്ടുണ്ട്. മുണ്ടക്കയവും ഏലപ്പാറയും മാത്രമല്ല, കട്ടപ്പനയിലും നെടുങ്കണ്ടത്തും ചെറുതോണിയിലുമെല്ലാം നല്ല സൂപ്പർ പൊറോട്ട കിട്ടും.”

“മുണ്ടക്കയം വന്നാൽ ഇവിടുത്തെ പൊറോട്ട തിന്നാതെ പോകില്ല ഞാൻ. ജോഷ്വായെയും കൂട്ടി ഇറങ്ങും.”

“കൊള്ളാം, അവൻ പൊറോട്ടയും ബീഫും കഴിക്കുന്നതിന്റെ ആശാനാണ്.”

“അറിയാം. അവനാണ് ഇവിടുത്തെ പൊറോട്ട ആദ്യം വാങ്ങിത്തരുന്നത്. എനിക്ക് ബീഫ് നിർബന്ധമില്ല. ചൂട് പൊറോട്ടയും

സാമ്പാറുമാണ് എന്റെ കോമ്പിനേഷൻ. അതിന്റെ കൂടെ ഒരു വറുത്ത ചിക്കനും ചെറുതായരിഞ്ഞ് നല്ലപോലെ ഉപ്പിട്ട് പിഴിഞ്ഞെടുത്ത് പച്ചമുളകും കറിവേപ്പിലയും വിനാഗിരിയുമൊക്കെ ചേർത്തിളക്കിയ സവാളയും.... ആഹഹാ...''

''ഇവിടെങ്ങാനും ഒരു കല്യാണം കഴിച്ച് കൂടാൻ മേലാരുന്നോ? ഡെയിലി നല്ല പൊറോട്ടയും സാമ്പാറും ചിക്കൻ ഫ്രൈയും തട്ടാം.''

''നോക്കട്ടെ. ഷിനു ഒരു കാര്യം പറഞ്ഞിട്ട് ഞാൻ അനുസരിച്ചി ല്ലെന്നു വേണ്ട.''

ചിരിച്ചുകൊണ്ട് അവൾ സുറുമിയെ വിളിച്ചുണർത്താൻ ശ്രമിച്ചു.

''എഴുന്നേൽക്ക്, വെള്ളം കുടിക്കാം.''

''എനിക്കൊന്നുംവേണ്ട ചേച്ചീ. ഉറക്കം പോകുന്നില്ല.''

''അതിനു വെള്ളം വല്ലോം വേണേൽ ഇങ്ങോട്ട് വാങ്ങിക്കൊണ്ടു വരാം.'' ഷിനു പറഞ്ഞു.

''മോൾക്കെന്നാൽ ഇങ്ങോട്ട് വാങ്ങിക്കൊണ്ടുവരട്ടേ?''

''ഉം. എഴുന്നേൽക്കാൻ തോന്നാഞ്ഞിട്ടാണ് ചേച്ചീ.''

''ഓക്കേ. നീ കിടന്നോളൂ.''

ഷിനുവുമൊരുമിച്ച് നാൻസി കടയിലേക്ക് നടന്നു. ഓരോ നാരങ്ങാ വെള്ളം കുടിച്ച്, സുറുമിക്കുള്ളത് ഒരു ഡിസ്പോസിബിൾ ഗ്ലാസിൽ വാങ്ങിക്കൊണ്ടാണ് രണ്ടാളും തിരിച്ചെത്തിയത്. സുറുമിയെ വിളി ച്ചുണർത്തി, വെള്ളം കൊടുക്കുമ്പോൾ നാൻസി പറഞ്ഞു;

''ഉപ്പും പഞ്ചസാരയും ചേർന്നതാ. ക്ഷീണം പൊയ്ക്കോളും.''

''ഇതിനെ വല്ല ഹോസ്പിറ്റലിലും കാണിക്കണ്ടേ?'' ഷിനു ചോദിച്ചു.

''നോക്കാം. അവിടെച്ചെന്നാലും അവർ മിക്കവാറും പൊലീസിന് ഇൻഫോം ചെയ്യും.''

നാൻസി പറഞ്ഞപ്പോൾ സുറുമി ഇടയ്ക്കു കയറി;

''ഒന്നും വേണ്ട ചേച്ചീ. എനിക്കിപ്പോൾ നല്ല ആശ്വാസമുണ്ട്. ഈ പാടൊക്കെ കുറച്ചുദിവസം കഴിയുമ്പോൾ തനിയെ മാറിക്കോളും. എനിക്ക് പരിചയമുള്ളൊരു നഴ്സ് ചേച്ചിയുണ്ട്. അവരോട് പറഞ്ഞ് ഞാൻ വല്ല ഓയിൻമെന്റും വാങ്ങി പുരട്ടിക്കോളാം. കേസും കൂട്ടവു മൊന്നും വേണ്ട. ഇപ്പോൾ അനുഭവിച്ചതുതന്നെ എനിക്ക് താങ്ങാൻ പറ്റുന്നതിനും അപ്പുറത്തെ കാര്യങ്ങളാണ്. എനിക്കുവേണ്ടി ഇത്രയും കഷ്ടപ്പെട്ട ചേച്ചിയല്ലേ. ഞാനിനി ഒരു കുഴപ്പത്തിനും പോകില്ല. വാക്ക്.''

അവൾ നാൻസിയുടെ കൈയിൽ പിടിച്ചുകൊണ്ട് ദയനീയമായി നോക്കി.

''നീയാ വെള്ളം കുടിച്ചിട്ട് ഗ്ലാസ് കള. നമുക്ക് പോകണ്ടേ?''

അവൾ നാരങ്ങാവെള്ളം കുടിച്ച ഗ്ലാസ് റോഡ് സൈഡിലേക്കിട്ടു. വീണ്ടും യാത്ര തുടങ്ങിയപ്പോൾ സുറുമി പറഞ്ഞു:

''ഇനി വീട്ടിലെക്കെങ്ങനെ ചെല്ലുമെന്നറിയില്ല.''

''അതൊരു പ്രശ്നമാണ്. ഇപ്പോഴത്തെ അവിടുത്തെ അവസ്ഥ നമുക്കറിയില്ലല്ലോ. നിന്റെ ഉമ്മയ്ക്കറിയാമോ നീ ജീവന്റെ കൂടെ യാണ് പോന്നതെന്ന്?''

''അവന്റെ പേരൊന്നും ഉമ്മയ്ക്കറിയില്ല. പോരാൻനേരം ഞാനൊരു കത്തെഴുതി വച്ചിരുന്നു. എന്നെ അന്വേഷിക്കേണ്ട. എനിക്ക് ഇഷ്ട മുള്ള ആളുടെ കൂടെ പോകുന്നു എന്ന്.''

''എന്ന് സുറുമി, ഒപ്പ് എന്ന് വയ്ക്കാൻ മറന്നുപോയില്ലല്ലോ?''

നാൻസി അവളെ അടിക്കാൻ കൈ ഓങ്ങി. ഈസ്റ്റ് മുണ്ടക്കയം കഴിഞ്ഞപ്പോൾ ഷിനു പറഞ്ഞു;

''അടുത്ത പ്ലാനെന്താണെന്ന് പറഞ്ഞില്ല.''

''സത്യം പറഞ്ഞാൽ മുണ്ടക്കയം എത്തുക എന്നതിനപ്പുറം വേറെ കാര്യങ്ങളെപ്പറ്റിയൊന്നും കാര്യമായി ആലോചിച്ചിട്ടില്ല.''

''അത്യാവശ്യം ആരെയെങ്കിലും വിളിക്കാനുള്ള ചാർജ്ജ് ആയി ട്ടുണ്ടാവും ഫോണിൽ. എടുക്കണോ? ഇനി ജോഷായെയെങ്ങാനും വിളിക്കാനാണെങ്കിൽ ഞാൻ വിളിക്കാം അവനെ.''

''വേണ്ട കുറച്ചു കഴിയട്ടെ. ഞാൻ മുണ്ടക്കയം എത്തിയെന്നറി ഞ്ഞാൽ അവൻ പാഞ്ഞുപിടിച്ച് വരും. തല്ക്കാലം അവനെ ഇതിൽ ഇടപെടുത്തേണ്ട.''

''സ്റ്റാൻഡിൽ ഇറക്കണോ? അതോ ഇതിനെയുംകൊണ്ട് പൊൻ കുന്നം പോകേണ്ടിവരുമോ?''

''മൊത്തത്തിലൊരു കൺഫ്യൂഷനാണ്.''

''വേണമെങ്കിൽ വണ്ടിയൊതുക്കി, നമുക്കൊന്നു പ്ലാൻ ചെയ്യാം.''

''ആ കണ്ടക്ടറുടെ പേരെന്താ പറഞ്ഞത്?''

''ഷെരീഫ്. അവനെ വിളിക്കട്ടേ?''

''വേണ്ട, മുണ്ടക്കയം ചെല്ലട്ടെ.''

''അതിനിനി അധികം നേരമൊന്നുമില്ല. മൂന്നോ നാലോ മിനി റ്റിനകം സ്ഥലത്തെത്തും.''

''എന്തായാലും വണ്ടി പോകട്ടെ. നോക്കാം. ഷിനുവിന് ഇന്നിനി ഓട്ടം വല്ലതുമുണ്ടോ?''

''ഇതുവരെയില്ല. ഇനി ആരെങ്കിലും വിളിച്ചാലായി. ചിലപ്പോൾ ഒരു ദിവസം മുഴുവൻ സ്റ്റാൻഡിൽ കിടന്നാലും ആരും വിളിക്കില്ല. ചിലപ്പോൾ ഒന്ന് മൂത്രമൊഴിക്കാൻ പോലും നേരം കിട്ടാതെ ഓട്ട മായിരിക്കും. ഒരു പ്രത്യേക ഫീൽഡാണ് നമ്മുടേത്.''

''എല്ലാ ഫീൽഡിനും അതിന്റേതായ ഗുണവും ദോഷവുമുണ്ട് ഷിനൂ.''

''ശരിയാണ്.''

മുണ്ടക്കയം പാലം കയറുമ്പോൾ അയാൾ പറഞ്ഞു;

''ഇടുക്കി-കോട്ടയം ബോർഡർ ആണ് ഈ പാലം. അറിയാമോ? ഈസ്റ്റ് മുണ്ടക്കയം ഇടുക്കി ജില്ലയും മുണ്ടക്കയം കോട്ടയം ജില്ല യുമാണ്. പാലം കയറാതെ ഇടത്തു തിരിഞ്ഞാൽ എരുമേലി, പത്ത നംതിട്ട, തിരുവനന്തപുരം.... അങ്ങനെ പോകാം.''

''കേട്ടിട്ടുണ്ട്.''

മുണ്ടക്കയത്ത് ടാക്സി സ്റ്റാൻഡിന് തൊട്ടുമുന്നിൽ വണ്ടി നിർ ത്തിയ ഷിനു പറഞ്ഞു;

''നിങ്ങൾ ഒന്നുകൂടി ആലോചിക്ക്. ഞാൻ ഷെരീഫിനെ ഒന്ന് തപ്പാം. മിക്കവാറും കെ.എസ്.ആർ.ടി.സി.യുടെ കൗണ്ടറിൽ കാണും കക്ഷി. ഇല്ലേൽ ഞാൻ വിളിക്കാം. അവനോട് കാര്യങ്ങളൊക്കെ പറയുന്നതിൽ വിരോധമുണ്ടോ?''

''ആളെങ്ങനെ?''

''എന്നേക്കാൾ വിശ്വസിക്കാം.''

രാവിലെ ഷിനുവിനെപ്പറ്റി ജോഷാ പറഞ്ഞതും അതേ വാചക മായിരുന്നു.

''എന്നേക്കാൾ വിശ്വസിക്കാം.''

പരസ്പര വിശ്വാസമുള്ളവർ. നാൻസി ഓർത്തു.

''ഓക്കേ. പോയിട്ട് വരൂ. ഇവിടെ അടുത്തല്ലേ.''

''ദാ, ഈ കാണുന്നത്.''

അയാൾ കൈ ചൂണ്ടി.

''എനിക്കറിയാം. മുണ്ടക്കയം വരുമ്പോൾ ഞാൻ ബസ്സിറങ്ങുന്നതും കയറുന്നതും ഇവിടുന്നല്ലേ.''

''ഓ, ഞാനത് മറന്നു. പാതി മുണ്ടക്കയംകാരി ആണല്ലോ നാൻസി.''

അവരെ കാറിലിരുത്തി, ഷെരീഫിനെ അന്വേഷിച്ച് ഷിനു പുറത്തേക്കിറങ്ങി.

പതിനേഴ്

നാൻസിയെ കണ്ടതേ ഷെരീഫ് പറഞ്ഞു:

''വെളുപ്പിനെയാണ് ഞാൻ മെസ്സേജ് കണ്ടത്. അപ്പോൾ മുതൽ വിളിക്കുന്നു. ആദ്യം നോട്ട് റീച്ചബിൾ ആയിരുന്നു. പിന്നെ സ്വിച്ച്ഡ് ഓഫ്. ഒരു പത്ത് പ്രാവശ്യമെങ്കിലും ഞാൻ വിളിച്ചു. ഒരുപാട് ആലോചിച്ചപ്പോഴാണ് അത് നിങ്ങളായിരിക്കുമെന്ന് തോന്നിയത്. അപ്പോഴും സംശയമായിരുന്നു. പിന്നെ ആരാണ് ഏതാണ് എന്നൊന്നും വ്യക്തതയില്ലാതെ എന്ത് ചെയ്യും? ഫോൺ ഓഫായിരുന്നെന്നൊക്കെ ഇപ്പോൾ ഷിനു പറഞ്ഞപ്പോഴാണ് അറിയുന്നത്. എസ്.എം.എസ്. അങ്ങനെ നോക്കാറില്ല. അതേസമയം വാട്ട്സ്ആപ്പ് ആയിരുന്നെങ്കിൽ അപ്പോൾത്തന്നെ ഞാൻ അറിഞ്ഞേനേ. അതാവുമ്പോൾ ഇടയ്ക്കിടെ എടുത്തു നോക്കും.''

''അതിനുള്ള സാവകാശമൊന്നും കിട്ടിയില്ല.''

''എനിക്കപ്പോഴേ എന്തോ ഒരു പന്തികേട് തോന്നിയിരുന്നു. കാരണം, ആ പയ്യൻ നാല് ടിക്കറ്റ് ആണ് ബുക്ക് ചെയ്തിരുന്നത്. അതും എല്ലാം വിൻഡോ സീറ്റ്. എന്നിട്ട് അവൻ മാത്രമേ വണ്ടിയിൽ കയറിയുള്ളൂ. വണ്ടി തമ്പാനൂർ ടെർമിനലിൽ പിടിച്ചപ്പോഴേ അവൻ വന്ന് ചോദിച്ചു; മൂന്ന് ടിക്കറ്റ് ക്യാൻസൽ ചെയ്യാൻ പറ്റുമോന്ന്. അതിനുള്ള സമയം കഴിഞ്ഞെന്ന് ഞാൻ പറഞ്ഞു. അപ്പോൾ അവൻ ചോദിച്ചു അവൻ തന്നെ മൂന്ന് ടിക്കറ്റ് വേറെ ആർക്കെങ്കിലും കൊടുത്തോട്ടെയെന്ന്. അതിനും അനുമതിയില്ലെന്ന് ഞാൻ പറഞ്ഞു. കാരണം ആ റിസർവേഷൻ ടിക്കറ്റിൽ പേര് ചേർത്തിട്ടുള്ളവർക്ക് മാത്രമേ അവിടെ ഇരിക്കാൻ പറ്റൂ. അപ്പോൾ അവൻ പുതിയ കാരണം കണ്ടുപിടിച്ചു. ഒരു സീറ്റാണ് ഉദ്ദേശിച്ചത്; അബദ്ധത്തിൽ നാലെണ്ണം ആയിപ്പോയതാണെന്ന്. എനിക്ക് അവനോട് തർക്കിക്കാൻ നേരമില്ലായിരുന്നതുകൊണ്ട് ഞാൻ പെട്ടെന്ന് അവനെ ഒഴിവാക്കുകയായിരുന്നു.

അപ്പോൾ അവൻ പറഞ്ഞു; മണ്ണന്തലനിന്നേ കയറൂ, തമ്പാനൂർ വെയിറ്റ് ചെയ്യേണ്ട എന്ന്.''

''അവൻ കൊള്ളാമല്ലോ.'' നാൻസി പറഞ്ഞു.

അപ്പോൾ ഷിനു ഇടപെട്ടു.

''എനിക്ക് തോന്നുന്നത് അവരുടെ ഓപ്പറേഷന് ഒരു സ്ത്രീ വേണമായിരുന്നു.''

''അതെ.'' ഷെരീഫ് അത് പൂർത്തിയാക്കി;

''ബുക്ക് ചെയ്ത നാല് സീറ്റുകളിലൊന്നിൽ ദൂരയാത്രക്കാരായ സ്ത്രീകളാരെങ്കിലും കയറുമെന്ന് അവൻ പ്രതീക്ഷിച്ചിട്ടുണ്ടാവണം. നാൻസി അല്ലെങ്കിൽ വേറൊരാൾ.''

ഒട്ടൊന്ന് ആലോചിച്ചിരുന്ന ശേഷം നാൻസി പറഞ്ഞു;

''പക്ഷേ എനിക്ക് ഞാൻ അതിൽ യാദൃച്ഛികമായി പെട്ടതുപോലെയാണ് തോന്നിയത്. എന്തെന്നാൽ, അവരെന്നെ ബലമായി കൊണ്ടുപോയതായി തോന്നിയില്ല. തന്നെയുമല്ല; ബസ് ബ്രേക്ക് ഡൗൺ ആയത്. എല്ലാം കൂടി അങ്ങോട്ട് ചേരുന്നില്ല.''

ഷെരീഫ് പറഞ്ഞു: ''അതുവരെ ഒരു മിസ്സിങ്ങും കാണിക്കാതിരുന്ന ബസ് പെട്ടെന്ന് പണി മുടക്കുകയായിരുന്നു. ഗാരേജിൽനിന്ന് മെക്കാനിക്കുകൾ വന്നപ്പോൾ അവർ ആദ്യം പറഞ്ഞത് ആരോ മനപ്പൂർവ്വം പണി തന്നതാണെന്നാണ്. കാരണം രണ്ട് ടയറുകൾക്കിടയിൽ അടിച്ചു കയറ്റിയതുപോലെ ഒരു കമ്പിക്കഷണം ഇരിക്കുകയായിരുന്നു. ഇടയ്ക്ക് റാന്നിയിൽ കട്ടനടിക്കാൻ നിർത്തിയപ്പോൾ ആരെങ്കിലും പണി തന്നതാവണം. ഒന്നുകിൽ അവൻ നൈസായി ചെയ്തതാവണം. അല്ലെങ്കിൽ അവർക്കുവേണ്ടി മറ്റൊരാൾ. ഒരുപക്ഷേ ടയർ പഞ്ചറാക്കുകയായിരുന്നിരിക്കണം അവരുടെ ലക്ഷ്യം. അതോ ഈ പണിതന്നെയാണോ ഉദ്ദേശിച്ചതെന്നും അറിയില്ല. എന്തായാലും രാത്രി വാനിൽ പോകുമ്പോൾ ഒരു സ്ത്രീ കൂടെയുണ്ടെങ്കിൽ ചെക്കിങ്ങിൽ ഇളവ് കിട്ടുമെന്ന് അവന്മാർക്ക് അറിയാമായിരുന്നിരിക്കണം.''

''അത് ആംബുലൻസ് ആയിരുന്നു സർ.''

നാൻസി പറഞ്ഞപ്പോൾ ഷെരീഫ് തിരുത്തി.

''അത് ഒറിജിനൽ ആംബുലൻസ് തന്നെ ആയിരുന്നോന്ന് നമുക്കറിയില്ലല്ലോ. ഇത്രയും കള്ളത്തരം കാണിക്കുന്നവന്മാർക്ക് ഒരു ഓമ്നി വാൻ ആംബുലൻസ് ആക്കാനാണോ വിഷമം?''

അതിനുള്ള സാധ്യത ഷിനുവും ശരിവച്ചു.

''നമുക്കോരോ കട്ടനടിച്ചാലോ?'' ഷിനു ചോദിച്ചു.

ഷെരീഫ് വാച്ചിൽ നോക്കി.

''രണ്ടര ആയതേയുള്ളൂ. ചോറുണ്ടിട്ട് അര മണിക്കൂർ ആയില്ല. എന്നാലും ഓരോന്ന് അടിച്ചേക്കാം. കട്ടനല്ലേ? എപ്പോൾ കിട്ടിയാലും കുടിക്കും. വാ.''

കടയിലേക്ക് നടക്കുമ്പോൾ നാൻസിയുടെ ചിന്ത ഇനിയെന്ത് എന്നതായിരുന്നു.

സുറുമിയെ തനിയെ വണ്ടി കയറ്റി വീട്ടിലേക്ക് വിടാൻ പറ്റില്ല. അവൾ വീട്ടിലേക്ക് പോകാതെ വല്ല കടുംകൈയും ചെയ്യാനുള്ള സാധ്യത തള്ളിക്കളയാൻ കഴിയില്ല. ഇനിയൊരുപക്ഷേ വീട്ടിൽ ചെല്ലുമ്പോൾ അവിടെ നിന്നുണ്ടാകുന്ന പ്രതികരണം മോശമാണെങ്കിൽ പിന്നെയവൾ ജീവിച്ചിരിക്കാനുള്ള സാധ്യത വളരെക്കുറവാണ്. ഇന്ന് വൈകുന്നതിനകം മുണ്ടക്കയത്തെ വീട്ടിലെത്തിയില്ലെങ്കിൽ വല്യമ്മച്ചിയോടും ജോഷ്വായോടുമൊക്കെ എന്തുപറഞ്ഞ് നിൽക്കും? കാണാൻ വരുന്ന ചെറുക്കനും കൂട്ടരും ഏതുവരെയായെന്നും അറിയില്ല. പേരിനെങ്കിലും ഒന്ന് ചെന്നില്ലെങ്കിൽ അതുപിന്നെ ഇവിടെയെന്നല്ല, തിരുവനന്തപുരത്തും വലിയ പ്രശ്നങ്ങളുണ്ടാക്കും. തന്നെയുമല്ല; നാളെ പുലരുംമുൻപ് വണ്ടി കയറിയില്ലെങ്കിൽ ഷോറൂമിലും പരാതിയാകും. വല്ലാത്തൊരു വിഷമവൃത്തത്തിലായിരുന്നു അവൾ.

തനിയെ സുറുമിയെയുംകൊണ്ട് പോകാനുള്ള ധൈര്യം അവൾക്കില്ലായിരുന്നു. ആരെങ്കിലും എന്തെങ്കിലുമൊക്കെ മണത്തറിഞ്ഞ്, ഊഹാപോഹ കഥകളുമായി വന്നാൽ പെട്ടതുതന്നെ. വല്ല ചാനലുകാരോ പത്രക്കാരോ വന്നാൽ, പിന്നെ തന്റെ കൈയിൽ നിൽക്കില്ല. പതിനാറു വയസ്സുള്ള പെൺകുട്ടിയെ കൊണ്ടുനടന്നു പീഡിപ്പിക്കാൻ കൂട്ടുനിന്നവൾ എന്നൊക്കെപ്പറഞ്ഞാവും നാളെ തന്റെ ചിത്രങ്ങളും വിഡിയോയും വാർത്തകളിൽ നിറയുക. സുറുമിയെ തനിയെ അയച്ചാലും ചോദ്യങ്ങളോട് പിടിച്ചുനിൽക്കാൻ അവൾക്ക് എത്രമാത്രം സാധിക്കുമെന്നറിയില്ലല്ലോ. അങ്ങനെ വല്ലതും സംഭവിച്ചാൽ താൻ ഇതുവരെ നടത്തിയ എല്ലാ പോരാട്ടവും വിഫലമായിപ്പോകും.

ജോഷ്വായെ കൂടെ കൂട്ടാമെന്നുവച്ചാൽ അവന്റെ പ്രായത്തിന്റെ എടുത്തുചാട്ടം ഗുണത്തിനുപകരം ദോഷമേ ഉണ്ടാക്കൂ. ഷിനുവിനോടോ ഷെരീഫിനോടോ സഹായം അഭ്യർത്ഥിക്കാനുള്ള ധൈര്യവും വരുന്നില്ല.

അത്രയും ദൂരം വണ്ടി വിളിച്ചുപോകാമെന്നു വച്ചാൽ ഷിനു ഒരു കൂട്ടാകും. പക്ഷേ, അതിനു പറ്റിയ ഒരു സാമ്പത്തിക സ്ഥിതിയിലു മല്ല താൻ. ഇതുവരെ വന്നതിന്റെ കൂലികൊടുക്കുമ്പോഴേക്കും പേഴ്സ് ഏതാണ്ട് കാലിയാകും.

കട്ടൻ കൊണ്ടുവന്നപ്പോൾ ഷിനു ചോദിച്ചു;

''ഉഴുന്നുവടയോ? ഉള്ളിവടയോ? എന്താ വേണ്ടത്?''

''ങേ.'' അവൾ പെട്ടെന്ന് ചിന്തയിൽ നിന്നുണർന്നു.

''ഉള്ളിവട മതി. മോൾക്കോ?''

''എനിക്കൊന്നും വേണ്ട ചേച്ചീ. കട്ടൻ മാത്രം മതി.''

നാൻസി നിർബന്ധിച്ചില്ല. അപ്പോഴും കടുത്ത ആലോചനയിലാ യിരുന്നു അവൾ. അത് തിരിച്ചറിഞ്ഞിട്ടെന്നവണ്ണം ഷിനു ചോദിച്ചു;

''ഇനിയെന്ത് എന്നൊരു പ്രശ്നമുണ്ട്. അല്ലേ?''

''ഉം.''

നാൻസി മൂളി.

''നമുക്ക് വഴിയുണ്ടാക്കാം. തല്ക്കാലം കട്ടനടിക്ക്. ഞങ്ങളൊന്ന് ആലോചിക്കട്ടെ. നല്ല മനസ്സുള്ള മൂന്നോ നാലോ പേർ ഒരുമിച്ച് നിന്നാൽ നടക്കാത്തതായി ഒന്നുമില്ല ഈ ലോകത്ത്. ഏതായാലും നാൻസി ഇതുവരെ എടുത്തത്ര റിസ്കൊന്നും ഇനി എടുക്കാനില്ല. പിന്നെന്താ?''

കടയിൽനിന്ന് ഇറങ്ങുമ്പോൾ ഷെരീഫ് പറഞ്ഞു;

''നിങ്ങൾ വണ്ടിയിലേക്കിരുന്നോ. ഞങ്ങളൊന്ന് ആലോചിക്കട്ടെ.''

അതിനും നാൻസി മൂളിയതേ ഉള്ളൂ. സുറുമിയോടൊപ്പം അവൾ കാറിനടുത്തേക്ക് നടന്നു.

പതിനെട്ട്

സുറുമിയുടെ പൊൻകുന്നത്തെ വീട്ടിൽ ചെന്നുകയറുമ്പോൾ എന്താകുമെന്നൊരു ഭീതി മനസ്സിൽ ഉണ്ടായിരുന്നെങ്കിലും അത് തന്റെ ജീവിതത്തിലെ ഏറ്റവും രസമുള്ളൊരു യാത്രയായിത്തോന്നി നാൻസിക്ക്.

നല്ല മനുഷ്യർ ഒത്തുചേരുമ്പോൾ പരസ്പരം ലഭിക്കുന്ന മനോ ബലത്തിന്റെയും ആനന്ദത്തിന്റെയും പോസിറ്റിവ് എനർജിയുടേയും

പരകോടിയിലായിരുന്നു അവൾ. മുണ്ടക്കയത്തുനിന്ന് കാറോടിച്ചത് ഷെരീഫായിരുന്നു. ഷിനു തൊട്ടടുത്ത സീറ്റിലും. നാൻസിയും സുറുമിയും പുറകിൽത്തന്നെ ഉണ്ടായിരുന്നു. ആ യാത്രയിൽ ഷെരീഫ് താൻ അവിവാഹിതനായി നിൽക്കേണ്ടി വന്നതിന്റെ കഥ പറഞ്ഞു.

''കെ.എസ്.ആർ.ടി.സി.യിൽ ജോലിക്ക് കയറുമ്പോൾ എനിക്ക് ഇരുപത്തിയെട്ട് വയസ്സായിരുന്നു പ്രായം. പ്രൊബേഷനൊക്കെ ഡിക്ലയർ ചെയ്ത് നിൽക്കുന്ന സമയത്താണ് ഗൾഫിൽ നല്ലൊരു ജോലിക്കുള്ള ഓഫർ വന്നത്. അത്യാവശ്യം സാമ്പത്തിക ബുദ്ധി മുട്ടൊക്കെ ഉണ്ടെങ്കിലും തരക്കേടില്ലാതെ ജീവിക്കാൻ ചുറ്റുപാടുള്ള ഉള്ള കുടുംബമായിരുന്നു ഞങ്ങളുടേത്. കെ.എസ്.ആർ.ടി.സി. ജീവനക്കാരുടെ പൊതുവെയുള്ള അവസ്ഥ അറിയാമല്ലോ. ഒരുകാലത്തും ശമ്പളം കൃത്യമായി കിട്ടില്ല.''

''നിങ്ങൾ ജീവനക്കാരല്ലേ അതിനെ അങ്ങനെ ആക്കുന്നത്? ഞാനൊരു നൂറു തവണയെങ്കിലും നിന്നോട് പറഞ്ഞിട്ടുണ്ട്. നിങ്ങളെ പേടിച്ചിട്ട് ചെറിയ വണ്ടിക്കാരന് റോഡിൽ ഇറങ്ങാൻ പറ്റാത്ത അവസ്ഥ യാണ്. ചില ഡ്രൈവർമാരുടെ അഭ്യാസം കണ്ടാൽ തോന്നും റോഡ് അവന്മാർക്ക് തീറെഴുതിക്കൊടുത്തേക്കുവാണെന്ന്. റോങ് സൈഡ് കേറാൻ നോക്കുന്നു. ഹോണടിച്ച് ചെറിയ വണ്ടിക്കാരന്റെ സ്വസ്ഥത കളയാൻ നോക്കുന്നു. പട്ടാപ്പകൽ ഹെഡ് ലൈറ്റ് ഇട്ടുകാണിച്ച് പേടിപ്പിക്കുന്നു. സത്യം പറഞ്ഞാൽ റോഡിലിറങ്ങുന്ന ഒരു ചെറു വണ്ടിക്കാരനും നിങ്ങടെ പക്ഷം പറയാൻ സാധിക്കില്ല. അത്രയ്ക്ക് തെമ്മാടിത്തരമാണ് ചിലവന്മാർ കാണിക്കുന്നത്.''

ഷിനു ഒച്ച വച്ചു.

''ഏത് ഫീൽഡിലാണ് ഷിനൂ മോശം ആൾക്കാർ ഇല്ലാത്തത്? ഇവിടെയുമുണ്ട്. ഞാൻ നിഷേധിക്കുന്നില്ല.''

''ചെറുവണ്ടിക്കാരനോട് നിങ്ങൾ സ്റ്റാഫ് കാണിക്കുന്ന കസർത്ത് മാത്രമല്ല പ്രശ്നം. മാനേജ്മെന്റ് എന്തൊക്കെയാണ് കാട്ടിക്കൂട്ടുന്നത്? ആളില്ലാത്ത റൂട്ടെങ്കിലും ഒഴിവാക്കിക്കൂടെ? എത്ര രൂപയുടെ ഡീസ ലാണ് എട്ടോ പത്തോ ആൾക്കാരെവച്ച് ഓടിച്ചുതീർക്കുന്നത്? ഒരു വണ്ടിക്ക് നാലും അഞ്ചും സ്റ്റാഫും. ഒന്നാലോചിച്ചു നോക്കിക്കേ. ഇത്ര കോമൺസെൻസ് ഇല്ലാത്ത ആളുകളാണോ ഇതിനെ നയി ക്കുന്നത്? അതൊക്കെ നിങ്ങൾ പ്രൈവറ്റ് ബസുകാരനെ കണ്ടു പഠിക്കണം.''

''പ്രൈവറ്റ് വണ്ടിക്കാരനേം ഞങ്ങളേം ഒരുപോലെ കാണരുത്.''

''വേണ്ട. നമ്മൾ കുറേ തർക്കിച്ച കേസാണിത്. ഞാൻ വിട്ടു.'' ഷിനു അവസാനിപ്പിച്ചപ്പോൾ നാൻസി പറഞ്ഞു;

''ഷിനു പറഞ്ഞതിൽ എന്തൊക്കെയോ സത്യം ഉള്ളതുപോലെ എനിക്കും പലപ്പോഴും തോന്നിയിട്ടുണ്ട്.''

''അല്ല നാൻസി. പ്രൈവറ്റ് വണ്ടിക്കാരനെ സംബന്ധിച്ച് ലാഭം മാത്രമാണ് അവന്റെ ലക്ഷ്യം. ലാഭമില്ലാതെ ഒരു വ്യവസായവും നിലനിൽക്കില്ല. സമ്മതിക്കുന്നു. പക്ഷേ പ്രൈവറ്റ്കാരൻ വണ്ടിയോടാൻ പെർമിറ്റ് എടുക്കുന്നതുതന്നെ ഏറ്റവും ലാഭമുള്ള റൂട്ട് നോക്കിയാണ്. നമ്മൾ അങ്ങനെയല്ല. ഇതൊരു സർവീസാണ്. ജനങ്ങൾക്ക് വേണ്ടിയുള്ള സർവീസ്. ഫോർ എക്സാമ്പിൾ, ജനവാസം തീരെയില്ലാത്ത ഒരു ഗ്രാമം. മെയിൻ റോഡിൽനിന്ന് പത്തിരുപത് കിലോമീറ്റർ യാത്ര ചെയ്യണം ആളുകൾക്ക് അവിടെയെത്താൻ. ഉറപ്പായും പ്രൈവറ്റ് വണ്ടിക്കാരൻ ആ റൂട്ട് എടുക്കില്ല. കാരണം കളക്ഷൻ കുറവായിരിക്കും.

പൊതുജന താൽപ്പര്യാർത്ഥം, അല്ലെങ്കിൽ അന്നാട്ടിലെ ജനപ്രതിനിധിയുടെ അഭ്യർത്ഥന മാനിച്ച് അവിടേക്ക് ഒന്നോ രണ്ടോ വണ്ടികൾ ഓടിക്കേണ്ടി വരും കോർപ്പറേഷന്. ചിലപ്പോൾ മൂന്നോ നാലോ ട്രിപ്പാകും ആകെ ഉണ്ടാകുക. അതും രണ്ടോ മൂന്നോ മണിക്കൂർ വ്യത്യാസത്തിൽ. പത്തോ പതിനഞ്ചോ ആളുകളേ ഉണ്ടാകൂ ഒരു ട്രിപ്പിൽ. എന്നുവച്ച് ഒരു സർക്കാർ സംവിധാനത്തിന് അന്നാട്ടുകാരുടെ യാത്രാക്ലേശത്തിന് പരിഹാരം കണ്ടെത്താതിരിക്കാൻ പറ്റുമോ? ഒരു ദിവസത്തെ ആകെ കളക്ഷൻ ചിലപ്പോൾ രണ്ടായിരമോ രണ്ടായിരത്തഞ്ഞൂറോ രൂപയായിരിക്കും. സ്റ്റാഫിന്റെ ശമ്പളമുൾപ്പെടെ ആ വണ്ടിക്ക് ഒരു ദിവസം ചെലവാകുന്നത് ഏഴായിരമോ എണ്ണായിരമോ രൂപയായിരിക്കും. എന്നുവച്ച് അവിടുള്ളവരോട് നിങ്ങൾ നാളെ മുതൽ ടാക്സി വിളിച്ച് യാത്ര ചെയ്താൽ മതിയെന്ന് പറയാൻ പറ്റുമോ? അങ്ങനെ കേരളത്തിലങ്ങോളമിങ്ങോളം നൂറുകണക്കിന് വണ്ടികൾ ഓടുന്നുണ്ട്. പുറത്തുനിന്ന് ഒരു സംവിധാനത്തെ കുറ്റം പറയുന്നവർ കാണാതെപോകുന്ന കാര്യമാണിത്. അതല്ലാതെ, മനപ്പൂർവ്വം കോർപ്പറേഷന് നഷ്ടം വരുത്തുന്ന ജീവനക്കാരുണ്ടെങ്കിൽ അവരെ സർവീസിൽനിന്ന് പിരിച്ച് വിട്ടോട്ടെന്നേ.''

''എന്ത് ന്യായം പറഞ്ഞാലും കൊള്ളാം, ജനത്തിന്റെ നികുതിപ്പണം കൊണ്ടുള്ള കളിയല്ലേ. കാട്ടിലെ തടി, തേവരുടെ ആന, വലിയെടാ വലി. അല്ലാതെന്ത്?''

ഷിനു പറഞ്ഞപ്പോൾ ഷെരീഫ് റിയർ വ്യൂ മിററിലൂടെ നാൻസിയെ നോക്കിക്കൊണ്ട് പറഞ്ഞു;

''ഇവനോട് തർക്കിക്കാൻ ഞാനില്ല. നാൻസി പഠിച്ചത് ഏത് സ്കൂളിലാണ്?''

''വിഷയം മാറിയോ?'' അവൾ ചോദിച്ചു.

''നോ. നെവർ. വിഷയത്തിലേക്കാണ് വരുന്നത്. നാൻസി പറ. പഠിച്ചത് പ്രൈവറ്റായിട്ടാണോ?''

''സ്കൂളിൽ മാത്രമല്ല, എന്റെ മുഴുവൻ പഠനവും സർക്കാർ സംവിധാനത്തിലായിരുന്നു. ഒരു രൂപപോലും ഫീസ് കൊടുക്കേണ്ടി വന്നിട്ടില്ല. ഞങ്ങൾ സാധാരണക്കാരല്ലേ സാറേ. സർക്കാർ സ്കൂളും സർക്കാർ ആശുപത്രിയുമൊക്കെയേ നമുക്ക് പറ്റൂ. റേഷനരിയും ലൈഫ് മിഷന്റെ വീടുമൊക്കെക്കൊണ്ട് ജീവിച്ചുപോകുന്നവരാണ് ഞങ്ങൾ. കാർഡും ബി.പി.എൽ. ആണ്.''

''അതുകൊണ്ട് എന്തെങ്കിലും തോൽവി ഉണ്ടായിട്ടുണ്ടോ ജീവിതത്തിൽ?''

''ഇല്ലേയില്ല.''

''നമുക്ക് സൗജന്യമായി ലഭിക്കുന്ന ഈ സംവിധാനങ്ങൾ നികുതിപ്പണം കൊണ്ടല്ലേ നിർവഹിക്കപ്പെടുന്നത്?''

''അതേപ്പറ്റിയൊന്നും ഞാൻ ആലോചിച്ചിട്ടില്ല.''

''എന്നാൽ ആലോചിക്കണം. ഞങ്ങളെപ്പോലുള്ള സർക്കാർ ജീവനക്കാർ മാത്രമല്ല നികുതിപ്പണത്തിന്റെ ഗുണഭോക്താക്കൾ. സർക്കാർ സ്കൂളിൽ മക്കളെ പഠിപ്പിക്കാൻ അയയ്ക്കുന്നവരും സർക്കാർ ആശുപത്രിയിൽ ചികിത്സ തേടിപ്പോകുന്നവരുമെല്ലാം അതേ നികുതിപ്പണം തന്നെയാണ് ഉപയോഗിക്കുന്നത്. സർക്കാർ ജീവനക്കാർ എന്നൊരു പ്രത്യേക വിഭാഗം എവിടെനിന്നെങ്കിലും തനിയെ ഉത്ഭവിക്കുന്നതല്ല. ഈ നാട്ടിൽ സ്ഥാപിതമായ നിയമത്തിന്റെ അടിസ്ഥാനത്തിൽ പഠിച്ചു പരീക്ഷ പാസ്സായി പി.എസ്.സി. ടെസ്റ്റെഴുതി, ജോലിയിൽ കയറുന്നവരാണ്. മതിയായ യോഗ്യതയുള്ള ആർക്കും എഴുതി പാസ്സാകാവുന്ന ടെസ്റ്റാണത്. എല്ലാവരും എഴുതുന്നുമുണ്ടല്ലോ? മക്കളെ പഠിപ്പിക്കുന്നതും ഇതേ സർക്കാർ ഉദ്യോഗം മുന്നിൽക്കണ്ടിട്ടല്ലേ? പിന്നെ പുട്ടിന് പീരയിടുന്നതുപോലെ ഇടയ്ക്കിടെയിങ്ങനെ ജനങ്ങളുടെ നികുതിപ്പണം, നികുതിപ്പണമെന്ന് പറയേണ്ട കാര്യമുണ്ടോ? എല്ലാവരും എഴുതൂന്നേ. ആരും വടിയെടുത്ത് ഓടിക്കാനൊന്നും വരില്ലല്ലോ? എന്നിട്ട് സർവ്വീസിൽ കയറി നല്ല ശമ്പളം വാങ്ങിക്കോളൂ.''

നാൻസി മിണ്ടാതെയിരുന്ന് കേൾക്കുകയായിരുന്നു.

''ഉപ്പു മുതൽ കർപ്പൂരം വരെ എല്ലാത്തിനും ഞങ്ങളും നികുതി കൊടുക്കുന്നുണ്ടേന്നേ. അതുപോരാഞ്ഞ് ഇൻകം ടാക്സ് ഇനത്തിലും പ്രൊഫഷൻ ടാക്സ് ഇനത്തിലും നല്ലൊരു തുക സർക്കാരിലേക്ക് നേരിട്ട് അടയ്ക്കുന്നുമുണ്ട്; വർഷാവർഷം. ശരാശരി ശമ്പളമുള്ള ഒരു ജീവനക്കാരൻപോലും ഒരുവർഷം മുപ്പത്തയ്യായിരവും നാല്പത്തിനായിരവും ഇൻകം ടാക്സ് അടയ്ക്കുന്നുണ്ട്. അത് ഘട്ടംഘട്ടമായോ ഒറ്റതവണയായോ ഈടാക്കിയിട്ടേ മാർച്ച് മാസത്തിൽ സാലറി കൈയിൽ വരൂ. കൂടുതൽ ശമ്പളം വാങ്ങുന്ന ഉയർന്ന ഉദ്യോഗസ്ഥരിൽ പലരും വർഷത്തിൽ മൂന്നു മാസത്തെ ശമ്പളം എങ്ങും തൊടാതെ ഇൻകം ടാക്സ് ഇനത്തിൽ സർക്കാരിലേക്ക് തിരികെ കൊടുക്കുന്നുണ്ട്. അത് സംസ്ഥാന സർക്കാരിന്റെ ഖജനാവിലേക്കാണോ കേന്ദ്ര സർക്കാരിന്റെ ഖജനാവിലേക്കാണോ പോകുന്നത് എന്നതൊന്നും അത് നഷ്ടപ്പെടുന്നവനെ സംബന്ധിച്ച് വിഷയമല്ല. അവന്റെ പണം പിടിക്കപ്പെടുകയാണ്. മാസം ലക്ഷങ്ങൾ വരുമാനമുള്ള പ്രൈവറ്റ് ഡോക്ടർമാരും വക്കീലന്മാരും മറ്റ് പ്രൊഫഷണൽസും ബിസിനസ്സുകാരും വ്യവസായികളും സിനിമാതാരങ്ങളും ഒരുപാടുണ്ടല്ലോ നാട്ടിൽ? എത്രപേർ സത്യസന്ധമായി നികുതി അടയ്ക്കുന്നുണ്ട്? വെറുതെ കഥയറിയാതെ എന്തെങ്കിലുമൊക്കെ വെറുതെയങ്ങ് വിളിച്ചു പറയാമെന്ന് കരുതരുത്. അത് അല്പത്തരമാണ്.''

''ഇതിപ്പോൾ ആകെ കൺഫ്യൂഷൻ ആയല്ലോ. ഇത് വിടാം നമുക്ക്. സാർ ഗൾഫിൽ പോയതുതൊട്ടുള്ള കഥ പറ. കേൾക്കട്ടെ.'' നാൻസി പറഞ്ഞു.

''അതാ നല്ലത്.'' ഷിനു പറഞ്ഞു.

ചെറിയൊരു ഇടവേളയ്ക്കുശേഷം ഷെരീഫ് തുടർന്നു;

''അങ്ങനെ രണ്ടുവർഷം ശമ്പളമില്ലാത്ത അവധിയെടുത്ത് ഗൾഫിൽ പോയി. നല്ലൊരു കമ്പനിയിലായിരുന്നു ജോലി. നല്ല ശമ്പളം. അപ്പോൾ ഏതാണ്ട് മുപ്പത് അടുത്തായി എനിക്ക്. നല്ല പ്രായത്തിൽ അതുപോലെ സമ്പാദിക്കാൻ കിട്ടിയ അവസരം വെറുതെ കളയുന്നത് മണ്ടത്തരമായിരിക്കുമെന്ന് അന്നത്തെ ബുദ്ധിക്ക് തോന്നി. ലീവ് നീട്ടിനീട്ടി അങ്ങനെ നിന്നു. ഇടയ്ക്ക് ഒന്നോ രണ്ടോ തവണ നാട്ടിൽ വന്നപ്പോൾ കല്യാണമെന്നൊക്കെ പറഞ്ഞ് വീട്ടുകാർ ബഹളം വച്ചെങ്കിലും ഞാൻ ഒന്നിനും വഴങ്ങിയില്ല. ഇടയ്ക്കൊന്നുരണ്ടിടത്ത് പെണ്ണുകാണാനും പോയി. അതും ബാപ്പയുടെ ചീത്തവിളി പേടിച്ച്.

മുപ്പത്തഞ്ച് അടിച്ചപ്പോഴാണ് ഞാൻ പ്രവാസം അവസാനിപ്പിച്ച് മടങ്ങുന്നത്. അതും ലീവ് നീട്ടിത്തരാൻ പറ്റില്ലെന്ന കോർപ്പറേഷന്റെ അറിയിപ്പ് വന്നപ്പോൾ. അല്ലെങ്കിൽ ജോലി രാജി വയ്ക്കണമായിരുന്നു. പഠിച്ച് നേടിയ ജോലിയല്ലേ. കളയാൻ തോന്നിയില്ല. തന്നെയുമല്ല, എനിക്ക് ഭയങ്കര ഇഷ്ടമാണ് കെ.എസ്.ആർ.ടി.സി.യിലെ ജോലി.''

''നാൻസിക്ക് അറിയാൻ പാടില്ലാഞ്ഞിട്ടാണ്. ഭയങ്കര പഞ്ചാര കുട്ടപ്പനാണ്.''

ഷിനു പറഞ്ഞപ്പോൾ നാൻസി ഇടപെട്ടു.

''അതെനിക്ക് ഇന്നലെ ബസ്സിൽ കയറിയപ്പോഴേ മനസ്സിലായി.''

''അതെങ്ങനെ തോന്നി?'' ഷെരീഫ് അത്ഭുതം കൂറി.

''റിസർവേഷന്റെ പേരിൽ ആദ്യം എന്റെ അടുത്തിരുന്ന ചേച്ചിയെ എഴുന്നേൽപ്പിക്കാൻ നോക്കിയത് എനിക്ക് മനസ്സിലായി. അത് അമ്പത് അമ്പത്തഞ്ച് വയസ്സുവരുന്ന ഒരു പാവം. എന്നിട്ട് ഇടയ്ക്കിടെ വന്നൊരു നോട്ടവും കുശലം ചോദിക്കലും.''

''എന്നിട്ടെന്താ അവർക്ക് സീറ്റൊഴിഞ്ഞു കൊടുക്കാതിരുന്നത്?''

''അവർ തനിയെ എഴുന്നേറ്റുപോയതല്ലേ?''

''ഓ, ഇനി അത് പറഞ്ഞാൽ മതിയല്ലോ.''

''ഏയ്, സത്യം പറ സാറേ, നിങ്ങൾക്കറിയില്ലേ ഏതു സീറ്റാണ് റിസർവേഷൻ ചെയ്തിരിക്കുന്നതെന്ന്? റിസർവേഷൻ ചാർട്ട് നിങ്ങടെ കയ്യിലല്ലേ ഇരിക്കുന്നത്.''

''കണ്ടുപിടിച്ചു അല്ലേ?''

''നിങ്ങൾ ആണുങ്ങൾക്കൊരു വിചാരമുണ്ട്, നിങ്ങൾ ചെയ്യുന്നതൊന്നും ഞങ്ങൾക്ക് മനസ്സിലാകില്ലെന്ന്. നിങ്ങടെ കണ്ണൊന്നു പാളിയാൽ മതി, ഞങ്ങൾക്ക് സംഗതി ക്ലിക്ക് ചെയ്യും.''

''ഇപ്പോൾത്തന്നെ നോക്കിക്കേ, ഒരു പരിചയവുമില്ലാതിരുന്നിട്ടും എന്റെ മൊബൈൽ നമ്പർ സാറിന്റെ കയ്യിലായി. ഇന്നലെ വൈകിട്ട് ആ നമ്പർ എത്ര ശാസ്ത്രീയമായിട്ടാണ് എനിക്ക് തന്നത്.''

''അതുകൊണ്ട് ഇപ്പോ ഒരുമിച്ചിങ്ങനെ വലിയൊരു പ്രോബ്ലം സോൾവ് ചെയ്യാൻ പോകുന്നു. അല്ലെങ്കിൽ കാണാമായിരുന്നു.''

''പിന്നേ, രണ്ട് പയ്യന്മാർ വന്ന് ഇങ്ങനെയൊരു സംഭവം പറഞ്ഞിരുന്നെങ്കിൽ കാണാമായിരുന്നു. വടിയെടുത്ത് ഓടിച്ചേനേ.''

''ഒരാളുടെ ആത്മാർത്ഥതയെയാണ് നിങ്ങൾ രണ്ടാളും കൂടി ഇങ്ങനെ പുച്ഛിക്കുന്നത്.'' ഷെരീഫ് പരാതിപ്പെട്ടു.

നാൻസി പറഞ്ഞു: ''വെറുതെ പറഞ്ഞതാ സാറേ. കുറച്ച് റൊമാൻസൊക്കെ ഇല്ലെങ്കിൽ പിന്നെന്തു ജീവിതമാണ്. കേട്ടോ ഷിനൂ, നമ്മുടെ ഉള്ളിലുള്ള വികാരം എന്തുതന്നെയായാലും അത് പ്രകടിപ്പിക്കുക. എന്നാലല്ലേ മറ്റുള്ളവർക്ക് അതറിയാൻ പറ്റൂ. എന്റെ ലൈൻ അതാണ്. ഒരാളോട് പ്രണയം തുറന്നു പറയുന്നതോ അല്ലെങ്കിൽ നല്ല താല്പര്യമുള്ള ഒരാളെ സെക്സിന് ക്ഷണിക്കുന്നതോ ഒന്നും ഒരു വലിയ തെറ്റായി എനിക്ക് തോന്നിയിട്ടില്ല. പക്ഷേ, അതവൾ നിരസിക്കുമ്പോൾ അതിന്റെ പേരിൽ ആസിഡ് എറിയാൻ നിൽക്കുന്നതും തനിക്ക് വഴങ്ങാത്ത ഒരുത്തിയെ ബലമായി കീഴ്പ്പെടുത്താൻ ശ്രമിക്കുന്നതും അംഗീകരിക്കാനാവില്ല. അത് ചെപ്പക്കുറ്റിക്ക് നല്ല തല്ല് കിട്ടാത്തതിന്റെ കുഴപ്പമാണ്.''

''ഞാൻ വെറുതെ മസിലു പിടിച്ചിരുന്നത് മിച്ചം.'' ഷിനു പരിതപിച്ചു.

അതൊരു കൂട്ടച്ചിരിയിൽ അവസാനിച്ചെങ്കിലും ഷെരീഫ് തുടർന്നു;

'മുപ്പത്തഞ്ചിന് ശേഷമാണ് ശരിക്കും പെണ്ണുകാണൽ ചടങ്ങ് തുടങ്ങിയത്. ഞങ്ങടെ ഒരവസ്ഥ അറിയാമല്ലോ... പതിനെട്ടാകാൻ നോക്കിയിരിക്കുകയാണ് പെമ്പിള്ളേരെ കെട്ടിക്കാൻ. ആമ്പിള്ളേരും അതുപോലെ. ഇരുപത്തഞ്ച് മുപ്പതിനകം എല്ലാവനും പെണ്ണുകെട്ടും. ഏതായാലും നടന്നുനടന്ന് ചെരുപ്പ് തേഞ്ഞതു മിച്ചം. അന്നൊരു കാര്യം മനസ്സിലായി. മുപ്പത് കഴിയുന്നതിനുമുൻപ് പെണ്ണ് കെട്ടിയില്ലെങ്കിൽ പണികിട്ടും. ഒരു മുപ്പത്തിയഞ്ച് കഴിഞ്ഞാൽ പിന്നെ എത്ര കോടിയുടെ ആസ്തിയുണ്ടെന്നു പറഞ്ഞിട്ടും കാര്യമില്ല. വലിയ പാടാണ്.''

''എന്നെയിങ്ങനെ കരയിക്കാതെടാ ഷെരീഫേ.'' ഷിനു ഒച്ചവച്ചു.

അയാൾക്കിട്ട് ഒരടി കൊടുത്തിട്ടാണ് ഷെരീഫ് ബാക്കി പറഞ്ഞത്.

''പിന്നെ അഞ്ചെട്ട് വർഷം ഗൾഫിൽ നിന്നപ്പോൾ നല്ലൊരു വീട് വച്ചു. ഒരു രൂപപോലും കടമില്ലാതെ. നല്ലൊരു വണ്ടിയും വാങ്ങി. അതിനും കടം കൊണ്ടില്ല. പിന്നെ അന്തസ്സിനെപ്പറ്റി നമുക്കൊക്കെ ഒരു തെറ്റിധാരണയുണ്ടല്ലോ. അതെന്നെയും പിടികൂടിയിട്ടുണ്ടാവണം. നിറമുള്ള ഇന്റർലോക്ക് പാകിയ മുറ്റം, കിച്ചൻ ക്യാബിനറ്റ്, വീട് നിറയെ വിലകൂടിയ ഫർണീച്ചറുകൾ, അമ്പത്തഞ്ച് ഇഞ്ചിന്റെ വലിയ ടിവി, അതും പോരാഞ്ഞ് നാലഞ്ചു ലക്ഷം മുടക്കി വീട്ടിനുള്ളിൽ ഒരു ഹോം തീയേറ്റർ വിത്ത് പ്രൊജക്ടർ, അങ്ങനെയങ്ങനെ.... ഇതൊന്നുമല്ല സൗഭാഗ്യമെന്ന് മനസ്സിലായപ്പോഴേക്കും ഈ പരുവമായി. പെണ്ണ് കിട്ടിയില്ലെങ്കിൽ വേണ്ടെന്നേ. ഞാനിതുമായിട്ട് അങ്ങനെ

പൊരുത്തപ്പെട്ടുകഴിഞ്ഞു. എന്ത് പറഞ്ഞാലും ശരി, എന്നെ സംബന്ധിച്ച് മനുഷ്യനായുള്ള ഈ ജീവിതത്തോളം സുന്ദരമായി ഒന്നുമില്ല ഭൂമിയിൽ.''

നാൻസിയുമത് ശരിവച്ചു.

''എനിക്കുമങ്ങനെയാണ് സാറേ. അതിനി ദാരിദ്ര്യം ആയാലും എല്ലാ സുഖസൗകര്യങ്ങളും ആയാലും. എനിക്ക് തോന്നുന്നത്, ഞാൻ ഒരു വിവാഹിത ആയിരുന്നെങ്കിൽ ഇന്നലെ ഈ യാത്ര ഉണ്ടാകുമായിരുന്നില്ല. ഈ പാവം കൊച്ചിന്റെ കഥ ന്യൂസ് ചാനലുകളുടെ അന്തിചർച്ചയിൽ കൊടുമ്പിരി കൊള്ളുമ്പോൾ, അതുകേട്ട്, ഏതെങ്കിലുമൊരു വീടിന്റെ ഹാളിലോ അടുക്കളയിലോ സത്യമേത്, മിഥ്യയേത് എന്നറിയാതെ, ഒക്കത്തൊരു കുഞ്ഞിനേയും വച്ച്, ഞാനും ഇരിക്കുമായിരുന്നു.''

സുറുമി നാൻസിയെ കെട്ടിപ്പിടിച്ച് അവളോട് കുറേക്കൂടി ചേർന്നിരുന്നു. ഷെരീഫ് പറഞ്ഞു;

''അതാണ് പറയുന്നത്, നിങ്ങൾക്ക് ഈ ലോകത്തെ മാറ്റിമറിക്കണമെന്നുണ്ടെങ്കിൽ അത് വിവാഹത്തിന് മുമ്പാകുക. വിവാഹം കഴിച്ചാൽ സ്വന്തം വീട്ടിലെ ടി.വി.യുടെ ചാനലൊന്ന് മാറ്റാൻ പോലും നിങ്ങൾക്ക് സ്വാതന്ത്ര്യമുണ്ടാകില്ല എന്ന്. ഇത് ഞാൻ പറഞ്ഞതല്ല കേട്ടോ എവിടെയോ വായിച്ചതാണ്.''

അപ്പോഴേക്കും വണ്ടി പൊൻകുന്നം ടൗണിലേക്ക് പ്രവേശിച്ചു.

പത്തൊൻപത്

വാതിൽ അകത്തുനിന്ന് പൂട്ടിയിരിക്കുകയായിരുന്നു. ഷെരീഫാണ് വാതിലിൽ മുട്ടിയത്. ഷിനു ഒച്ചവച്ച് വിളിക്കുകയും ചെയ്തു. ഫലമുണ്ടായില്ലെന്നു മാത്രം. നാൻസിയുടെ പിന്നിൽ ഒളിച്ചുനിൽക്കുകയായിരുന്നു സുറുമി. നാൻസി രണ്ടുമൂന്നു തവണ വിളിച്ച് ചോദിച്ചു;

''ഇവിടാരുമില്ലേ?''

കുറച്ച് കഴിഞ്ഞപ്പോൾ സുറുമിയുടെ ഉമ്മ വന്ന് വാതിൽ തുറന്നു. നാൻസിയുടെ മറപറ്റി നിന്ന സുറുമിയെ അവർ കണ്ടില്ല. ചോദ്യഭാവത്തിൽ മറ്റ് മൂന്നുപേരെയും മാറിമാറി നോക്കി. വൈകാതെ സുറുമിയുടെ സഹോദരനും വാതിൽക്കലേക്ക് വന്നു. തീർത്തും അപരിചിതരായ മൂന്നാളുകളെ കണ്ടിട്ടാവണം അവൻ പതിയെ അകത്തേക്ക് വലിഞ്ഞു.

''സുറുമിയുടെ ഉമ്മയല്ലേ?'' ഷെരീഫ് ചോദിച്ചു.

''സുറുമിയുടെ ഉമ്മയല്ല, സുൽഫിയുടെ ഉമ്മയാണ്. അവന്റെ മാത്രം ഉമ്മ.''

പെട്ടെന്ന് എന്തുപറയണമെന്ന ആശയക്കുഴപ്പത്തിലായി ഷെരീഫ്. നാൻസി സുറുമിയെ ബലമായി പിടിച്ച് മുന്നിലേക്ക് നിർത്തി. നാലഞ്ച് നിമിഷം അവളെ തറപ്പിച്ച് നോക്കിനിന്ന ആ സ്ത്രീ പെട്ടെന്ന് അകത്തേക്ക് കയറി, വാതിലടയ്ക്കാൻ തുടങ്ങിയപ്പോൾ ഷിനു പെട്ടെന്ന് കതകിൽ ബലമായി പിടിച്ചു.

''നിങ്ങൾ ഇങ്ങനെ മസിലു പിടിക്കാതെ പറയാനുള്ളതൊന്ന് കേൾക്കണം.''

''എനിക്കൊന്നും കേൾക്കണ്ട. അവളെ കാണുകേം വേണ്ട.''

നാൻസി സുറുമിയേയും കൂട്ടി വീടിനുള്ളിലേക്ക് കയറി. പിന്നാലെ ഷെരീഫും ഷിനുവും. ആരും ഒന്നും മിണ്ടാതെ കുറച്ചുനേരം കടന്നു പോയി.

''ഉമ്മേടെ പേരെന്താ മോളേ?'' നാൻസി ചോദിച്ചു.

''ഫരീദ.'' അവൾ പതിയെ പറഞ്ഞു.

നാൻസി ഫരീദയെത്തന്നെ സൂക്ഷിച്ചു നോക്കുകയായിരുന്നു. മുഷിഞ്ഞുനാറിയ ഒരു നൈറ്റിയാണ് വേഷം. തലവഴിയേ ഒരു തുണിയും ഇട്ടിട്ടുണ്ട്. എന്ത് ചെറുപ്പമാണവർ? കണ്ടാൽ സുറുമിയുടെ ചേച്ചിയാണെന്നേ തോന്നൂ. അവൾ ശ്രദ്ധിക്കുന്നുവെന്ന് തോന്നിയ ഫരീദ മുറിയിലേക്ക് കയറി കട്ടിലിൽ ഇരുന്നു. നാൻസി പരിസരം വീക്ഷിച്ചു. പണി തീരാത്ത ചെറിയൊരു വീട്. ഭിത്തി പ്ലാസ്റ്റർ ചെയ്തിട്ടില്ല. ജനലുകൾ പ്ലാസ്റ്റിക് ഉപയോഗിച്ച് മറച്ചിരിക്കുന്നു. അങ്ങിങ്ങായി പൊട്ടിപ്പൊളിഞ്ഞ തറയിൽ അടുക്കും ചിട്ടയുമൊന്നുമില്ലാതെ വാരിവലിച്ചിട്ടിരിക്കുന്ന വീട്ടുസാധനങ്ങൾ. ഒരു മുറിയും അടുക്കളയും കുഞ്ഞൊരു ഹാളും.

കുറച്ചു കഴിഞ്ഞപ്പോൾ സുൽഫി പതിയെ സുറുമിയുടെ അടുത്തെത്തി. അവൻ പതിയെ വിളിച്ചു;

''ഇത്ത.''

സുറുമി അവനെ കെട്ടിപ്പിടിച്ചു നിന്ന്, നിശ്ശബ്ദമായി കരഞ്ഞു. അവനും കരയുന്നുണ്ടായിരുന്നു. സുറുമിയുടെ അടുത്തെത്തിയ നാൻസി ഉമ്മയുടെ അടുത്തേക്ക് ചെല്ലാൻ ആംഗ്യം കാണിച്ചു. അവൾ മടിച്ചു നിന്നപ്പോൾ ഷെരീഫും ഷിനുവും ധൈര്യം പകർന്നു. തെല്ലുനേരം ആലോചിച്ചുനിന്ന അവൾ അനുജന്റെ കൈപിടിച്ച്

നേരേ ഉമ്മയുടെ അടുത്തെത്തി. അപ്പോഴാണവർ മകളെ ശ്രദ്ധിച്ചു നോക്കുന്നത്. അവളുടെ മുഖത്തെയും ദേഹത്തേയും പാടുകൾ കണ്ട ഫരീദ പെട്ടെന്ന് മകളുടെ അടുത്തെത്തി.

''ഏതു പരുവമായിട്ടാടീ നീ തിരിച്ചു വന്നേക്കുന്നത്? എവിടേലും പോയി ചാകാൻ മേലാരുന്നോ നിനക്ക്?''

അവരവളെ കെട്ടിപ്പിടിച്ച് വാവിട്ടു നിലവിളിച്ചു. നാൻസിയുടെയും കണ്ണുകൾ നിറഞ്ഞു. ഷിനുവും ഷെരീഫും പതിയെ പുറത്തേക്കിറങ്ങി. കുറേനേരം മകളെ കെട്ടിപ്പിടിച്ചു കരഞ്ഞ ഫരീദ പൊടുന്നനെ അവളെ പൊതിരെ തല്ലാൻ തുടങ്ങി. നാലഞ്ചെണ്ണം കിട്ടട്ടെയെന്ന് നാൻസിയും കരുതി. ഇടയിൽ കയറാൻ ശ്രമിച്ച സുൽഫിക്കും കിട്ടി രണ്ടടി. ഒടുവിൽ അത് പരിധി വിടുന്നുവെന്ന് തോന്നിയപ്പോൾ നാൻസി മുറിയിലേക്ക് ചെന്നു.

''മതി. ഇനി തല്ലണ്ട; അവൾ ചത്തുപോകും.''

നാൻസി പറഞ്ഞപ്പോൾ അവർ ഒന്നടങ്ങി. അത്രയും തല്ലു വാങ്ങിയിട്ടും സുറുമി നിലവിളിച്ചില്ല. തളർച്ചയോടെ കട്ടിലിലേക്കിരുന്നു കരഞ്ഞ ഫരീദ പൊടുന്നനെ മകളുടെ അടുത്തേക്ക് വീണ്ടും ഓടിയെത്തി.

''നിന്റെ തട്ടം എവിടെപ്പോയെടീ ഒരുമ്പെട്ടവളേ?''

രണ്ടടികൂടി കൊടുത്തിട്ടാണ് അവർ തിരികെ കട്ടിലിലേക്കുതന്നെ മടങ്ങിയത്. നാൻസി ഫരീദയുടെ തോളത്ത് കൈവച്ചുകൊണ്ട് പറഞ്ഞു:

''പുറമെ കാണുന്ന ഈ പാടുകളല്ലാതെ അവൾക്കൊന്നും സംഭവിച്ചിട്ടില്ല. തക്ക സമയത്ത് ഞങ്ങൾ രണ്ടുമൂന്നുപേർ ഇടപെട്ടതുകൊണ്ട് അവൾ രക്ഷപ്പെട്ടു.''

''അത് ഈ ലോകം വിശ്വസിക്കുമോ?''

''വിശ്വസിച്ചാലും ഇല്ലെങ്കിലും സത്യം അതാണ്. ആരും ഒന്നും അറിഞ്ഞിട്ടില്ല. നിങ്ങളായിട്ട് ആരോടും ഒന്നും പറയാതിരുന്നാൽ മതി.''

''പത്രത്തിലോ ടി.വി.യിലോ വല്ലോം വരുവോ?'' അതായിരുന്നു ഫരീദയുടെ പ്രധാന ആശങ്ക.

''ഒന്നും വരില്ല. ആരും ഒന്നും അറിഞ്ഞിട്ടില്ല. ഇവിടെ ആരെങ്കിലും വല്ലതും അറിഞ്ഞോ?''

''ഇല്ല.''

''രണ്ടുമൂന്നു ദിവസം കാണാഞ്ഞപ്പോൾ ആരും അന്വേഷിച്ചില്ലേ?''

''ഇവൾക്ക് കൊറോണയായിട്ട് കിടക്കുകയാണെന്ന് പറഞ്ഞു ഞാൻ. വേറെന്തു പറയും? അതുകൊണ്ട് ആരും വന്നില്ല.''

''അതിനി തിരുത്താനൊന്നും പോകണ്ട. എട്ടുപത്തു ദിവസം ഇവൾ വീട്ടിനുള്ളിൽത്തന്നെ ഇരിക്കട്ടെ.''

''നിങ്ങൾ ആരാണെന്നൊന്നും എനിക്കറിയില്ല. എന്റെ കുഞ്ഞിനെ ഇവിടെ എത്തിച്ചല്ലോ. ഞാനെങ്ങനെയാണ് നന്ദി പറയുക? എനിക്കറിയില്ല. അവൾ കത്തെഴുതി വച്ചിട്ട് പോയെങ്കിലും എനിക്ക് പ്രതീക്ഷയായിരുന്നു, വൈകുന്നതിനകം തിരിച്ചെത്തുമെന്ന്. പക്ഷേ അവളവളുടെ ബാപ്പയ്ക്ക് പഠിക്കാൻ പോകുമെന്ന് ഞാൻ ഒട്ടും പ്രതീക്ഷിച്ചില്ല. നിങ്ങൾക്കറിയില്ല ഇവിടുത്തെ അവസ്ഥ.''

''എല്ലാം ഞങ്ങൾക്കറിയാം.''

ഇനിയെന്ത് പറയണമെന്ന ചിന്തയിലകപ്പെട്ട ഫരീദ പെട്ടെന്ന് ചോദിച്ചു;

''പാലില്ല, ഞാൻ കട്ടൻ ചായ ഇടട്ടേ, കുടിക്കുമോ?''

''അതിനെന്താ. ഇട്ടോളൂ.''

വീണ്ടും വീണ്ടും നിറയുന്ന കണ്ണുനീർ തുടച്ചുകൊണ്ട് അവർ അടുക്കളയിലേക്ക് പോയി. നാൻസി സുറുമിയുടെ തോളത്ത് കൈ വച്ചുകൊണ്ട് പറഞ്ഞു;

''കണ്ടില്ലേ ഉമ്മയുടെ സങ്കടം?''

''ഇങ്ങനെയാകുമെന്നൊന്നും ഞാനപ്പോൾ ഓർത്തില്ല ചേച്ചീ.''

''ഇനി ഇമ്മാതിരി പണിക്കൊന്നും നിൽക്കരുത്. പത്തുപതിനാറു വയസ്സായ പെങ്കൊച്ചല്ലേ നീ. ഈ വീടൊക്കെ നിനക്കൊന്ന് അടുക്കിപ്പെറുക്കി വൃത്തിയാക്കിക്കൂടേ? എന്തൊരു കോലമാ ഇതിനകം. പുസ്തകത്തിനകത്തുള്ളത് മാത്രമല്ല മനുഷ്യൻ പഠിക്കേണ്ടത്. സ്വന്തം വീടും പരിസരവും എങ്ങനെ വൃത്തിയായി പരിപാലിക്കാമെന്നുകൂടി പഠിക്കണം. അതിനി ആണായാലും പെണ്ണായാലും.''

''ഇല്ല ചേച്ചീ. ഇനി ഞാനെല്ലാം നോക്കിക്കണ്ട് ചെയ്തോളാം. ഇതൊരു രണ്ടാം ജന്മമാണ്. ചേച്ചിക്കെന്നെ വിശ്വസിക്കാം.''

''ഈ ലോകത്തങ്ങനെ നമ്മളെ മോഹിപ്പിക്കുന്ന ചെറുതും വലുതുമായ ഒരുപാട് സംഗതികളുണ്ട് മോളേ. അതൊന്നും കണ്ട് നമ്മൾ നമ്മുടെ ലക്ഷ്യം മറക്കരുത്. നമ്മുടെ മാതാപിതാക്കളെ മറക്കരുത്. കൂടപ്പിറപ്പുകളെ മറക്കരുത്. നമ്മുടെ ചുറ്റുപാടുകളെ മറക്കരുത്. മക്കൾ വളർന്നു വലുതായി അവരെ സംരക്ഷിക്കുമെന്ന പ്രതീക്ഷയിലൊന്നുമല്ല ഒരു അച്ഛനും അമ്മയും മക്കളെ വളർത്തുന്നത്.

നിങ്ങൾ പഠിച്ച് നല്ലൊരു നിലയിൽ എത്താൻ വേണ്ടിയാണ് പറക്ക മുറ്റാത്ത കാലത്ത് അവരിങ്ങനെ ഓരോരോ നിയന്ത്രണങ്ങൾ വയ്ക്കുന്നത്. അത് മനസ്സിലാക്കണം. അവരല്ലാതെ ആരും നമ്മുടെ നന്മ കാംക്ഷിക്കുമെന്ന് പ്രതീക്ഷിക്കരുത്. പിന്നെ പ്രതീക്ഷ വയ്ക്കേണ്ടത് അധ്യാപകരിലാണ്. ദൗർഭാഗ്യവശാൽ ഇപ്പോഴത്തെ കുഞ്ഞുങ്ങൾ ശത്രുക്കളായി പ്രഖ്യാപിച്ചിരിക്കുന്ന ഒരു വിഭാഗമാണ് അധ്യാപകർ. പഠിക്കാൻ നിർബന്ധിക്കുന്നു, ശാസിക്കുന്നു, ചൂരലെടുത്തു കാണിക്കുന്നു. അങ്ങനെയൊക്കെയല്ലേ പരാതി. പക്ഷേ അവരും നിങ്ങളുടെ നന്മയ്ക്കുവേണ്ടി നിലകൊള്ളുന്നവരാണ്. നിങ്ങളത് തിരിച്ചറിയണം. അറിഞ്ഞേ മതിയാകൂ.''

സുറുമിയുടെ കണ്ണ് നിറഞ്ഞൊഴുകിയപ്പോൾ അത് തുടച്ചുകൊണ്ട് നാൻസി തുടർന്നു;

''സത്യത്തിൽ ബാക്കിയുള്ളവരിൽ നിന്ന് നല്ലവരെ തിരഞ്ഞെടുക്കാൻ പ്രയാസമാണ് മോളേ. സ്കൂളിലെ വാട്ട്സ്ആപ് ഗ്രൂപ്പിലെ സന്ദേശങ്ങൾക്കും കൊറോണയൊക്കെപ്പോലെ ചില പ്രത്യേക സാഹചര്യങ്ങളിൽ ഒഴിവാക്കാൻ പറ്റാതെ വരുന്ന ഓൺലൈൻ ക്ലാസ്സുകൾക്കും മൊബൈൽ കൈയിൽ കിട്ടുമ്പോൾ, അത് നല്ലതിനായി മാത്രം ഉപയോഗിക്കുക. നല്ല ജോലിയും നല്ല ജീവിത ചുറ്റുപാടുകളും മാത്രമല്ല വിദ്യാഭ്യാസം കൊണ്ട് ലക്ഷ്യം വയ്ക്കുന്നത്. എത്രയോ ആളുകൾ നല്ല വിദ്യാഭ്യാസമുണ്ടായിട്ടും കൂലിപ്പണി ചെയ്ത് ജീവിക്കുന്നുണ്ട് നാട്ടിൽ. നമ്മൾ നല്ലൊരു വ്യക്തി ആകണമെങ്കിൽ അതിനും വിദ്യാഭ്യാസം കൂടിയേ കഴിയൂ. നമുക്ക് കുടുംബമാകുമ്പോൾ, കുഞ്ഞുങ്ങളുണ്ടാകുമ്പോൾ അവർക്ക് നാലക്ഷരം പറഞ്ഞുകൊടുക്കണമെങ്കിലും നല്ല വിദ്യാഭ്യാസം കൂടിയേ കഴിയൂ. അത് നേടേണ്ട സമയത്ത് മറ്റൊന്നിലും വ്യാപരിക്കാതിരിക്കുക. പണ്ടത്തെ കാലമൊന്നുമല്ല. അന്നൊക്കെ പത്താം ക്ലാസും പ്ലസ് ടുവുമൊക്കെക്കൊണ്ട് പഠനം നിർത്തിയവരുണ്ട്. ദാരിദ്ര്യവും പട്ടിണിയുമൊക്കെ കാരണം പഠിക്കാൻ പറ്റാതെ പോയവരാണവർ. അതവരുടെ ദൗർഭാഗ്യമായിരുന്നു.

നിങ്ങളുടെ തലമുറയ്ക്ക് അത്തരം പ്രശ്നങ്ങളൊന്നുമില്ല. ഏറ്റവും മികച്ച വിദ്യാഭ്യാസ സൗകര്യങ്ങൾ ഒട്ടും പണച്ചെലവില്ലാതെ നേടാൻ ഈ തലമുറയ്ക്ക് കഴിയും. അതിനുള്ള സംവിധാനങ്ങളുള്ള ഒരു മികച്ച സ്റ്റേറ്റാണ് നമ്മുടേത്. ഡിഗ്രി പോലും ഒരു അടിസ്ഥാന വിദ്യാഭ്യാസം അല്ലാതായി മാറിയിരിക്കുന്നു നമ്മുടെ നാട്ടിൽ. എന്നിട്ടും മികച്ച വിദ്യാഭ്യാസം നേടാൻ പറ്റാതെപോയാൽ, അതിന്

വേറെ ആരെയും പഴി പറഞ്ഞിട്ട് കാര്യമില്ല. നിങ്ങൾ മാത്രമാകും ഉത്തരവാദി.

ഒരു വ്യക്തി എന്ന നിലയ്ക്കും ഈ രാജ്യത്തെ ഒരു പൗരൻ എന്ന നിലയ്ക്കും നമ്മുടെ അവകാശങ്ങൾ എന്തെന്നറിയാൻ, നമ്മുടെ ഉത്തരവാദിത്തങ്ങൾ എന്തെന്നറിയാൻ നല്ല വിദ്യാഭ്യാസം കൂടിയേ കഴിയൂ. പട്ടിണിയാകട്ടെ, ദാരിദ്ര്യമാകട്ടെ, സന്തോഷമാകട്ടെ, സന്താപ മാകട്ടെ; ഇതുപോലുള്ള പ്രശ്നങ്ങളിൽ പെട്ടാൽ നമ്മുടെ അന്തസ്സിന് ഇടിവ് സംഭവിക്കും. അത് നമുക്ക് മാത്രമല്ല; നമ്മുടെ മാതാപിതാ ക്കൾക്കും സഹോദരങ്ങൾക്കും അധ്യാപകർക്കുമൊക്കെ അന്തസ്സിന് കോട്ടം വരുത്തും. ഇതൊക്കെ തിരിച്ചറിയുന്നൊരു കാലത്ത്, തിരികെ വരാൻ സാധിക്കാത്തത്ര പിന്നോക്കം പോയിട്ടുണ്ടാവും നമ്മൾ. പിന്നെ കുറ്റബോധമാകും. മാനസികപ്രശ്നങ്ങളാകും. അതുകൊണ്ട് അന്തസ്സായി ജീവിക്കുക. നമ്മുടെ ഭരണഘടന ഒരു പൗരന് ഉറപ്പു വരുത്തുന്ന ഏറ്റവും പ്രധാന സംഗതി എന്താണെന്നറിയുമോ മോൾക്ക്?''

ഇല്ലെന്ന് അവൾ ചുമലനക്കി. നാൻസി പറഞ്ഞു:

''അന്തസ്. അന്തസ്സായി ജീവിക്കാനുള്ള അവകാശം മാത്രമല്ല, അന്തസ്സായി ജീവിക്കാൻ മറ്റുള്ളവരെ അനുവദിക്കാനും നമ്മളെല്ലാ വരും ബാധ്യസ്ഥരാണ്. എന്നാൽ മാത്രമേ നമ്മുടെ നാട് നന്മ ചെയ്യുന്നവരാൽ നിറയൂ. അപ്പോഴേ ഇവിടം സ്വർഗ്ഗമാകൂ. അല്ലാതെ, എന്ത് തെറ്റ് ചെയ്താലും വേണ്ടില്ല; എല്ലാം ഏറ്റുപറഞ്ഞ് പള്ളിയിൽ പ്പോയി നാല് മെഴുകുതിരി കത്തിച്ച് പ്രാർത്ഥിച്ചാൽ, അല്ലെങ്കിൽ ക്ഷേത്രത്തിൽപ്പോയി കുറെ വഴിപാടുകൾ നടത്തിയാൽ, അതുമല്ലെ ങ്കിൽ മൂന്നു നേരം നിസ്കരിച്ചാൽ എല്ലാ പാപവും കഴുകിക്കളയാ മെന്നും അതാണ് സ്വർഗ്ഗത്തിലേക്കുള്ള വഴിയെന്നും വിശ്വസിച്ചാൽ എവിടെയോ ഉണ്ടെന്ന് നമ്മൾ കരുതുന്ന സ്വർഗ്ഗം വിഡ്ഢികളുടേത് മാത്രമായിരിക്കും. മറ്റുള്ളവരുടെ അന്തസ്സിന് കോട്ടം വരുത്തുന്ന പണി ചെയ്യുന്നവർക്ക്, സ്വന്തം അന്തസ്സിനെപ്പറ്റി വ്യാകുലപ്പെടാൻ ഒരു യോഗ്യതയുമുണ്ടാവില്ല.''

ഫരീദ ചായയുമായി വന്നപ്പോൾ നാൻസി സംസാരം നിർത്തി, ഷെരീഫിനെയും ഷിനുവിനെയും വിളിക്കാൻ പുറത്തേക്കിറങ്ങാ നൊരുങ്ങി. അപ്പോൾ ഷെരീഫ് പറഞ്ഞു:

''ഞങ്ങളിവിടെയുണ്ട്. നാൻസിയുടെ ക്ലാസ് കേൾക്കുകയായി രുന്നു. താൻ കൊള്ളാം കേട്ടോ. ഒരു ഷേക്ക് ഹാൻഡ് തരുന്നതിൽ വിരോധമുണ്ടോ?''

''ഇല്ലല്ലോ.'' അവൾ കൈനീട്ടി.

''പ്രൗഡ് ഓഫ് യു.''

പറഞ്ഞുകൊണ്ട് ഷെരീഫ് അവൾക്ക് കൈകൊടുത്തു. പിന്നാലെ ഷിനുവും. അതിൽ അവൾക്കുള്ള എല്ലാ അംഗീകാരവും അടങ്ങി യിരുന്നു.

ഇരുപത്

കട്ടൻചായ കുടിച്ചുകഴിഞ്ഞ് മൂവരും വെളിയിലേക്കിറങ്ങി.

''ഇനിയെന്താ നമ്മുടെ പ്ലാൻ?'' ഷെരീഫ് ചോദിച്ചു.

ഷിനു പറഞ്ഞു: ''എന്തൊരു ദയനീയമാണ് അവരുടെ ജീവിതം? കണ്ടിട്ട് വല്ലാത്ത വിഷമം തോന്നുന്നു. എടാ ഷെരീഫേ, കെട്ടിയോൻ ഇട്ടേച്ചു പോയതാടാ അവളെ. നീയൊന്നു മനസ്സുവെച്ചാൽ അവർ ക്കൊരു ജീവിതമുണ്ടാകും.''

''സഹായം വല്ലതും ചെയ്യാനാണോ?'' ഷെരീഫിന് സംശയം.

''എനിക്കും വല്ലാത്ത സങ്കടമായിപ്പോയി. എന്തൊക്കെ മോഹ ങ്ങളോടെ അയാളുടെ കൈ പിടിച്ച് ജീവിതം തുടങ്ങിയതാവും അവർ? കഷ്ടം. ഇതൊക്കെ കാണുമ്പോഴാണ് കല്യാണം കഴിക്കാ തിരുന്നത് എത്ര നന്നായെന്ന് തോന്നിപ്പോകുന്നത്.'' നാൻസി പറഞ്ഞു.

''കൈയിൽ ഒന്നും ഇല്ല. പത്തോ പതിനായിരമോ വേണേൽ എ.ടി.എം. വരെ പോയാൽ മതി. ഒരു കണക്കിന് ഞാനീ പണവും അക്കൗണ്ടിൽ ഇട്ടോണ്ട് നടക്കുന്നതല്ലാതെ വേറെ ഗുണമൊന്നും ഇല്ലല്ലോ.''

ഷെരീഫ് പറഞ്ഞപ്പോൾ ഷിനു തിരുത്തി.

''അതല്ല ഞാൻ ഉദ്ദേശിച്ചത്.'' ഷിനു തുടർന്നു;

''പത്തു മുപ്പത്തഞ്ച് വയസ്സിൽ കൂടുതൽ വരില്ലെടാ അവർക്ക്. പോരാത്തതിന് നല്ല സുന്ദരിയും. അവരെ നമുക്ക് പേരൊന്ന് ചേഞ്ച് ചെയ്ത് ഫരീദ ഷെരീഫ് എന്നാക്കിയാലോ?''

''എന്നാപ്പിന്നെ നീ കെട്ടെടാ ഉവ്വേ.'' ഷെരീഫിന് ദേഷ്യം വന്നു.

''നീയിരുന്നോ. നിനക്ക് പതിനാറുകാരീടെ ആലോചന വരും.''

''ഇപ്പോ അതൊന്നും പറയാൻ പറ്റിയ സമയമല്ല. നമുക്ക് അവന്റെ വീടുവരെ ഒന്ന് പോയാലോ?'' നാൻസി ചോദിച്ചു.

‘‘ആരുടെ?’’ ഷിനുവും ഷെരീഫും ഒരേ സമയം ചോദിച്ചു.

‘ജീവന്റെ.’’

‘‘പോയിട്ടോ?’’ ഷെരീഫ് ചോദിച്ചു.

‘‘നമുക്കവന്റെ വീട്ടുകാരെ ഒന്ന് കാണാം.’’

‘‘ലാസ്റ്റ്, കൊല്ലുന്ന രാജാവിന് തിന്നുന്ന മന്ത്രി എന്ന് പറഞ്ഞ പോലാകുമോ? അവന്റെയല്ലേ അപ്പൻ?’’

’’സാധ്യതയുണ്ട്.’’

‘‘എന്നാലും ഇതുങ്ങളെ ഇങ്ങനങ്ങ് കളഞ്ഞിട്ട് പോകാൻ തോന്നുന്നില്ല. അടച്ചുറപ്പൊന്നും ഇല്ലാത്തൊരു വീടും. ആകെയൊരു അരക്ഷിതാവസ്ഥ.’’

‘‘ആലോചിക്കാവുന്ന കേസാണ്.’’

‘‘ഒന്നോർത്താൽ അവനിട്ടൊരു പണി കൊടുക്കാതിരിക്കുന്നതും ശരിയല്ല.’’

ഷിനു അഭിപ്രായപ്പെട്ടു.

‘‘പക്ഷേ ഇന്നിപ്പോ ഇത്രയും നേരമായില്ലേ? അടുത്ത ദിവസത്തേക്ക് മാറ്റിയാലോ? അതിരിക്കട്ടെ; അവന്റെ വീട് ആർക്കറിയാം?’’

‘‘സുറുമീടെ കൈയിൽ അവന്റെ ഡീറ്റെയിൽസ് കാണാതിരിക്കുമോ?’’

‘‘അവൻ കൊടുത്ത വിവരങ്ങളൊക്കെ ശരിയാകണമെന്നില്ലല്ലോ?’’

‘‘അതുമൊരു പ്രശ്നമാണ്.’’

സംസാരം പലവഴിക്ക് നീണ്ടെങ്കിലും ഒരു നിഗമനത്തിലെത്താനായില്ല. ഒടുവിൽ നാൻസി സുറുമിയെ വിളിച്ചു. അവൾ പറഞ്ഞു;

‘‘അവർ തിരുവല്ലയിൽ വലിയ മാർബിൾ ഷോറൂമൊക്കെ ഉള്ളവരാണ്. ജീവ മാർബിൾസ്. അതേ പേരിൽ അവർക്ക് ടെക്സ്റ്റയിൽസും ഗ്ലാസ് കടയുമുണ്ട്.’’

‘‘അപ്പോൾ റ്റീ എസ്റ്റേറ്റ് മാത്രമല്ല. വമ്പൻ സ്രാവാണ്. എങ്കിൽ അവന്റെ വീട് കണ്ടുപിടിക്കാനൊന്നും ബുദ്ധിമുട്ട് വരില്ല. തന്തയോടൊന്ന് മുട്ടിനോക്കാം.’’ ഷിനു പറഞ്ഞു.

‘‘പൈസ ചോദിക്കാനാണോ? അതൊക്കെ ചീപ്പാണ്.’’ ഷെരീഫ് വിയോജിപ്പ് രേഖപ്പെടുത്തി.

‘‘എന്തെങ്കിലുമൊരു മുട്ടൻ പണികിട്ടിയാൽ അവൻ പിന്നെ ഇവരുടെ പിന്നാലെ വരില്ല. ഇത്രയുമൊക്കെ ചെയ്തവൻ ഇവരെ വീണ്ടും ദ്രോഹിക്കാൻ വരുമെന്ന കാര്യത്തിൽ സംശയം വേണ്ട. അതിന്

തടയിട്ടില്ലെങ്കിൽ നമ്മുടെ ഈ എഫേർട്ട് വെറുതെയാകും. അവൻ മിക്കവാറും ഈ കുടുംബത്തെത്തന്നെ ഇല്ലാതാക്കും. അവന്റെ വീട്ടുകാരെ വിവരം അറിയിച്ചാൽ ചിലപ്പോൾ ഒരു പരിഹാരമായേക്കും. വലിയ വലിയ അപ്പന്മാർക്ക് അന്തസ്സും അതുപോലെ കുറച്ച് കൂടു തലായിരിക്കുമല്ലോ. അത് പോകാതിരിക്കാൻ അവരെന്തായാലും ശ്രമിക്കും. എന്തായാലും കുഴപ്പമില്ല. അവനിനി ഇവരുടെ പിന്നാലെ വരരുത്. എനിക്കത്രേയുള്ളൂ.''

നാൻസി ഉറപ്പിച്ച് പറഞ്ഞു.

''ഇതപ്പോ ഇവിടെയൊന്നും തീരുന്ന ലക്ഷണമില്ലല്ലോ? അതാ ഞാൻ പറഞ്ഞത്; നമുക്ക് പൊലീസിൽ വിവരമറിയിക്കാമെന്ന്.'' ഷിനു പറഞ്ഞപ്പോൾ നാൻസി എതിർത്തു;

''ഒരു കാരണവശാലും ഞാനത് സമ്മതിക്കില്ല. ഇനി നിങ്ങൾ വന്നില്ലെങ്കിലും ഞാനവിടെ പോകും.''

''പോയിട്ടോ?''

''അവന്റെ വീട്ടുകാരുമായി സംസാരിക്കും. മകനെ നിലയ്ക്ക് നിർത്തിയില്ലെങ്കിൽ കുടുംബത്തോടെ ജയിലിലാകുമെന്ന് പറയാം. പോക്സോ കേസാണ്. ഭീഷണിപ്പെടുത്തുമ്പോൾ അതിന്റെ കാഠിന്യം കുറയ്ക്കേണ്ട കാര്യമില്ലല്ലോ. അപ്പോൾ വായിൽ വരുന്നതൊക്കെ വിളിച്ചുപറയാം. വേണമെങ്കിൽ നാല് തെറിയും. വഴക്കുണ്ടാക്കുമ്പോൾ അതാണല്ലോ നമ്മുടെയൊരു നാട്ടുനടപ്പ്. ബാക്കി വരുന്നതുപോലെ.''

''എങ്കിൽ നമുക്ക് ഫസ്റ്റ് സ്റ്റെപ്പെന്ന നിലയിൽ തന്തപ്പടിയെ ഒന്ന് ഫോൺ വിളിച്ചാലോ? ആളെങ്ങനെയുണ്ടെന്ന് അറിയുകയുമാവാം. വലിയ തിരക്കുള്ള ബിസിനസ്സുകാരൻ ആകുമ്പോൾ നമ്മൾ ചെല്ലുന്ന സമയത്ത് അവിടെ ഉണ്ടാകണമെന്നും നിർബ്ബന്ധമില്ലല്ലോ. ഒന്ന് വിളിച്ചു ബഹുമാനിച്ചിട്ട് ചെന്നാൽ അയാൾ ചിലപ്പോൾ നമുക്ക് പറയാനുള്ളത് കേൾക്കുകയെങ്കിലും ചെയ്യും.''

ഷെരീഫിന്റെ അഭിപ്രായത്തെ ഷിനു പിന്താങ്ങി. അതൊരു നല്ല നീക്കമായിരിക്കുമെന്ന് നാൻസിക്കും തോന്നി. അവിടുന്ന് യാത്ര പറഞ്ഞിറങ്ങുമ്പോൾ നാൻസി പറഞ്ഞു.

''ഞാൻ അടുത്ത ദിവസം വീണ്ടും വരും മോളേ. ഇന്നേതായാലും അവന്മാർ വരാനൊന്നും പോകുന്നില്ല.''

''ഇങ്ങോട്ട് വരവൊക്കെ പാടാ ചേച്ചീ. എന്റെ വീടൊന്നും അവന റിയില്ല.''

അപ്പോൾ ഫരീദ പറഞ്ഞു:

‘‘വന്നാൽ വരട്ടെ. വന്ന് എല്ലാത്തിനേം വെട്ടിക്കൊന്നിട്ട് പോകട്ടെ. അതോടെ ഇതിനൊരു അവസാനമാകുമല്ലോ.’’

‘‘ഇങ്ങനെ നിരാശപ്പെടാതെ ഫരീദ. ശരിയാകും. എല്ലാം ശരിയാകും. ആക്കിയിട്ടേ ഞങ്ങൾ തിരിച്ചുപോകൂ.’’ നാൻസി ആശ്വസിപ്പിച്ചു.

കാറിനടുത്തുവന്നാണ് അമ്മയും മക്കളും അവരെ യാത്രയാക്കിയത്. പുറപ്പെടും മുൻപ് തന്റെ മൊബൈൽ നമ്പർ നൽകാനും ഫരീദയുടെ നമ്പർ വാങ്ങാനും നാൻസി മറന്നില്ല.

‘‘എന്റെ നമ്പറും കൂടി വച്ചോളൂ.’’

ഷെരീഫ് തന്റെ നമ്പർ കൈമാറുന്നത് കണ്ടപ്പോൾ ഷിനു പതിയെ പറഞ്ഞു;

‘‘ഇവന്റെ ജാടയൊക്കെ തീർന്നെന്നു തോന്നുന്നു.’’

കെട്ടിപ്പിടിച്ച് മുത്തം കൊടുത്താണ് സുറുമി നാൻസിയെ യാത്രയാക്കിയത്. ഒരെണ്ണം സുറുമിക്കവൾ തിരിച്ചും കൊടുത്തു. കാർ മുന്നോട്ടെടുക്കുമ്പോൾ ഷിനു ചോദിച്ചു;

‘‘നാൻസിയിന്നിനി ജോഷ്വായുടെ വീട്ടിലേക്ക് പോകുമോ?’’

‘‘പിന്നല്ലാതെ. ഇപ്പോൾത്തന്നെ വല്യമ്മച്ചി കലിതുള്ളി ഇരിക്കുകയാവും. വഴക്കു പറഞ്ഞ് ഇന്നെന്നെ ശരിയാക്കും. ഇന്നലെ രാത്രി പതിനൊന്നരയ്ക്ക് ചെല്ലേണ്ട ആളല്ലേ ഞാൻ.’’

‘‘കേട്ടോ നാൻസി, ഇവൻ മിക്കവാറും ആ ഫരീദയുടെ കാര്യത്തിൽ ഒരു തീരുമാനമുണ്ടാക്കുമെന്ന് തോന്നുന്നു.’’

ഷിനു പറഞ്ഞപ്പോൾ ഷെരീഫ് ചോദിച്ചു: ‘‘നല്ല ഗ്ലാമറുണ്ട് അവൾക്ക്. അല്ലേടാ? ഇത്രയും വലിയൊരു മകളുണ്ടെന്ന് പറയില്ല. പുറത്തേക്കിറങ്ങിയപ്പോഴാ ഞാനവളെ ശരിക്കും കണ്ടത്.’’

‘‘എന്നിട്ട് അതൊന്നുമല്ലല്ലോ നീ കുറച്ചു മുൻപേ പറഞ്ഞത്. എന്നെ തല്ലാൻ നിൽക്കുവല്ലായിരുന്നോ?’’

നാൻസിയുടെ മറുപടി വരാതിരുന്നപ്പോൾ ഷിനു പറഞ്ഞു:

‘‘നാൻസി ഇവിടെങ്ങും അല്ലല്ലോ?’’

‘‘ഞാൻ ജീവാ മാർബിൾസിന്റെ നമ്പർ നെറ്റിൽ സെർച്ച് ചെയ്യുകയായിരുന്നു. സാധനം കിട്ടി. പക്ഷേ, ആരു വിളിക്കും അയാളെ? എങ്ങനെ പറഞ്ഞു തുടങ്ങും?’’

‘‘നാൻസിയുള്ളപ്പോൾ വേറെ ഓപ്ഷനില്ല. ഇത്രയും നന്നായി ഒരാളെ കാര്യം പറഞ്ഞു മനസ്സിലാക്കാൻ അധികമാർക്കും പറ്റില്ല. ഒന്നുമാകുന്നില്ലെങ്കിൽ ഞാനോ ഷിനുവോ ഡീൽ ചെയ്യാം.’’

ഷെരീഫ് പറഞ്ഞു. ഷിനുവിനും അതേ അഭിപ്രായമായിരുന്നു.

ഇരുപത്തിയൊന്ന്

പ്രതീക്ഷിച്ചതുപോലെ മോശം സംസാരമൊന്നും ജീവന്റെ പിതാവിന്റെ ഭാഗത്തുനിന്നുണ്ടായില്ല. ജീവനെപ്പോലെ ഒരു മകൻ ഉണ്ടായിപ്പോയി എന്നത് മാത്രമാണ് അയാളുടെ ജീവിതത്തിലെ ഏക മോശം സംഭവമെന്ന് നാൻസിക്ക് തോന്നി. താൻ പറയുന്നതെല്ലാം യാതൊരു പ്രകോപനവുമില്ലാതെ ഇങ്ങനെ കേട്ടിരിക്കാൻ നല്ല മനസ്സുള്ള ഒരാൾക്ക് മാത്രമേ കഴിയൂവെന്ന് അവൾക്കറിയാമായിരുന്നു. കാര്യം കേൾക്കും മുൻപേ കടിച്ചുകീറാൻ വരുന്ന ആളുകളാണല്ലോ അധികവും. എല്ലാവർക്കും പറയാനാണ് ഇഷ്ടം. കേൾക്കാൻ ആരുമില്ല. അങ്ങനെയൊരു കാലത്താണല്ലോ തിരികെയൊന്നും ചോദിക്കുകയോ പറയുകയോ ചെയ്യാത്ത വിഗ്രഹങ്ങളെ നോക്കി സങ്കടങ്ങൾ പറയുന്നവരുടെ എണ്ണം ക്രമാതീതമായി കൂടിവരുന്നത്.

ഒരുവേള അയാൾ ഫോൺ വച്ചിട്ട് വേറെയെന്തെങ്കിലും ജോലിക്ക് പോയോ എന്നുപോലും നാൻസി സംശയിച്ചു. അത് മനസ്സിലാക്കിയിട്ടെന്നപോലെ അയാൾ പറഞ്ഞു;

‘‘ഞാൻ കേൾക്കുന്നുണ്ട്. പറഞ്ഞോളൂ.’’

അവൾക്ക് പറയാനുള്ളതെല്ലാം കേട്ടുകഴിഞ്ഞാണ് അയാൾ സംസാരിക്കാൻ തുടങ്ങിയത്.

‘‘ഞങ്ങൾക്ക് മൂന്ന് ആൺമക്കളാണ്. ഏറ്റവും ഇളയതാണ് ജീവൻ. അവൻ മാത്രമേ ഇങ്ങനെ തല തിരിഞ്ഞു പോയിട്ടുള്ളൂ. മറ്റു രണ്ടുപേർ ബിസിനസ്സിൽ എന്നോടൊപ്പമുണ്ട്. ഒരാൾ ടെക്സ്റ്റയിൽസും മറ്റെയാൾ ഗ്ലാസ് കടയും നോക്കി നടത്തുന്നു. ഈ ഗ്രാനൈറ്റ് ഷോറൂം ഞാൻ തന്നെയാണ് കൺട്രോൾ ചെയ്യുന്നത്. രാജസ്ഥാനിൽ നിന്നും വിദേശത്തു നിന്നുമെല്ലാം സാധനങ്ങൾ വരുന്നതുകൊണ്ട് കുറച്ചധികം ശ്രദ്ധ വേണം. ഗ്രാനൈറ്റ് മാത്രമല്ല, ടൈലും സാനിറ്ററി ഐറ്റംസുമെല്ലാം ഉണ്ട്. പത്തിരുപത് ജോലിക്കാരുമുണ്ടിവിടെ. മൂത്ത രണ്ടുപേരുടെയും വിവാഹം കഴിഞ്ഞു. വളർത്തുദോഷമാണെങ്കിൽ എങ്ങനെ ഒരാൾ മാത്രം ഇങ്ങനെ ആകും? അവന് യാത്രയും ഡ്രൈവിങ്ങും ഇഷ്ടമായിരുന്നു. അതുകൊണ്ടാണ് ഏലപ്പാറയിലെ എസ്റ്റേറ്റിന്റെ ചുമതല അവന് നൽകിയത്. പക്ഷേ, അവന് മറ്റു പലതിലുമായിരുന്നു താൽപ്പര്യം. ആദ്യമൊക്കെ ചിലത് അറിഞ്ഞപ്പോൾ ഞാനായിട്ട് ഒതുക്കിത്തീർത്തു. ഒരബദ്ധം അവന്റെ പ്രായത്തിന്റെ ചാഞ്ചല്യം ആയിരിക്കുമെന്ന് കരുതി. പിന്നെയത് രണ്ടായി മൂന്നായി. അങ്ങനെ പെരുകിവന്നു. സത്യം പറയാമല്ലോ, കാര്യം മകനാണ്, എങ്കിലും വല്ല ക്വട്ടേഷനും കൊടുത്ത് കൊന്നു കളഞ്ഞാലോയെന്ന്

ഞാൻ പലവട്ടം ആലോചിച്ചുപോയിട്ടുണ്ട്. എത്ര പെൺകുഞ്ഞുങ്ങളുടെയും മാതാപിതാക്കളുടെയും കണ്ണീർ അവൻ കാരണം ഈ മണ്ണിൽ വീണിട്ടുണ്ടോ, എനിക്കറിയില്ല.''

''അത് തീരെ നിവൃത്തിയില്ലാത്തൊരു കുടുംബമാണ്.''

നാൻസി പറഞ്ഞപ്പോൾ അയാൾ ചോദിച്ചു;

''ഞാനെന്തെങ്കിലും ചെയ്യണോ അവർക്കുവേണ്ടി?''

''നിങ്ങളുടെ ഔദാര്യത്തിനും നക്കാപ്പിച്ചയ്ക്കും വേണ്ടിയല്ല ഞാൻ വിളിച്ചത്. ഇനി അവളുടെ പിന്നാലെ അവന്റെ നിഴൽ പോലും ഉണ്ടാകരുത്. അടച്ചുറപ്പുള്ള ഒരു വീടുപോലും ഇല്ല അവർക്ക്. അതൊക്കെ പറഞ്ഞാൽ നിങ്ങളെപ്പോലൊരാൾക്ക് മനസ്സിലാകുമോ എന്നെനിക്കറിയില്ല.''

''മനസ്സിലാകും. കാരണം, ഞാൻ മുതലാളിയായിട്ട് ജനിച്ച ഒരാളല്ല. എന്റെയും മൂത്ത രണ്ടു മക്കളുടെയും അധ്വാനത്തിന്റെയും ആത്മാർത്ഥതയുടെയും പുറത്ത് കെട്ടിപ്പൊക്കിയതാണ് ഈ കാണുന്നതൊക്കെ. എല്ലാത്തിനും വെളിച്ചമായി എന്റെ ഭാര്യയും ഒപ്പമുണ്ടായിരുന്നു. മൂന്ന് വർഷം മുൻപ് അവൾ മരിച്ചു. കേൾക്കാൻ നിങ്ങൾക്ക് ക്ഷമയുണ്ടെങ്കിൽ ഞാൻ പൂർത്തിയാക്കാം.''

അയാൾ നാൻസിയുടെ മറുപടിക്കായി കാത്തു.

''പറഞ്ഞോളൂ.''

''ജീവൻ ജനിച്ചു കഴിഞ്ഞാണ് ഞങ്ങൾക്ക് വലിയ ഉയർച്ചകൾ ഉണ്ടാകാൻ തുടങ്ങിയത്. അതുകൊണ്ട് എല്ലാ സ്ഥാപനങ്ങൾക്കും അവന്റെ പേരുമിട്ടു. അവൻ ഇത്രയൊക്കെ പുകിലും നഷ്ടവും ഉണ്ടാക്കിയിട്ടും അവന്റെ ചേട്ടന്മാർ ആ പേര് മാറ്റണമെന്ന് ഇന്നേവരെ പറഞ്ഞിട്ടില്ല. ഭാര്യ മരിച്ചു കഴിഞ്ഞപ്പോൾ ഞാൻ സ്വത്ത് മൂന്നായി വീതംവച്ചു. എന്റെ മരണശേഷമേ അത് മക്കൾക്ക് അവരുടെ ഇഷ്ടത്തിന് കൈകാര്യം ചെയ്യാൻ പറ്റൂ. അതായിരുന്നു വിൽപ്പത്രത്തിലെ വ്യവസ്ഥ. ജീവൻ മാത്രം അത് ഇപ്പോഴേ വിട്ടുകിട്ടാൻ വേണ്ടി വഴക്കുണ്ടാക്കുമായിരുന്നു. പണ്ടേ താന്തോന്നിയായ മകൻ, അതവന്റെ ഇഷ്ടത്തിന് വിട്ടുകിട്ടിയാൽ കണ്ണടച്ച് തുറക്കുന്ന നേരം കൊണ്ട് ഇല്ലാതാക്കുമെന്ന് അറിയാമായിരുന്നതുകൊണ്ട് ഞാൻ അനങ്ങിയില്ല. ഇപ്പോഴവൻ ഇവിടേക്ക് വരാറില്ല. ആകെ വരുന്നത് ഇതുപോലെ അവനുണ്ടാക്കിയ പ്രശ്നങ്ങൾക്ക് പരിഹാരം തേടി വരുന്ന കോളുകളും ആൾക്കാരുമാണ്.''

''അപ്പോൾ അവന്റെ ഇഷ്ടത്തിന് ചെലവാക്കാൻ പണമൊക്കെ എവിടുന്നു കിട്ടുന്നു?''

''അതൊക്കെ എസ്റ്റേറ്റിൽ ചെന്ന് അവിടുത്തെ മാനേജരെ കത്തി കാട്ടിയും കുത്തിന് പിടിച്ചും അവൻ വാങ്ങിക്കും. അവന്റെ സ്വഭാവ ത്തിന് കത്തി കാണിക്കുക മാത്രമല്ല; ചിലപ്പോൾ കുത്തുകയും ചെയ്യും. അതറിയാവുന്നതുകൊണ്ട് ഇപ്പോൾ അവനെ കാണുമ്പോഴേ അവർ പൈസ കൊടുക്കും. അവനുണ്ടാക്കുന്ന പ്രശ്നങ്ങൾ അവന്റെ ഷെയറിൽനിന്ന് ചെലവാക്കുകയാണ് ഞാനിപ്പോൾ ചെയ്യുന്നത്. അങ്ങനെയെങ്കിലും ആർക്കെങ്കിലും അതൊക്കെ ഉപകാരപ്പെടട്ടെ യെന്ന് കരുതും. അവന്റെ ഷെയർ എന്ന് പറയുമ്പോൾ നിങ്ങൾ വിചാരിക്കുന്നത്ര ചെറിയ തുകയൊന്നുമല്ല. അവന്റെ പേരിൽ അഞ്ചു കോടിയുടെ ആസ്തി എഴുതിവച്ചിട്ടുണ്ട്. ഇതൊന്നും എനിക്ക് പുണ്യം കിട്ടാൻ വേണ്ടി ചെയ്യുന്നതല്ല. എന്നെങ്കിലും ആരുടെയെങ്കിലും കത്തിമുനയിലോ തോക്കിൻ കുഴലിലോ അവസാനിച്ചേക്കാം അവന്റെ ജീവിതം. അങ്ങനെ ഒടുങ്ങിച്ചെല്ലുമ്പോൾ, അതിനി ഏത് നരകമായാലും ആത്മാവിന് കടന്നുപോകാനുള്ള വഴി അത്രയെങ്കിലും തുറന്നുകിട്ടട്ടെ എന്നോർത്താണ്. മകനായിപ്പോയില്ലേ? എനിക്ക ങ്ങനെയല്ലേ വിചാരിക്കാനാവൂ? ഈ വിഷയത്തിൽ എനിക്ക് എന്താണ് ചെയ്യാൻ കഴിയുക? നിങ്ങൾ തന്നെ പറയൂ.''

നാൻസി പെട്ടെന്ന് ആശയക്കുഴപ്പത്തിലായി. ഇടവേള നീളുന്നു വെന്ന് തോന്നിയപ്പോൾ അയാൾ ചോദിച്ചു;

''ആ കുടുംബത്തെ ഞാൻ ഏറ്റെടുക്കേണ്ടതുണ്ടോ?''

അതവൾ ഒട്ടും പ്രതീക്ഷിക്കാത്ത ചോദ്യമായിരുന്നു.

''അതൊക്കെ നിങ്ങളുടെ മനസ്സാക്ഷിക്ക് വിടുന്നു. ഞാൻ പറ ഞ്ഞല്ലോ നിങ്ങളുടെ സഹായം പ്രതീക്ഷിച്ചല്ല ഞാൻ വിളിച്ചത്. അവർക്ക് സ്വസ്ഥമായി ജീവിക്കണം. ആ കുട്ടിക്കും അവളുടെ സഹോ ദരനും പഠിക്കണം. അതിന് ഒരിക്കലും ജീവന്റെ നിഴൽ പോലും ഉണ്ടാകരുത്. അതാണ് ഞങ്ങളുടെ മെയിൻ ആവശ്യം.''

''അത് എനിക്കെങ്ങനെ ഉറപ്പാക്കാൻ കഴിയും? നിങ്ങൾക്ക് നിയമ ത്തിന്റെ വഴി സ്വീകരിക്കാം. ഞാനൊരിക്കലും അവന് വക്കാലത്തു മായി വരില്ല. എട്ടോ പത്തോ വർഷം ജയിലിൽ കിടക്കട്ടെ.''

''അതൊക്കെ നിങ്ങളുമായി സംസാരിച്ചിട്ട് ആലോചിക്കാമെന്നു കരുതിയാണ്.''

''നിങ്ങൾ ഒരു കാര്യം ചെയ്യൂ. ആ കുടുംബത്തെ മുതിർന്ന ഒരാളുടെ ഡീറ്റെയിൽസ് അയയ്ക്കൂ. ഞാൻ വേണ്ടത് ചെയ്തോളാം. ബാങ്ക് അക്കൗണ്ട് നമ്പർ ഉണ്ടെങ്കിൽ അതും ഇട്ടോളൂ. ഇത് ആ കുഞ്ഞിനും കുടുംബത്തിനുമേറ്റ കൊടിയ അപമാനത്തിനുള്ള കോമ്പൻസേ ഷനല്ല; അങ്ങനെ ഓർക്കുകയേ ചെയ്യരുത്. ഞാനിങ്ങനെയൊക്കെയാണ്.

ചെയ്യുന്നതിന്റെ ഫോട്ടോയെടുത്ത് ഫേസ്ബുക്കിലും ചാനലിലും പത്രത്തിലുമൊന്നും കൊടുക്കുന്നില്ലെന്നേയുള്ളൂ.''

''അവൾക്ക് അച്ഛനില്ല. അമ്മ മാത്രമേ ഉള്ളൂ. പിന്നെയുള്ളത് എട്ടോ പത്തോ വയസ്സുള്ള ഒരു അനിയനാണ്.''

''നിങ്ങളുടെ അക്കൗണ്ട് നമ്പർ തന്നാലും മതി. ഞാൻ അതിലേക്ക് ഫണ്ട് ട്രാൻസ്ഫർ ചെയ്തോളാം. അല്ലെങ്കിൽ ഗൂഗിൾ പേ ഉണ്ടാകുമല്ലോ.''

''അതൊന്നും വേണ്ട. ഞാനവരുടെ ആരുമല്ല. ഒട്ടും പ്രതീക്ഷിക്കാതെ ഇതിനിടയിൽ വന്നുപെട്ടതാണ്. മനുഷ്യനിൽ വിശ്വസിക്കുന്നതുകൊണ്ടും ദൈവത്തെ അറിയുന്നതുകൊണ്ടും കളഞ്ഞിട്ടു പോകാൻ തോന്നിയില്ല.''

''ആരുമല്ലാത്ത ഒരു കുഞ്ഞിനുവേണ്ടി ഇത്രയും അലഞ്ഞ്, അവളെ സുരക്ഷിതമായി വീട്ടിലെത്തിച്ച്, ഒടുവിൽ അവളുടെ സുരക്ഷിതത്വത്തിനും നന്മയ്ക്കും വേണ്ടി എന്നോട് വാദിക്കുകയും കേഴുകയും ശബ്ദമുയർത്തുകയും ചെയ്യുന്ന നിങ്ങളെപ്പോലെ വിശ്വസിക്കാവുന്ന ആരുണ്ടാകും ഈ ലോകത്ത്?''

''അത് വേണ്ട സാർ.'' അവളുടെ ശബ്ദമിടറി. എങ്കിലും പറഞ്ഞു:

''നിങ്ങൾക്ക് നിർബന്ധമാണെങ്കിൽ ഞാൻ ഒന്നാലോചിക്കട്ടെ. അവരെയും കൂട്ടി അടുത്ത ദിവസം വീട്ടിൽ വന്നു കണ്ടോളാം. വിരോധമുണ്ടാവില്ലല്ലോ?''

''എന്ത് വിരോധം?''

''നിങ്ങളുടെ വാക്ക് വിശ്വസിച്ചാണ് ഞങ്ങൾ ആ പാവങ്ങളെയും കൂട്ടി വരാൻ പോകുന്നത്. അവിടെത്തുമ്പോഴും ഇതേ സമീപനം ഉണ്ടാവണം.''

''അറുപത്തഞ്ച് വയസ്സ് പിന്നിട്ടൊരാളാണ് ഞാൻ. ഇതിനോടകം രണ്ട് ബൈപാസ് കഴിഞ്ഞിട്ടുണ്ട്. ഇനിയെത്ര ദൂരം ഓടുമെന്നൊന്നും അറിയില്ല. എന്നാലും ഞാൻ ജീവനോടെയുണ്ടെങ്കിൽ നാളെയെന്നല്ല നൂറു വർഷം കഴിഞ്ഞാലും എന്റെ നിലപാട് ഇതുതന്നെയായിരിക്കും. ധൈര്യമായി പോന്നോളൂ. ഇനിയഥവാ ഇവിടേക്കാണ് വരുന്നതെങ്കിലും കുഴപ്പമില്ല. ഓഫീസിൽ നമുക്ക് സ്വസ്ഥമായിരുന്ന് സംസാരിക്കാനുള്ള സൗകര്യമുണ്ട്. ഏതായാലും ഞാൻ ഓക്കേ. വിളിച്ചയാളുടെ പേര് പറഞ്ഞില്ലല്ലോ.''

''എന്റെ പേര് നാൻസി.''

''ഞാൻ ജോസഫ്.''

''നാൻസി എന്ത് ചെയ്യുന്നു?''

"മാരുതിയിലാണ്. തിരുവനന്തപുരത്ത്."

"കമ്പനിയിലാണോ?"

"അല്ല. ഷോറൂമിലാണ്. ഡീലർ സ്റ്റാഫ് ആണ്. ക്യാഷിൽ. ചെറിയൊരു ജോലി അത്രേയുള്ളൂ."

"ഏതുവരെ പഠിച്ചു?"

"എം.എസ്.ഡബ്ല്യു."

"ഞങ്ങളുടെ മാർബിൾ ഷോറൂമിൽ ഒരു മാനേജരുടെ ഒഴിവുണ്ട്. താല്പര്യമുണ്ടെങ്കിൽ കൂടാം."

"അതിപ്പോ..."

"വിശ്വസിക്കാൻ കൊള്ളാവുന്ന ആളെന്ന് തോന്നി. അതുകൊണ്ട് പറഞ്ഞെന്നേയുള്ളൂ. ഇക്കാലത്ത് വിശ്വസിക്കാൻ കൊള്ളാവുന്ന സ്റ്റാഫിനെ കിട്ടാത്തതാണ് എല്ലാ ബിസിനസ്സുകാരും നേരിടുന്ന വലിയ പ്രശ്നം. അടവച്ച് വിരിയിച്ചെടുക്കാൻ പറ്റുന്ന ഒന്നല്ലല്ലോ വിശ്വാസമെന്ന് പറയുന്നത്. ഞാൻ പറഞ്ഞെന്നേയുള്ളൂ. നാൻസിയുടെ ഇഷ്ടം."

"അതിപ്പോ... എനിക്കൊന്ന് ആലോചിക്കണം. സാലറി?"

"നിലവിൽ സൂപ്പർവൈസറാണ് മാനേജരുടെ ചുമതലകൂടി വഹിക്കുന്നത്. അയാൾക്ക് കൊടുക്കുന്നത് ഇരുപത്തഞ്ചാണ്. മാനേജർക്ക് ഏതായാലും അതിന്റെ താഴെ വരില്ലല്ലോ? നാൻസിയാകുമ്പോൾ അടുത്തൊരു സ്റ്റെപ്പ് ഞാൻ ആലോചിക്കാം. ഒരാഴ്ചവരെ വേണമെങ്കിൽ നാൻസിക്കുവേണ്ടി ഞാൻ വെയിറ്റ്ചെയ്യുകയും ചെയ്യാം. അതിൽക്കൂടുതൽ പറ്റില്ല. എനിക്കിവിടെത്തന്നെ ഇരിക്കാൻ നേരമില്ല. എല്ലായിടത്തും ഓടിയെത്താനുള്ളതാണ്. ഓക്കേ. ആലോചിച്ചിട്ട് വിളിക്കൂ."

ജോസഫ് ഫോൺ വച്ചു.

ഇരുപത്തിരണ്ട്

"**നാ**ൻസിക്ക് നാളെത്തന്നെ ജോലിക്ക് കയറണമെന്നുണ്ടോ?" ഷെരീഫ് ചോദിച്ചു.

"എന്താ സാർ?"

"നമുക്ക് നാളെ അവിടെവരെ ഒന്ന് പോയാലോ? പറഞ്ഞുകേട്ടതു വച്ചിട്ട് ആ മനുഷ്യനെ ഒന്ന് നേരിൽക്കണ്ട് സംസാരിക്കുന്നത് നല്ലതായിരിക്കുമെന്ന് തോന്നുന്നു."

‘‘ഞാനും അതാണ് ആലോചിക്കുന്നത്. നീയെന്തു പറയുന്നു?’’

ഷെരീഫ് ഷിനുവിന്റെ നേർക്ക് തിരിഞ്ഞു.

‘‘എനിക്ക് നാളെയൊരു ഓട്ടമുണ്ട്. തൃശ്ശൂർ, ഗുരുവായൂർ അങ്ങനെ. ഒഴിവാക്കാൻ കഴിയില്ല. ഒരാഴ്ച മുമ്പേ ബുക്ക് ചെയ്ത ഓട്ടമാണ്. അതല്ല പ്രധാന പ്രശ്നം. സ്ഥിരം ഓട്ടമാണ്. വേറെയാരെയെങ്കിലും അറേഞ്ച് ചെയ്തു വിട്ടാൽ ആ ഓട്ടം പിന്നെ കിട്ടിയെന്നു വരില്ല. നമ്മുടെയൊരു ഫീൽഡ് അറിയാമല്ലോ.’’

‘‘അപ്പോൾ നമ്മൾതന്നെ പോകേണ്ടിവരുമോ?’’ ഷെരീഫ് നാൻസിയെ നോക്കി.

‘‘സാറിന് നാളെ ഡ്യൂട്ടി ഇല്ലേ?’’

‘‘നാളെ ഓഫാണ്. എനിക്ക് മറ്റന്നാൾ കയറിയാൽ മതി.’’

‘‘അതിന് സുറുമിയെയും ഉമ്മയെയും കൂട്ടി ചെല്ലാമെന്നല്ലേ അയാളോട് പറഞ്ഞത്?’’ ഷിനു ചോദിച്ചു.

‘‘ഓ, ഞാനത് മറന്നു.’’

ഷെരീഫ് തലയിൽ കൈവച്ചുകൊണ്ട് പറഞ്ഞപ്പോൾ ഷിനു കളിയാക്കി;

‘‘പിന്നെ. നീയല്ലേ മറക്കുന്ന ആള്? അവളെ ഒന്നുകൂടി കാണാനുള്ള അടവാണ്. എനിക്കറിയില്ലേ ഈ പഹയനെ?’’

‘‘ഒന്ന് പോടാ ഉവ്വേ.’’

ഷെരീഫ് സ്നേഹത്തോടെ ഷിനുവിന് ഒരടി കൊടുത്തുകൊണ്ട് പറഞ്ഞു:

‘‘നീ വണ്ടി വിട്. നേരം ഒരുപാടാകുന്നു.’’

വണ്ടി മുൻപോട്ടെടുക്കുമ്പോൾ ഷിനു പറഞ്ഞു;

‘‘നാളെയപ്പോൾ നീ നിന്റെ ഫോർച്ച്യൂണറുമായിട്ട് ഇറങ്ങിക്കോ.’’

‘‘അതിനെന്താ? എടുക്കാമല്ലോ.’’

‘‘അപ്പോൾ നമ്മൾ മുണ്ടക്കയം വരെയേ ഒരുമിച്ചുള്ളൂ അല്ലേ?’’

ഷിനുവിന്റെ ചോദ്യത്തിലെ നൈരാശ്യം മനസ്സിലാക്കിയിട്ടെന്ന വണ്ണം നാൻസി പറഞ്ഞു;

‘‘നമുക്ക് ഇനിയും കാണാം ഷിനൂ. മുണ്ടക്കയത്ത് എന്നു വന്നാലും ഷിനുവിനെ കണ്ടിട്ടേ ഞാൻ മടങ്ങൂ. ഷിനു തിരുവനന്തപുരത്ത് വരുമ്പോൾ എന്നെയും കോണ്ടാക്ട് ചെയ്യണം. നമ്മൾ മൂന്നുപേർ മാത്രമുള്ള ഒരു വാട്സാപ്പ് ഗ്രൂപ്പും ക്രിയേറ്റ് ചെയ്യാം. എന്താ?’’

‘‘കേൾക്കാൻ നല്ല സുഖമുണ്ട്. ബാക്കി നമുക്ക് വഴിയേ കാണാം.’’

വണ്ടി മുണ്ടക്കയം എത്തിയപ്പോൾ ഷിനു ചോദിച്ചു.

''നാൻസിയെ എവിടെ ഇറക്കണം? ജോഷ്വായുടെ വീട്ടിൽ വിടട്ടേ?''

''വേണ്ട ഷിനൂ; എന്നെ ഇവിടെ വിട്ടാൽ മതി. കടയിൽ ഒന്ന് കയറണം. ജോഷ്വാ ഇവിടെയെവിടെയെങ്കിലും കാണും. അവന്റെ ഓട്ടോയിൽ പോകാം വീട്ടിലേക്ക്.''

''ഇന്ന് കാണാൻ വന്ന ചെറുക്കൻ എന്തു പറഞ്ഞ് പോയിട്ടുണ്ടാകുമോ?''

''അറിയില്ല ഷിനൂ. ഞാനിപ്പോഴല്ലേ മൊബൈൽ ഓൺ ചെയ്തത്. ഇതുവരെ ഒന്നും ആകാത്തത് ഇന്നൊരു ദിവസം കൊണ്ട് എങ്ങനെ സെറ്റാകാൻ? പോകട്ടെ. ഒന്നോർത്താൽ ഇതാണ് സുഖം. നമ്മുടെ ഇഷ്ടത്തിന് കൂട്ടുകൂടുകയെങ്കിലും ചെയ്യാമല്ലോ.''

''നമ്മളായിട്ട് ഒരു അവസരം നഷ്ടപ്പെടുത്തിയെന്ന് പിന്നെ തോന്നാൻ ഇടവരരുത്.''

''എനിക്കുള്ളതാണെങ്കിൽ എന്നെയും കൊണ്ടേ പോകൂ. അതുറപ്പാണ്.''

''എന്തെങ്കിലും ആയാൽ അറിയിക്കില്ലേ?'' ഷിനു ചോദിച്ചു.

''തീർച്ചയായും.''

''ആയില്ലെങ്കിലും അറിയിക്കാൻ മടിക്കേണ്ട.''

''എന്തോന്ന് സെന്റിയടിക്കലാടാ ഷിനുവേ? നീയൊന്ന് നിർത്തിക്കേ.'' ഷെരീഫ് ചിരിച്ചുകൊണ്ട് പറഞ്ഞു.

''ഓക്കേ ഷിനൂ. വണ്ടിക്കൂലി പറഞ്ഞില്ല.'' നാൻസി ഓർമ്മപ്പെടുത്തി.

''അതൊക്കെ നമുക്ക് പിന്നെ സംസാരിക്കാം.''

''അത് ശരിയാവില്ല. പറഞ്ഞോളൂ.''

''നമുക്ക് സംസാരിക്കാമെന്ന് പറഞ്ഞില്ലേ? നാൻസി ഇറങ്ങിക്കോളൂ.''

''ഡീസലിന്റെ പൈസയെങ്കിലും വാങ്ങിച്ചോടാ.'' ഷെരീഫ് പറഞ്ഞു.

''വേണ്ട. ഇന്നത്തേത് ഒരു ടാക്സി ഓട്ടമല്ലായിരുന്നു. ഒരു നല്ല കാര്യത്തിന് നമ്മൾ മൂന്നുപേർ ഒരുമിച്ചിറങ്ങി. ഒരു മിഷൻ. അങ്ങനെ കണ്ടാൽ മതി. ഇതിന് കൂലി വാങ്ങിയാൽ ഞാൻ മാത്രം ഒറ്റപ്പെട്ടു പോകും. അത് വലിയ വിഷമമാണ്.''

അത് ഉറച്ച ശബ്ദമായിരുന്നു. നാൻസി പിന്നെ നിർബന്ധിച്ചില്ല. അവൾ ബാഗുമെടുത്ത് പുറത്തിറങ്ങി.

‘‘ശരി ഷിനൂ. നന്ദി പറഞ്ഞ് ബോറാക്കുന്നില്ല. ഞാൻ പരിചയപ്പെട്ട ഏറ്റവും നല്ല ആളുകളുടെ ലിസ്റ്റിൽ ഇന്നു മുതൽ ഷിനുവും ഉണ്ടാകും. ഈ പ്രപഞ്ചം നല്ലവരെക്കൊണ്ട് നിറയുന്ന ഒരു കാലമുണ്ടാവും. കേട്ടിട്ടില്ലേ, തിന്മ ചെയ്യുന്നവരെക്കൊണ്ടല്ല ഈ നാട് നശിക്കാൻ പോകുന്നത്, മറിച്ച് തിന്മ കണ്ടിട്ടും അതിനെ എതിർക്കാൻ മനസ്സില്ലാത്തവരെക്കൊണ്ടാണെന്ന്. ഇതൊരു തുടക്കമാകട്ടെ. എന്റെ പ്രാർത്ഥനയിൽ എപ്പോഴുമുണ്ടാകും. ബൈ.’’

എന്തുപറയണമെന്നറിയാതെ നാലഞ്ച് നിമിഷം അവളെ നോക്കിയിരുന്ന ഷിനു ഒടുവിൽ മടിച്ചു മടിച്ച് കാർ മുന്നോട്ടെടുത്തു. അയാളുടെ ഉള്ളിലെവിടെയോ ഒരു കടൽ ഇരമ്പുന്നുണ്ടായിരുന്നു. നിനച്ചിരിക്കാതെ കാറ്റും കോളും നിറഞ്ഞ് അന്തരീക്ഷമാകെ അസ്വസ്ഥത പടർന്ന നേരത്ത്, താണ്ഡവമാടിയ ഒരു വലിയ കടൽ. ചോദിക്കാനും പറയാനും ധൈര്യമില്ലാതെ പോയ നാലഞ്ച് വാക്കുകളും കേൾക്കാൻ കൊതിച്ച ഒരു മറുപടിയും അതിനുള്ളിലെവിടെയോ തീരമണയാതെ അങ്ങനെ വീർപ്പുമുട്ടിക്കിടന്നു.

‘‘ഞാൻ വിളിക്കാം നാൻസി, നാളത്തെ യാത്ര അപ്പോൾ പ്ലാൻ ചെയ്യാം.’’

ഷെരീഫ് പുറത്തേക്ക് തലയിട്ട് ഉറക്കെ വിളിച്ചു പറഞ്ഞു.

‘‘ഓക്കേ...’’

കൈ ഉയർത്തിക്കാണിച്ച് അവൾ നടന്നു.

ഇരുപത്തിമൂന്ന്

പിറ്റേന്ന്, മുണ്ടക്കയത്തുനിന്നും ഷെരീഫിനൊപ്പം വണ്ടിയിൽ യാത്ര തിരിക്കുമ്പോൾ നാൻസി പറഞ്ഞു;

‘‘ഞാനിത്രയും വലിയ വണ്ടിയിൽ ആദ്യമാണ്.’’

ഷെരീഫിന്റെ തൊട്ടടുത്ത സീറ്റിൽ, അയാളുടെ ഡ്രൈവിംഗ് ആസ്വദിച്ച്, തെല്ലുച്ചത്തിൽ മുഴങ്ങിയിരുന്ന പാട്ടു കേട്ട് ഇരിക്കുകയായിരുന്നു അവളപ്പോൾ. അതിനു താളം പിടിക്കുന്നതിനിടെ ആയിരുന്നു അയാളുടെ മറുപടിയും;

‘‘അന്നൊരു മോഹത്തിന് വാങ്ങിയതാണ് നാൻസീ. ഇപ്പോ ഓർക്കുമ്പോൾ വേണ്ടായിരുന്നെന്ന് തോന്നും. രാവിലെമുതൽ വൈകുന്നതുവരെ ബസ്സിലുള്ള യാത്രയല്ലേ. പിന്നെയൊരു ഓഫ് കിട്ടുമ്പോൾ

അടുത്തെവിടെയെങ്കിലും പോകാനാണെങ്കിൽ ബുള്ളറ്റെടുക്കും. ദൂരയാത്രയാണെങ്കിൽ നമ്മുടെ സ്വന്തം കെ.എസ്.ആർ.ടി.സി. ഉണ്ടല്ലോ. യാത്രയും സൗജന്യം. ബാപ്പയും ഉമ്മയുമാണെങ്കിൽ അങ്ങനെ യാത്രയില്ല. ഏതെങ്കിലും നല്ലൊരുത്തിയെ കെട്ടിക്കൊണ്ടു വന്നിട്ട്, അവളുമായി ലോകം മുഴുവൻ ഈ വണ്ടിയിൽ കറങ്ങണമെന്നതായിരുന്നു മോഹം. അങ്ങനെ വാങ്ങിയിട്ടതാണ്. ഇപ്പോൾ വല്ലപ്പോഴുമൊന്ന് പുറത്തേക്കിറക്കിയാലായി. എന്നാലും ആഴ്ചയിലൊരിക്കൽ ഇവനെയൊന്ന് കഴുകി കുട്ടപ്പനാക്കി കുറച്ചുനേരം സ്റ്റാർട്ട് ചെയ്തിടും. വണ്ടിയിങ്ങനെ വെറുതേ കിടക്കുന്നതു കാണുമ്പോൾ സത്യത്തിൽ സങ്കടമാണ്. ഇന്നിപ്പോൾ ഇങ്ങനെയൊരു യാത്ര ഉണ്ടായത് നന്നായി.''

''എങ്ങനെയുണ്ട് ഓടിക്കാൻ?''

''സൂപ്പർ വണ്ടിയല്ലേ. ഒന്ന് ട്രൈ ചെയ്യുന്നോ?''

''ഇപ്പോ വേണ്ട; ഞാനിത്രയും വലിയ വണ്ടിയൊന്നും ഓടിച്ചിട്ടില്ല. പരമാവധി ബ്രെസ വരെ. അത് നമ്മുടെ പ്രൊഡക്റ്റ് ആണല്ലോ.''

''ഇതുമായി കമ്പയർ ചെയ്യാൻ നാൻസിയുടെ കമ്പനിക്ക് വണ്ടിയില്ല. 2755 സിസിയാണ് എഞ്ചിൻ. 201 ബി.എച്ച്.പി.പവറും. ഇതൊരു ചാൻസാണ്. നോക്കുന്നോ?''

''ഭാഗ്യമുണ്ടെങ്കിൽ പിന്നൊരിക്കലാവാം.''

''ഡ്രൈവിംഗ് ക്രേസാണല്ലേ?'' ഷെരീഫ് ചിരിച്ചുകൊണ്ട് ചോദിച്ചു.

''എങ്ങനെ മനസ്സിലായി?''

''അല്ലാത്തവർ വണ്ടിയുടെ പെർഫോമൻസിനെക്കുറിച്ച് ചോദിക്കില്ലല്ലോ?''

''ഡ്രൈവിംഗ് ഇഷ്ടമാണ്. എന്നുവച്ച് ഒരുപാട് ദൂരമൊന്നും പോയിട്ടില്ല കേട്ടോ. ബ്രെസ ഓടിച്ചതുതന്നെ എന്റെയൊരു ഫ്രണ്ട് അതെടുത്തപ്പോഴാണ്. അതും അവളുടെ നിർബന്ധത്തിന്.''

''കാറോടിച്ച് നല്ല ദൂരം പോകുന്ന സ്ത്രീകൾ ഒരുപാടുണ്ട്. കണ്ടാൽ നമ്മൾ നോക്കിനിന്നുപോകും.''

''അറിയാം. എന്റെയൊരു ഫ്രണ്ടുണ്ട്; ജ്യോതിക. അവൾ തിരുവനന്തപുരത്തുനിന്ന് ഗുരുവായൂർ വരെയൊക്കെ തനിയെ കാറോടിച്ച് പോകും. ചിലർക്ക് ചില കാര്യങ്ങളിൽ കൈവിഷം കിട്ടിയിട്ടുണ്ടെന്ന് നമ്മൾ പറയാറില്ലേ; അവൾക്കത് വാഗണറിലാണ്. പഴയതും വാഗണർ; ഇപ്പോൾ പുതിയതെടുത്തതും വാഗണർ. കളർ റെഡ് മാറി ചോക്ലേറ്റ് ആയെന്നുമാത്രം. അതിലാണ് കക്ഷിയുടെ യാത്രകൾ.''

“കൊള്ളാല്ലോ കക്ഷി. നാൻസി വണ്ടി വല്ലതും ഉപയോഗിക്കുന്നുണ്ടോ?”

“എവിടുന്ന്. ഒരു ടൂവീലർ പോലും ഇല്ല. ടൂവീലർ വാങ്ങാത്തത് അതെനിക്ക് പേടിയായതുകൊണ്ടാണ്. വേണമെങ്കിൽ വാങ്ങാവുന്നതേയുള്ളൂ.”

“എന്ത് പേടിക്കാൻ? അതൊക്കെ പഠിച്ച് കുറേ കഴിയുമ്പോൾ ഓക്കെയായിക്കോളും.”

“നോക്കണം.”

“ഇന്നലത്തെ ചെറുക്കൻകൂട്ടരുടെ വിവരം വല്ലതുമുണ്ടോ?”

“ഞാൻ വന്നോയെന്ന് അന്വേഷിച്ച് അവർ നാലഞ്ച് തവണ വിളിച്ചെന്നു പറഞ്ഞു. ഞാനിന്നലെ ഇരുട്ടിക്കഴിഞ്ഞല്ലേ അവിടെ ച്ചെന്നത്. വല്യമ്മച്ചി കുറേ ചീത്തവിളിച്ചു. ജോഷ്വായും എന്തൊക്കെയോ പറഞ്ഞു. സ്നേഹം കൊണ്ടാണ്. എന്റെ കല്യാണം നടക്കാത്തതിൽ എന്റെ അപ്പച്ചനെയും അമ്മച്ചിയേയും പോലെ വിഷമമുണ്ട് വല്യമ്മച്ചിക്ക്. അവരുടെ വിവാഹവും കുറച്ച് ലേറ്റായിട്ടായിരുന്നു. ജോഷ്വാ ജനിക്കുമ്പോൾ വല്യമ്മച്ചിക്ക് മുപ്പത്തഞ്ചായിരുന്നു പ്രായം. അതുകൊണ്ടാവണം എന്റെ കാര്യത്തിൽ അവർക്ക് ഇപ്പോഴും പ്രതീക്ഷയുള്ളത്.”

“നാളെ പോകുമോ നാൻസി തിരുവനന്തപുരത്തിന്?”

“പോകണം. ഇന്ന് ചെല്ലാമെന്നും പറഞ്ഞല്ലായിരുന്നോ പോന്നത്. രാത്രിവണ്ടിക്ക് കയറണം.”

“നാളെ രാവിലെ പത്തുമണിയുടെ തിരുവനന്തപുരം ഫാസ്റ്റിനാണെങ്കിൽ ഞാനാകും കണ്ടക്ടർ.”

“പറ്റില്ല സാർ. നാളെയും കൂടിയാകുമ്പോൾ രണ്ടു ദിവസം ലീവ് ആകും.”

“നമുക്ക് ഇടയ്ക്ക് പിന്നെയും കാണാമല്ലോ.”

“ആ മാർബിൾ ഷോപ്പിലെ ജോലി സ്വീകരിക്കുന്നുണ്ടോ?”

“കിട്ടിയാൽ കൊള്ളാമെന്നുണ്ട്. അയാൾ പറഞ്ഞതുവച്ച് മുപ്പത് മുപ്പത്തഞ്ച് രൂപ സാലറി കിട്ടുമെന്ന് തോന്നുന്നു. പക്ഷേ, കക്ഷി ജെനുവിനാണോയെന്ന് നമുക്കറിയില്ലല്ലോ. ഇന്നലെ ഫോണിൽ പറഞ്ഞതു തന്നെയാണോ അയാൾ ഇന്നും പറയുന്നതെന്ന് നോക്കാം. ഇന്നത്തെ യാത്ര അതൊന്ന് കൺഫേം ആക്കാനും കൂടിയാണ്.”

“നല്ല ഓപ്ഷനായിരിക്കുമെന്നാണ് എന്റെയൊരു വിലയിരുത്തൽ.”

''ഇന്നൊരു തീരുമാനത്തിൽ എത്താൻ പറ്റുമെന്ന് തോന്നുന്നു.''

''ഞാനൊരു കാര്യം ചോദിച്ചാൽ എന്നോട് പിണക്കമാവുമോ?''

അവൾ അയാളെ നോക്കി. വണ്ടിയോടിക്കുന്നതിനിടെ അവളെ യൊന്ന് പാളിനോക്കിയിട്ട് ഷെരീഫ് ചോദിച്ചു;

''ഒരു സ്ത്രീയുടെ മുഖത്തുനോക്കി ഇഷ്ടം തുറന്നു പറയുന്നത് ഒരിക്കലും തെറ്റല്ല, അതവൾ നിരസിച്ചിട്ടും പിന്നാലെ നടന്ന് ഉപ ദ്രവിക്കാൻ ശ്രമിക്കുന്നതാണ് തെറ്റ് എന്നു പറഞ്ഞത് സത്യസന്ധ മായിട്ടാണോ?''

''ഒഫ്കോഴ്സ്. എന്താ സാർ ഇപ്പോഴത് ഓർക്കാൻ?''

''ഈഫ് ഇറ്റ് ഡോണ്ട് മൈൻഡ്, ഇതിന്റെ ഫ്രണ്ട്സീറ്റിൽ ഇങ്ങനെ യിരുന്ന് നമുക്കീ ലോകം മുഴുവൻ കണ്ടാലോ? ഒരു നൂറു കിലോ മീറ്റർ ഞാൻ ഡ്രൈവ് ചെയ്യുന്നു; നെക്സ്റ്റ് ഹണ്ട്രഡ് കിലോമീറ്റർ നാൻസി. അങ്ങനെയങ്ങ്.... ഈ ലോകത്തിന്റെ അങ്ങേ കോണു വരെ?''

''തമാശയാ?''

''നോ. ആം സീരിയസ്. ഇത്ര ബോൾഡായ ഒരു സ്ത്രീ എന്റെ ലൈഫിൽ ആദ്യമാണ്. ഇനിയുള്ള കാലം നമുക്കൊരുമിച്ച് യാത്ര ചെയ്താലോ?''

നാൻസി ഒട്ടും പ്രതീക്ഷിക്കാത്ത ചോദ്യമായിരുന്നു അത്. ഷെരീഫ് തുടർന്നു:

''തന്റെ ഇഷ്ടങ്ങൾ എന്തൊക്കെയാണെന്ന് എനിക്കറിയില്ല. പക്ഷേ എന്റെ ഇഷ്ടങ്ങളിൽ നാൻസിയുണ്ട്. തന്റെ ജോലിക്ക് പോക്കിനൊന്നും ഞാൻ എതിര് നിൽക്കില്ല. അതിപ്പോൾ തിരുവനന്ത പുരത്തായാലും ഇവിടെ തിരുവല്ലയിൽ ആയാലും.''

''എന്നെ ആര് സ്വീകരിച്ചാലും ശരി, സ്വീകരിച്ചില്ലെങ്കിലും ശരി, ജോലിവിട്ടൊരു കളിക്കും ഞാനില്ല.'' നാൻസി പെട്ടെന്ന് പറഞ്ഞു.

''എങ്കിൽ ഇതിനുംകൂടി ഒരു മറുപടി പറയൂ.''

ദൂരേയ്ക്ക് നോക്കി ഇരുന്നതല്ലാതെ, അവൾ മറുപടിയൊന്നും പറഞ്ഞില്ല. അയാൾ തുടർന്നു:

''ഞാൻ ചോദിച്ചെന്നേയുള്ളൂ. കഷ്ടപ്പെട്ട് ഇഷ്ടപ്പെടുകയൊന്നും വേണ്ട. ഇനി ചോദിച്ചിരുന്നെങ്കിൽ സമ്മതിച്ചേനേയെന്ന് ഒരു സങ്കടം എനിക്ക് തോന്നില്ലല്ലോ? നാൻസിക്കും. ഇതിവിടെ വിട്ടേക്കൂ. നമ്മൾ ചെല്ലുമ്പോൾ അതുങ്ങൾ റെഡിയായി നിൽക്കുമോ?''

''രാവിലെ ഫരീദയെ വിളിച്ച് പറഞ്ഞിട്ടുണ്ട്. മടിയാണെന്നു തോന്നുന്നു. എന്നാലും വരും.''

പിന്നെ, കുറേ നേരത്തേക്ക് അധികം സംസാരമൊന്നും ഉണ്ടായില്ല. നാൻസി വേറേതോ ലോകത്തായിരുന്നു. എന്തിനെന്നില്ലാതെ അവൾ മൊബൈൽ ഫോണെടുത്ത് നെറ്റ് ഓൺ ചെയ്തു. വാട്ട്സാപ്പിൽ കയറിയതേ സുഹൃത്ത് അഞ്ജുവിന്റെ സ്റ്റാറ്റസിലാണ് ആദ്യം കണ്ണുടക്കിയത്.

''പോകുംവഴി നിറയെ മുള്ളായാലും
പൂവായാലും ഒരുമിച്ച് താണ്ടാൻ ഇനിയുമെത്ര
ദൂരം ബാക്കിയുണ്ടായിരുന്നു. നോക്കെത്താ-
ദൂരത്തെ ആ വഴി അദൃശ്യമാകുംവരെ
കൈകോർത്ത് നടക്കാൻ മോഹിച്ച് നമ്മൾ.
ഒരുമിച്ച് പ്രാർത്ഥിച്ചുറങ്ങിയ രാവുകൾ,
ഒരുമിച്ചുകണ്ട കിനാവുകൾ, പരസ്പരം
കണികണ്ടുണർന്ന പുലരികൾ.
എല്ലാമെല്ലാം ഇപ്പോഴും ബാക്കിയാണ്.
എന്നിട്ടും.... എവിടെയുമെത്തും മുൻപേ
ഒന്നും മിണ്ടാതെ ഒരുദിവസം നീ മാത്രം.''

വിരഹത്തിന്റെ, പാതിവഴിയിൽ വീണുടഞ്ഞ കിനാക്കളുടെ തീരാവേദനയാണ്. മോഹങ്ങളും സ്വപ്നങ്ങളുമായി ജീവിതമാരംഭിച്ച് വെറും മൂന്നു വർഷം തികയുംമുൻപേ ഇണയെ വേർപെടേണ്ടിവരുന്നതിന്റെ വേദന എത്ര ഭീകരമാണ്? ബാക്കി വായിക്കാൻ അവൾക്കായില്ല. എവിടെയോ കാഴ്ച മറഞ്ഞു.

പൊൻകുന്നത്ത് എത്തുമ്പോൾ പത്തരയായി. പ്രതീക്ഷിച്ചതുപോലെ, ഫരീദയും സുറുമിയും സുൽഫിയും റെഡിയായി നിൽക്കുകയായിരുന്നു. നാൻസിയെ കണ്ടതേ സുറുമി പറഞ്ഞു;

''എനിക്ക് പേടിയാ ചേച്ചീ. ഉമ്മയ്ക്ക് അതിലും പേടി. ചേച്ചിയുടെ ഒറ്റ ബലത്തിലാണ് ഞങ്ങൾ.''

''നിങ്ങൾ വണ്ടിയിലിരുന്നാൽ മതി മോളേ. ആവശ്യമുണ്ടെങ്കിൽ വിളിക്കാം. അപ്പോൾ പുറത്തിറങ്ങിയാൽ മതി.''

അവിടുന്ന് തിരുവല്ലയിലേക്കുള്ള യാത്രയിൽ ഷെരീഫും നാൻസിയും ഓരോന്ന് സംസാരിച്ചിരുന്നെങ്കിലും ഫരീദ ഒന്നിലും ഇടപെട്ടില്ല.

“ഇന്നലെ പിന്നെ തല്ലു മേടിച്ചോ സുറുമീ.” നാൻസി ചോദിച്ചപ്പോൾ ഫരീദ പറഞ്ഞു;

“പിന്നെ കൊടുത്തില്ല. തല്ലു കുറഞ്ഞുപോയതിന്റെ കുറവാണ് ഇവൾക്ക്.”

“ഇനിയൊന്നും വേണ്ടിവരില്ല. അവൾ നന്നായിക്കോളും.”

“ഇനി നന്നായിട്ടെന്തു കാര്യം. നശിക്കാനുള്ളതൊക്കെ നശിച്ചില്ലേ? ഇന്നലെയിവൾ വന്നുപെട്ടത് നിങ്ങളുടെ മുന്നിലല്ലായിരുന്നുവെങ്കിൽ എന്താകുമായിരുന്നു? ഇന്നിപ്പോൾ നാണം കെടാൻ ഇങ്ങനെയൊരു യാത്രയും.”

“നാണം കെടാനൊന്നുമല്ല നമ്മൾ പോകുന്നത്.” ഷെരീഫ് പറഞ്ഞു.

“ഇന്നലെ ഫോണിൽ സംസാരിച്ചപ്പോൾ അയാളൊരു നല്ല മനുഷ്യനാണെന്ന് തോന്നി. നേരിൽക്കണ്ടു കഴിയുമ്പോൾ അയാൾക്കതിന്റെ ഗൗരവം ഒന്നുകൂടി മനസ്സിലാകുമെന്ന് തോന്നി. അത്രയേ ഉള്ളൂ.”

“ഈ പാടൊക്കെ എന്നു പോകുമോ എന്തോ?”

മകളെ ആകെയൊന്ന് നോക്കിയശേഷം ഫരീദ ചോദിച്ചു.

“അതൊക്കെ അഞ്ചെട്ടു ദിവസം കഴിയുമ്പോൾ മാറിക്കോളും. എല്ലാമൊന്ന് മാറിക്കഴിയുമ്പോൾ നല്ലൊരു ഡോക്ടറെക്കണ്ട് മൊത്തത്തിലൊന്ന് ചെക്കപ്പ് ചെയ്യിക്കണം. വേറൊന്നിനുമല്ല; ഇവളുടെ ഹെൽത്ത് ഒന്ന് പോഷിപ്പിക്കാൻ മാത്രം. അല്ലാതൊന്നുമില്ല.”

നാൻസി ആശ്വസിപ്പിച്ചു. ഫരീദ മകളെത്തന്നെ നോക്കിക്കൊണ്ട് പറഞ്ഞു:

“ആർക്കറിയാം ഇവൾ പറയുന്നതൊക്കെ നേരാണോയെന്ന്? അടുത്ത മാസം മുതൽ വയറു വീർത്തുവരുമോ? എനിക്കതാണ് ആധി.”

“ഒന്ന് പോ ഉമ്മച്ചീ അവിടുന്ന്.” സുറുമി ശബ്ദം താഴ്ത്തി പറഞ്ഞു.

“അങ്ങനെ വല്ലോം സംഭവിച്ചാൽ... അന്നുവരെയേ ഇവൾ ജീവനോടെ ഉണ്ടാകൂ. വെട്ടിക്കൊന്ന് കുഴിച്ചുമൂടും ഞാൻ. എന്നിട്ട് ഞങ്ങളും ചാകും. നോക്കിക്കോ.”

“ഒന്നും സംഭവിക്കില്ല. ഫരീദ സമാധാനമായിരിക്ക്.”

നാൻസി ആശ്വസിപ്പിച്ചു.

തിരുവല്ല ടൗൺ എത്തുന്നതിനു തൊട്ടുമുൻപ്, ജീവ ഗ്രാനൈറ്റ്സ് എന്ന ബോർഡ് കണ്ട് ഷെരീഫ് വണ്ടിയൊതുക്കി. പക്ഷേ അത് അടച്ചിരിക്കുകയായിരുന്നു.

ഇരുപത്തിനാല്

ജീവ ടെക്സ്റ്റൈൽസും ജീവ ഗ്ലാസ് & പ്ലൈവുഡ് ഷോപ്പും അടച്ചിരിക്കുകയായിരുന്നു. തൊട്ടടുത്ത ക്രോക്കറി ഷോപ്പിൽക്കയറി നാൻസി അന്വേഷിച്ചെങ്കിലും അവർക്ക് യാതൊരു അറിവും ഇല്ലായിരുന്നു. തുടർന്ന്, അവൾ അതിനടുത്തുള്ള ഷോപ്പിംഗ് സെന്ററിൽ കയറി.

''ഇതുവരെ തുറന്നിരുന്നതാണല്ലോ.''

കടക്കാരൻ പറഞ്ഞു. അയാൾ പുറത്തിറങ്ങി നോക്കി.

''ആ വരുന്നത് ജീവ ഗ്ലാസസിലെ സ്റ്റാഫാണല്ലോ.''

അയാൾതന്നെ അവനെ വിളിച്ചു.

''എല്ലാം അടച്ചല്ലോ. എന്തുപറ്റി പെട്ടെന്ന്?''

''ഒന്നും അറിയില്ല. കൊച്ചുമുതലാളി വിളിച്ച് അടച്ചേക്കാൻ പറഞ്ഞു. എന്താണെന്നു ചോദിച്ചപ്പോൾ ഇപ്പോൾ തിരിച്ചു വിളിക്കാമെന്നു പറഞ്ഞ് പെട്ടെന്ന് ഫോൺ വച്ചു. ഞങ്ങൾ പിന്നൊന്നും നോക്കിയില്ല; അടച്ചു.''

''എന്താണെന്നൊന്നും പറഞ്ഞില്ലല്ലോ?''

''ഇല്ല. ഒന്നും പറഞ്ഞില്ല. ഏതായാലും ജീവ ഗ്രൂപ്പിന്റെ എല്ലാ സ്ഥാപനങ്ങളും അടച്ചിരിക്കുകയാണ്.''

''നിൽക്കേ, ഞാൻ അസോസിയേഷന്റെ പ്രസിഡന്റിനെ ഒന്ന് വിളിച്ചു നോക്കട്ടെ. എന്തെങ്കിലും പറഞ്ഞിട്ടുണ്ടെങ്കിലോ.''

അയാൾ വിളിച്ചെങ്കിലും മറുപുറത്ത് ഫോൺ എടുത്തില്ല.

''ചിലപ്പോൾ തിരക്കെന്തെങ്കിലും ആയിരിക്കും. ഒന്ന് വെയിറ്റ് ചെയ്താൽ മതി; ഇപ്പോൾ തിരിച്ച് വിളിക്കും.''

''ഓക്കെ. ഞാൻ വരാം ചേട്ടാ.''

നാൻസി പുറത്തിറങ്ങി, വണ്ടിക്കടുത്തെത്തി.

''ഇവിടെയാർക്കും ഒന്നുമറിയില്ല. ഒന്നുകിൽ കിളവൻ മുങ്ങി. അല്ലെങ്കിൽ ആള് വടിയായി. രണ്ടിലൊന്ന് ഉറപ്പാണ്.''

''നമുക്കയാളുടെ വീട്ടിലേക്ക് വിട്ടാലോ?'' ഷെരീഫ് ചോദിച്ചു.

''വേണ്ട; നമുക്ക് തിരിച്ചു പോകാം. എന്തോ കുഴപ്പമുണ്ട്. ഇനിയൊന്നിനും വയ്യ. അതുകൊണ്ടാണ്.''

ഫരീദ പറഞ്ഞു. അവളുടെ മുഖത്ത് ഭീതി നിറഞ്ഞിരുന്നു.

''ഇതങ്ങനെ വിട്ടാൽ പറ്റില്ലല്ലോ. ഒരുമാതിരി പണിയായിപ്പോയില്ലേ?'' ഷെരീഫ് ഒച്ചവച്ചു.

''നാൻസി അയാളുടെ വീടെവിടെയെന്ന് ഒന്നന്വേഷിക്കാമോ? അതോ ഞാൻ ഇറങ്ങണോ?''

''വേണ്ട; ഞാൻ ചോദിക്കാം.'' അവൾ ഷോപ്പിംഗ് സെന്ററിലേക്ക് വീണ്ടും കയറിച്ചെന്നു.

''നിങ്ങടെ പ്രസിഡന്റ് വിളിച്ചോ?'' അവൾ ചോദിച്ചു.

''ഇല്ല. എന്തെങ്കിലും തിരക്കായിരിക്കും. ഇനി വണ്ടിയോടിക്കുകയാണോന്നും അറിയില്ല. അത്യാവശ്യം വല്ലതുമാണോ?''

''ഇന്ന് വരാൻ പറഞ്ഞിരുന്നു. അവരുടെ വീട്ടിലേക്കുള്ള വഴി ഒന്ന് പറഞ്ഞുതരാമോ?''

''അത് ഒരുപാട് പറയാനൊന്നുമില്ല. തിരുവല്ല എടത്വാ റോഡിലൂടെ കുറച്ചങ്ങ് ചെല്ലുമ്പോൾ ഇടതു സൈഡിൽ കാണുന്ന വലിയ രണ്ടു നില. ജീവൻ വില്ല. എന്തെങ്കിലും സംശയം വന്നാൽ അതിന്റെ നേരെ ഓപ്പോസിറ്റ് ഒരു പള്ളിയുടെ കുരിശടിയുണ്ട്. ഇതുമാത്രം ഓർത്താൽ മതി.''

പിന്നെയൊന്നും ചോദിക്കാൻ നിൽക്കാതെ, ഷെരീഫ് അതിവേഗം വണ്ടിയോടിച്ചു. ആ കൂറ്റൻ ബംഗ്ലാവിന്റെ മുന്നിലെത്തുമ്പോൾ അതിനുള്ളിൽനിന്ന് കറുപ്പ് നിറമുള്ള ഒരു ബെൻസ് കാർ പുറത്തേക്കിറങ്ങി വരുന്നുണ്ടായിരുന്നു. അതിന്റെ വഴിതടഞ്ഞ് വണ്ടി നിർത്തിയ അയാൾ നാൻസിയെ നോക്കി. അപ്പോഴേക്കും ബെൻസിന്റെ ഡ്രൈവർ നിർത്താതെ ഹോണടിച്ചു. ഷെരീഫ് അനങ്ങിയില്ല. വൈകാതെ ഡോർ തുറങ്ങിവന്ന ആൾ ഷെരീഫിന്റെ അടുത്തെത്തി.

''നിങ്ങളാരാണ്?'' അയാൾ ചോദിച്ചു.

നാൻസിയാണ് മറുപടി പറഞ്ഞത്:

''ഞങ്ങൾക്ക് ജോസഫ് സാറിനെ കാണണം. കണ്ടിട്ടേ പോകൂ.''

''പറഞ്ഞോളൂ. ഞാനാണ് ജോസഫ്.''

നാൻസി അയാളെ സൂക്ഷിച്ചു നോക്കി. വെള്ള ഷർട്ടും വെള്ള മുണ്ടുമാണ് വേഷം. അറുപത്തഞ്ചിന്റെ പടിയിറക്കത്തിലും എന്തൊരു പ്രൗഢിയാണ് ആ മുഖത്ത്.

''ഇന്നലെ വൈകിട്ട് വിളിച്ചപ്പോൾ ഇന്ന് വരാൻ പറഞ്ഞിരുന്നു. അവിടെയെത്തിയപ്പോൾ നിങ്ങളുടെ സ്ഥാപനങ്ങളൊക്കെ അടച്ചിരിക്കുന്നു. എന്താണ് നിങ്ങളുടെ പ്ലാൻ?''

''ഓ, നാൻസി?''

''അതേ നാൻസി.''

അയാൾ ഫോർച്യൂണറിന് ഉള്ളിലേക്ക് നോക്കി ചോദിച്ചു;

''ഇവരാണോ അവർ? ഈ കുട്ടി....?''

''അതേ. നിങ്ങളുടെ വാക്കു കേട്ടാണ് ഞങ്ങൾ ഇവരെയും കൊണ്ടുവന്നത്.''

''വരേണ്ടിയിരുന്നില്ലല്ലോ. നിങ്ങൾ അക്കൗണ്ട് ചെക്ക് ചെയ്തില്ലേ?''

''അക്കൗണ്ടോ?''

നാൻസി പെട്ടെന്ന് ചോദിച്ചു.

''അതേ. നിങ്ങളുടെ അക്കൗണ്ട്. ഗൂഗിൾ പേയുടെ കാര്യം ഞാൻ പറഞ്ഞിരുന്നില്ലേ?''

നാൻസി അവിശ്വസനീയതയോടെ ഷെരീഫിനെ നോക്കി. അയാളും അന്തംവിട്ടിരിക്കുകയായിരുന്നു.

''ഗൂഗിൾ പേയുടെ ലിമിറ്റ് അറിയാമല്ലോ. ഒരു ലക്ഷത്തിൽക്കൂടുതൽ ഒരു ദിവസം ട്രാൻസാക്ഷൻ നടക്കില്ല. മൂന്ന് സ്ഥാപനങ്ങളുടെയും ഞങ്ങൾ മൂന്നുപേരുടെയും പേഴ്സണൽ അക്കൗണ്ടിൽ നിന്നുമായി ഇന്നലെയും ഇന്നുമായി പന്ത്രണ്ട് ലക്ഷം രൂപ ട്രാൻസ്ഫർ ചെയ്തിട്ടുണ്ട്. വൈകാതെ ഒരു എട്ടു ലക്ഷം രൂപ കൂടി ഇടും. ഈ കുഞ്ഞുങ്ങളുടെ പഠനത്തിനും ഇവർക്ക് അടച്ചുറപ്പുള്ളൊരു വീട് വയ്ക്കാനും അത് മതിയാകുമെന്നാണ് എന്റെ വിശ്വാസം. അത് പോരെന്നു തോന്നുന്നെങ്കിൽ പറയാവുന്നതാണ്. ഞാൻ വേണ്ടത് ചെയ്യാം. ഇനി എന്നെ ഇങ്ങനെ വഴി തടയണമെന്നുണ്ടോ? വേണമെങ്കിൽ അക്കൗണ്ട് ചെക്ക് ചെയ്തോളൂ. നിങ്ങളുടെ ഒരുറപ്പിന്. എന്നിട്ട് വണ്ടി മാറ്റിയാൽ മതി.''

''വേണ്ട. സാറിനെ വിശ്വാസമാണ്.''

നാൻസിപറഞ്ഞു.

''അല്ലേൽ വേണ്ട. എട്ടുലക്ഷത്തിന് ഞാനൊരു ചെക്കെഴുതി ത്തരാം.''

നാൻസിക്ക് എന്തെങ്കിലും പറയാനാകുംമുൻപ് ജോസഫ് തിടുക്കത്തിൽ കാറിനടുത്തേക്ക് നടന്നു. അതിനുള്ളിൽ കയറി, ഒട്ടും വൈകാതെ തിരിച്ചിറങ്ങിവന്ന അയാൾ ചെക്ക് നീട്ടിക്കൊണ്ട് പറഞ്ഞു:

''ഇന്നങ്ങ് തീരട്ടെ ഇത്. നാൻസിയുടെ പേരിൽത്തന്നെയാണ് ചെക്ക് എഴുതിയിരിക്കുന്നത്.''

നാൻസി വാങ്ങാൻ മടിച്ചപ്പോൾ അയാളത് അവളുടെ മടിയിലേക്കിട്ടുകൊണ്ട് പറഞ്ഞു:

''തർക്കിച്ചു നിൽക്കാൻ സമയമില്ല. വളരെ അത്യാവശ്യമായി ഒരു യാത്രയ്ക്ക് ഇറങ്ങിയതാണ് ഞങ്ങൾ. അതുകൊണ്ടാണ്. അല്ലെങ്കിൽ ഈ അമ്മയോടും മക്കളോടും കുറച്ചുനേരം സംസാരിക്കാമായിരുന്നു.''

വണ്ടിക്കുള്ളിലേക്ക് കൈയെത്തി, സുറുമിയുടെ കവിളത്ത് പിടിച്ചുകൊണ്ട് ജോസഫ് പറഞ്ഞു;

''അവൻ എന്തൊക്കെ ചെയ്തുകാണുമെന്ന് എനിക്കറിയാം. അവന്റെ ചെയ്തികൾക്കെല്ലാം ഒരു പൊതുസ്വഭാവമുണ്ട്. ഇനിയവനെക്കൊണ്ട് ഒരു ശല്യവുമുണ്ടാകില്ല; ആർക്കും. മോൾ പേടിക്കണ്ട കേട്ടോ.''

നാൻസി ഷെരീഫിനെ നോക്കി. വണ്ടി റിവേഴ്സ് എടുത്ത് ജോസഫിന് വഴിയൊരുക്കിക്കൊടുത്തു അയാൾ. ഒരുവട്ടംകൂടി അടുത്തെത്തിയ ജോസഫ് പറഞ്ഞു:

''പിന്നെ, ജോലിക്ക് ജോയിൻ ചെയ്യുന്നുണ്ടെങ്കിൽ ഒരാഴ്ച കഴിഞ്ഞ് വന്നാൽ മതി. ഞങ്ങളുടെ സ്ഥാപനങ്ങൾ നാലഞ്ച് ദിവസം അവധിയായിരിക്കും.''

''എന്തുപറ്റി സർ?''

അവൾ പെട്ടെന്ന് ചോദിച്ചു.

''ഞാൻ ഏലപ്പാറ വരെ പോകുകയാണ്. അവിടെ നമ്മുടെ എസ്റ്റേറ്റിൽ കഴിഞ്ഞ പ്രളയകാലത്ത് ഉരുൾ പൊട്ടിയിരുന്നു. അതിനടുത്തുനിന്ന് മൂന്ന് ഡെഡ്ബോഡികൾ ഇന്ന് രാവിലെ കണ്ടുകിട്ടിയിട്ടുണ്ട്. പട്ടിയോ പരുന്തോ ഒക്കെ കടിച്ചുവലിച്ച് മൂന്നും വല്ലാതെ വികൃതമാക്കിയിട്ടുണ്ടത്രെ. അതുകൊണ്ട് ഐഡന്റിഫൈ ചെയ്യാൻ ബുദ്ധിമുട്ടുണ്ട്. ഇപ്പോൾ ഏലപ്പാറ സ്റ്റേഷനിൽനിന്ന് വന്ന അറിയിപ്പാണ്. അതിലൊരാൾ എന്റെ ഇളയ മകനാണോയെന്ന് അവർക്കൊരു സംശയം. അവിടുത്തെ ട്രാക്ടർ ഓടിക്കുന്ന ഒരു തമിഴനേയും പൊലീസ് പിടിച്ചു വച്ചിട്ടുണ്ട്. എനിക്ക് സംശയമൊന്നും ഇല്ല. എന്നാലും അടുത്ത ബന്ധുക്കൾ നേരിട്ടെത്തി ഔദ്യോഗികമായി അത് സ്ഥിരീകരിക്കുന്ന ഒരു ചടങ്ങുണ്ടല്ലോ പൊലീസിന്.''

ഒട്ടൊന്ന് നിർത്തിയിട്ടാണ് അയാൾ ബാക്കി പറഞ്ഞത്;

''എത്ര പാപം ചെയ്ത ആളാണെങ്കിലും മറ്റൊരാളുടെ കൈകൊണ്ട് മരിക്കാനിടയായാൽ അയാൾക്ക് സ്വർഗ്ഗം ലഭിക്കുമെന്നാണല്ലോ വിശ്വാസം. അവന്, അതിനുള്ള വഴിയിൽ നിങ്ങളുടെ ശാപം ഒരു തടസ്സമാകേണ്ടെന്ന് കരുതി. അതാണ് ഇത്രയും നേരം നിങ്ങൾക്കായി ഞാൻ ചെലവഴിച്ചത്. ഇപ്പോൾ ഈ ധൈര്യമൊക്കെ സംഭരിച്ച്

നിന്നാലും ഞാൻ തിരിച്ചുവരുന്നത് ഏതു കോലത്തിലായിരിക്കുമെന്ന് അറിയില്ലല്ലോ. അതുകൊണ്ടാണ് ചെക്കും ഇപ്പോൾത്തന്നെ എഴുതിത്തന്നത്. സത്യത്തിൽ എന്റെ മനസ്സ് എങ്ങോട്ടാണ് പോകുന്നതെന്നറിയില്ല. ഒന്നോർത്താൽ വലിയ ആശ്വാസം തോന്നും. ഇതോടെ അവനെ ഓർത്തുള്ള വേദന തീരുമല്ലോ. ഇനിയൊരു പെൺകുഞ്ഞും അവന്റെ കൈയാൽ ഇല്ലാതാക്കപ്പെടില്ലല്ലോ. എന്നാലും... ഉള്ളിലെവിടെയോ ഒരു പിടച്ചിൽ. എത്ര താന്തോന്നിയായിരുന്നെങ്കിലും അവനും എന്റെ മകനല്ലായിരുന്നോ?''

ജോസഫിന് പിന്നെ സംസാരിക്കാൻ ആവുമായിരുന്നില്ല. മുണ്ടിന്റെ കോന്തലകൊണ്ട് കണ്ണീരൊപ്പി കാറിനടുത്തേക്ക് നടന്നു അയാൾ. വൈകാതെ ആ കറുത്ത ബെൻസ് അതിവേഗം അവരെ കടന്നു പോയി. നാൻസിയുടെ മനസ്സിലൂടെ നിഷ്ക്കളങ്കമായ ചിരിയും സംസാരവുമായി ഒരു തമിഴൻ ട്രാക്ടർ ഓടിച്ചുകൊണ്ടിരുന്നു. അയാൾ ഇങ്ങനെ പറഞ്ഞു:

''പോകക്കൂടാതമ്മാ ഡെയിഞ്ചറാന ഇടം. പോണ ഉരുൾ ഉടൈപ്പിൽ ഏം പുള്ള എപ്പടിയോ അങ്കെ പെട്ടു പോച്ച്. എപ്പടിയെന്ന് ഇനിയും തെരിയലെ അമ്മാ. നാനും പൊണ്ടാട്ടിയും വേലക്ക് പോയതുക്കപ്പുറം അവ.... ആനാ ഏതുക്കാകെ ഏം കൊളന്ത അന്ത ഏടത്തിലെ....? യോശിക്ക മുടിയലെ. അവ ദാവണി അങ്കെ.... പാവാടൈ അതുക്കപ്പുറം...''

ഒന്നും ഓർക്കാതെയാണെങ്കിലും ഇന്നലെ അയാൾക്ക് കൊടുത്ത സല്യൂട്ട് ഒരുവേള അവളെ പുളകിതയാക്കി. കുറേ നേരത്തേക്ക് ആരും ഒന്നും മിണ്ടിയില്ല. ഷെരീഫ് സാവധാനം വണ്ടിയോടിച്ചു കൊണ്ടിരുന്നു.

സന്ധ്യയോടടുപ്പിച്ച് മുണ്ടക്കയത്തുനിന്നും തിരുവനന്തപുരത്തേക്ക് തിരിച്ച ഫാസ്റ്റ് പാസ്സഞ്ചർ ബസ്സിൽ നാൻസിയുമുണ്ടായിരുന്നു. തൊട്ടടുത്ത സീറ്റിൽ വന്നിരുന്ന ഷെരീഫിനോട് അവൾ ചോദിച്ചു;

''രാത്രി കണ്ടക്ടറുടെ സീറ്റ് ഫ്രണ്ടിൽ ഡ്രൈവറുടെ അടുത്തല്ലേ?''

''കണ്ടക്ടർ അടുത്തിരിക്കുന്നത് ഇഷ്ടമില്ലെങ്കിൽ ഫ്രണ്ടിലേക്ക് പൊയ്ക്കോളൂ. അവിടെ സ്ത്രീകളുടെ സീറ്റ് ഒഴിവുണ്ടല്ലോ. പോയിരുന്നുകൂടേ? അവിടെയാണല്ലോ സീറ്റ് റിസർവ് ചെയ്തിരിക്കുന്നതും.'' അയാൾ പതിയെ പറഞ്ഞു.

''സാറ് നാളെ പത്തുമണിക്കേ ഡ്യൂട്ടിക്ക് കേറൂവെന്ന് പറഞ്ഞിട്ട് ഇപ്പൊപ്പിന്നെന്തിനാ ഇതിൽ കയറിയത്?''

''എനിക്ക് വളരെ വേണ്ടപ്പെട്ടൊരാൾ ഇന്ന് രാത്രി ഈ ബസ്സിൽ യാത്ര ചെയ്യുന്നുണ്ട്. റിസർവേഷൻ ചാർട്ട് നോക്കി കണ്ടുപിടിച്ച താണ്. അതുകൊണ്ട് ഡ്യൂട്ടി ചേഞ്ച് ചെയ്തു.''

''ആസിഡോ കരിയോയിലോ വല്ലോം ഒഴിക്കാനാണോ?''

''ഏയ്. ആ മുഖം കണ്ടാൽ ആണായിപ്പിറന്ന ആർക്കും അതിന് മനസ്സുവരില്ല. ചേർത്ത് പിടിക്കാനേ തോന്നൂ.''

കുറച്ചുനേരം അയാളെ നോക്കിയിരുന്ന ശേഷം അവൾ പറഞ്ഞു;

''ഭയങ്കര സുഖിപ്പീരാണല്ലോ. ഇഷ്ടപ്പെട്ടു. കണ്ടക്ടർ നിങ്ങളാണെ ന്നറിഞ്ഞപ്പോൾ ഞാനൊരു സംശയം ചോദിക്കാമെന്ന് കരുതി ഇവിടെ ഇരുന്നതാണ്.''

''ചോദിച്ചോളൂ.''

''ഞങ്ങൾ കർത്താവിന്റെയും മാതാവിന്റെയുമൊക്കെ ഫോട്ടോ വയ്ക്കുന്നതുപോലെ നിങ്ങൾ ഒരു ഫോട്ടോ വയ്ക്കാറില്ലേ വീട്ടിൽ?''

''വയ്ക്കും.''

''അതിനെന്താണ് പേര് പറയുക?''

''മക്കയും മദീനയും. എന്തിനാണ്?''

''എന്റെ വീട്ടിൽ വയ്ക്കാനാണ്. കർത്താവും മാതാവും ഞാൻ ജനിക്കുമ്പോഴേ അവിടെയുണ്ട്. അനിയത്തിയുടെ കല്യാണം കഴിഞ്ഞ പ്പോൾ അവർക്ക് ഒരു കൃഷ്ണൻ കൂട്ട് വന്നു. ഇപ്പോൾ അതിനടുത്ത് ഈയൊരു ഫോട്ടോ കൂടി വയ്ക്കാനാണ്. ഈസ്റ്ററും ക്രിസ്മസും ഓണവും വിഷുവുമെല്ലാം മതിമറന്ന് ആഘോഷിക്കുന്നുണ്ട്. എന്നാലും ഒരു ചേഞ്ചിന് റംസാനും ബക്രീദുംകൂടി ആകട്ടെ.''

ഷെരീഫ് അവിശ്വസനീയതയോടെ നാൻസിയെ സൂക്ഷിച്ച് നോക്കി. ഏറെനാളായി അത്രമേൽ പടർന്നുനിന്നിരുന്ന നിരാശയ്ക്കുമേൽ, പ്രത്യാശയുടെ പക്ഷി പറന്നിറങ്ങിയിരിക്കുകയാണ്.

അവൾ തുടർന്നു:

''എന്നുവച്ച് ഒളിച്ചോടാനൊന്നും എന്നെക്കിട്ടില്ല. ഇതുപോലെ മരിക്കുവോളം എനിക്ക് നാൻസിയായിത്തന്നെ ജീവിക്കണം. ആരോഗ്യ മുള്ള കാലത്തോളം ജോലിക്ക് പോകണം. നിങ്ങൾക്ക് ഷെരീഫായും തുടരാം. സമ്മതമെങ്കിൽ... സമ്മതമെങ്കിൽ മാത്രം ഒരു ദിവസം ലീവെടുത്ത് എന്റെ വീട്ടിൽ വരണം. അപ്പച്ചനോടും അമ്മച്ചിയോടും കാര്യങ്ങൾ സംസാരിക്കണം. അവരുടെ സമ്മതം മതി എനിക്ക്.

ദൈവത്തോട് പറയാനുള്ളതൊക്കെ ഞാൻ മൂപ്പരോട് നേരിട്ട് പറഞ്ഞോളാം. വിശദീകരണം ചോദിക്കാൻ വരുന്ന പള്ളിയും പട്ടക്കാരുമൊക്കെ ആ പടിക്കു പുറത്തു നിൽക്കും. നമ്മുടെ വിവാഹം നമ്മൾ രണ്ടുപേരുടെയും വ്യക്തിപരമായ കാര്യമാണ്. വീട്ടിൽ എതിർപ്പൊന്നും ഉണ്ടാകില്ല. എനിക്കുറപ്പാണ്. കാരണം അവർ എന്റെ അപ്പച്ചനും അമ്മച്ചിയുമാണ്.''

ഏത് കടൽത്തിരയിൽ കാലിടറി വീണാലും ഏത് മരുഭൂവിൽ നീർതൊടാതെ ദീർഘനാൾ അലഞ്ഞാലും ഏത് വൻപുഴ കൈകാലിട്ടടിച്ച് നീന്തിക്കടന്നാലും ഏത് ഉമിത്തീയിൽ പാദം കരിച്ച് ചുറ്റിത്തളർന്നാലും ഏത് വേർപാട് ഹൃദയത്തിൽ ചോരപ്പാടുകൾ വീഴ്ത്തിയാലും മനുഷ്യനായുള്ള ഈ ജീവിതത്തോളം സുന്ദരമായ ഒന്നും ഭൂമിയിലില്ലെന്ന് അയാൾക്ക് ഒരുവട്ടം കൂടി തോന്നി.

■